ചരിത്രം ഒരു സമരായുധം

charithram oru samarayudham

•

anil kumar a v

•

first edition
may 2013

•

second edition
november 2017

•

typesetting and published
chintha publishers, thiruvananthapuram

•

•

cover
vinod

•

വിതരണം

ദേശാഭിമാനി ബുക്ക് ഹൗസ്

H O തിരുവനന്തപുരം–695 035
phone: 0471-2303026, 6063026
www.chinthapublishers.com
chinthapublishers@gmail.com

ബ്രാഞ്ചുകൾ

ഹെഡ്ഡാഫീസ് ബ്രാഞ്ച് കുന്നുകുഴി • സ്റ്റാച്യു തിരുവനന്തപുരം • കെ എസ് ആർ ടി സി ബസ് സ്റ്റേഷൻ ആലപ്പുഴ • കെ എസ് ആർ ടി സി ബസ് സ്റ്റേഷൻ എറണാകുളം • മച്ചിങ്ങൽ ലെയിൻ തൃശൂർ • ഐ ജി റോഡ് കോഴിക്കോട് • മാവൂർ റോഡ് കോഴിക്കോട് • എൻ ജി ഒ യൂണിയൻ ബിൽഡിങ് കണ്ണൂർ • സെൻട്രൽ ബസ് ടെർമിനൽ കോംപ്ലക്സ് താവക്കര കണ്ണൂർ

CR - 1745 / 4447
ISBN - 978-93-83155-15-6

ചരിത്രം ഒരു സമരായുധം

അനിൽകുമാർ എ വി

ചിന്ത പബ്ലിഷേഴ്സ്
തിരുവനന്തപുരം-695 035

അനിൽകുമാർ എ വി

കാസർകോട് ജില്ലയിലെ പിലിക്കോട്ട് ജനിച്ചു. അച്ഛൻ: ടി ശിവശങ്കരൻ, അമ്മ: എ വി ലക്ഷ്മി. കോഴിക്കോട് സർവകലാശാലാ ചരിത്രവിഭാഗത്തിൽനിന്ന് രണ്ടാം റാങ്കോടെ എം എ പാസായി. അവിടെ എം ഫിൽ വിദ്യാർഥിയായിരിക്കെ *ദേശാഭിമാനി*യിൽ ചേർന്നു. കുറച്ചുകാലം *ചിന്ത* വാരികയുടെ പത്രാധിപസമിതിയിലും പ്രവർത്തിച്ചു. ഇപ്പോൾ *ദേശാഭിമാനി* അസിസ്റ്റന്റ് എഡിറ്റർ.

ചരിത്രത്തിനൊപ്പം നടന്ന ഒരാൾ, ഇടവേളകളില്ലാത്ത ചരിത്രം, തിരസ്കൃത ചരിത്രത്തിന് ഒരു ആമുഖം, കാവിനിറമുള്ള പ്ലേഗ്, ചിഹ്നങ്ങളുടെ രാഷ്ട്രീയം, ആഗോളവൽക്കരണത്തിന്റെ അഭിരുചിനിർമാണം, ഒറ്റുകാരുടെ ചിരി, ബുദ്ധിജീവികളുടെ പ്രതിസന്ധി, പ്രതിബിംബക്കെണിയും മൂലധന രാഷ്ട്രീയവും, നാലാംലോകവാദവും സാമ്രാജ്യത്വ രാഷ്ട്രീയവും, സി യിരമ്യാവ്: അടിമയുടെ ജീവിതം, കെ പി ആർ, ജീവിതത്തിൽ ഒരിക്കൽമാത്രം സംഭവിക്കുന്നവ, പ്രവാസികൾ: ഭാഷയിലും ജീവിതത്തിലും, മുറിവേറ്റ ആഹ്ലാദങ്ങൾ - ചരിത്രവും ജീവചരിത്രവും, ഇന്ദുലേഖയുടെ അനുജത്തിമാർ, സ്വാതന്ത്ര്യത്തിന്റെ പെണ്ണകങ്ങൾ, ജർമൻ സ്കെച്ചുകൾ, പല പേരിൽ ഒരു നഗരം (ട്രിച്ചി കുറിപ്പുകൾ), *ഒരിക്കലും പൂട്ടാത്ത മുറി, ആൾദൈവങ്ങൾ അഥവാ അസംബന്ധ മനുഷ്യർ, എഴുത്തുമുറി, സത്യം പറയുന്ന പെരുംനുണയന്മാർ, ജീവിതം നയിക്കാൻ വിധിക്കപ്പെട്ട നുണകൾ, ലങ്കൻ കാഴ്ചകൾ, ഇന്തോനേഷ്യൻ ഡയറി, ഹിറ്റ്ലർ എന്ന ഫുട്ബോൾ കോച്ച്, അനുഭൂതികളിലെ വർഗസമരം, മാധ്യമ മഹാസഖ്യം, സിനിമയുടെ ആത്മഗതം* തുടങ്ങിയവ പ്രധാന കൃതികൾ.

മികച്ച ജീവചരിത്ര ഗ്രന്ഥത്തിനുള്ള 1997 ലെ സാഹിത്യ അക്കാദമി അവാർഡ്, മികച്ച വൈജ്ഞാനിക കൃതിക്കുള്ള 1997 ലെ അബുദാബി ശക്തി പുരസ്കാരം, സാഹിത്യ സംബന്ധിയായ ടെലിവിഷൻ പരിപാടിക്കുള്ള 2005 ലെ വിഷ്വൽ എന്റർടൈൻമെന്റ് അവാർഡ് എന്നിവ നേടി. *ചരിത്രത്തിനൊപ്പം നടന്ന ഒരാൾ, വരലാത്രുടൻ പയനിത്ത മാമനിതർ* എന്ന പേരിൽ തമിഴിലും ഇറങ്ങിയിട്ടുണ്ട്. 2006 ഒക്ടോബറിൽ ജർമൻ നഗരമായ ഫ്രാങ്ക്ഫർട്ടിൽ നടന്ന അന്താരാഷ്ട്ര പുസ്തകോത്സവത്തിൽ പങ്കെടുത്തിരുന്നു. പ്രഭാകരന്റെ അന്ത്യത്തിനുശേഷം ശ്രീലങ്കയിലും യാത്ര ചെയ്തിട്ടുണ്ട്. 2010 മാർച്ചിൽ ജക്കാർത്തയിൽ നടന്ന ഈസ്റ്റ് ഏഷ്യാ മീഡിയാ പ്രോഗ്രാമിൽ ഇന്ത്യൻ സംഘാംഗമായിരുന്നു. ചൈന, ഹോങ്കോങ്, യു എ ഇ, മലേഷ്യ, തായ്‌ലന്റ് എന്നീ രാജ്യങ്ങളും സന്ദർശിച്ചു.

ഭാര്യ : ഡോ. ലേഖ
മക്കൾ : അനുലക്ഷ്മി, അഖിൽ ശിവൻ

ഉള്ളടക്കം

1

തമ്പാന്റെ ഭയവും ജയിലിലെ മോരും

സാമൂഹ്യപുരോഗതിക്ക് ഇന്ധനമായ അസംഖ്യം ഇടതുപക്ഷ പോരാട്ടങ്ങളാണ് കേരളത്തെ പുതുക്കിപ്പണിതത്. നവോത്ഥാന പ്രസ്ഥാനങ്ങളുടെ തുടർച്ചയെന്നപോലെ വിച്ഛേദവുമായ ഇടപെടലുകൾ അസ്പൃശ്യതയ്ക്കും ജാതി–മത വർഗീയതയ്ക്കുമെതിരായ വർഗബോധം കരുപ്പിടിപ്പിച്ചു. ജീവിതത്തിന്റെ പുറമ്പോക്കുകളിലേക്ക് എറിയപ്പെട്ട ജനവിഭാഗങ്ങൾക്ക് സംഘടനയും പ്രത്യയശാസ്ത്രവും നൽകിയതും ഇടതുപക്ഷം. മനുഷ്യാവകാശത്തിന്റെയും സമത്വത്തിന്റെയും തുറന്ന ആകാശങ്ങളിലേക്കുള്ള പ്രയാണത്തെ തടസപ്പെടുത്തുന്ന വലതുപക്ഷ മഹാസഖ്യത്തെ തുറന്നുകാട്ടാതെ ഈ സംഭാവന ശരിയായി അടയാളപ്പെടുത്താനാവില്ല.

ചരിത്രമെന്നാൽ ഭൂതകാലവും സമകാലീനാവസ്ഥയും തമ്മിലുള്ള ഒടുങ്ങാത്ത സംഭാഷണമാണെന്ന് പറഞ്ഞത് ബ്രിട്ടീഷ് ചിന്തകനായ എഡ്വേർഡ് ഹാലെറ്റ് കാർ. അദ്ദേഹം അടിവരയിട്ട ഈ ജൈവ ബന്ധത്തെ അറുത്തുമാറ്റുന്ന ആശയ – പ്രായോഗിക പ്രവർത്തനങ്ങളിലാണ് വലതുപക്ഷ മാധ്യമങ്ങളും ബുദ്ധിജീവികളും മറ്റും. പഴയതെല്ലാം ശുഭവും പുതിയവ വിനാശകരവുമെന്ന സാമാന്യബോധം അതിന്റെ ഉൽപ്പന്നമാണ്. ഒരുപാട് ശരികളുള്ള കമ്യൂണിസ്റ്റ് പ്രസ്ഥാനത്തെ ചില തെറ്റുകൾ മറയാക്കി ശരിപ്പെടുത്താമെന്ന് പ്രതിജ്ഞയെടുത്തിരിക്കുന്നു ചിലർ. കൊടുങ്കാറ്റിന് സാധ്യതയുണ്ടെന്ന് മുന്നറിയിപ്പ് നൽകിയാൽ കൊടുങ്കാറ്റിനെ പ്രോത്സാഹിപ്പിക്കുകയാണെന്ന ശകാരം ഉയർത്തുംപോലുള്ള ബാലിശ വിമർശനങ്ങളാണ് ചുറ്റും.

റഷ്യൻ വിപ്ലവത്തിനു മുമ്പേ മാർക്സിനെയും ബോൾഷെവിക്കുകാരെയുംകുറിച്ച് വേവലാതി പൂണ്ട നാടായിരുന്നു കേരളം. കണ്ണൂർ ജില്ലയിലെ തളിപ്പറമ്പിൽ ജന്മി പ്രതിനിധി പ്രഭാകര തമ്പാൻ നടത്തിയ

പ്രതികരണം അതിന് തെളിവ്. കുടിയാന്മാർക്ക് പ്രതിഫലം നൽകുന്നതുമായി ബന്ധപ്പെട്ട് സ്ട്രെച്ച് സായ്പിന്റെ മുന്നിലായിരുന്നു ആ ഭയപ്രകടനം. പ്രതിഫലം അനുവദിക്കുന്നത് കാൾ മാർക്സിന്റെ കമ്യൂണിസ്റ്റ് തത്വപ്രകാരമാണെന്നും അക്കാരണത്താൽ താൻ അതിനെ എതിർക്കുന്നുവെന്നും അയാൾ പ്രഖ്യാപിച്ചു. മന്നത്ത് കൃഷ്ണൻനായർ അവതരിപ്പിച്ച കുടിയാൻബില്ലിനെക്കുറിച്ച് വലിയ ജന്മിയായ തമ്പാൻ പറഞ്ഞത്, അത് ബോൾഷെവിക്ക് തത്വം സ്ഥാപിക്കാനാണെന്നാണ്.

നാൽപ്പതുകളിലെ കണ്ണൂർ ജയിലിലെ ഒരു ഫലിതം ഓർക്കാം. അവിടത്തെ പീഡനങ്ങൾക്കും നരകാവസ്ഥയ്ക്കുമെതിരെ കമ്യൂണിസ്റ്റുകാരുടെ മുൻകൈയിൽ തടവുകാർ പ്രതിഷേധിച്ചു. വായിൽ കയറ്റാനാവാത്ത കെട്ട ഭക്ഷണത്തിനെതിരെയും അവർ ശബ്ദിച്ചുവന്നു. ഭക്ഷണത്തിനൊപ്പം കുറച്ച് മോര് നൽകണമെന്ന് സി ക്ലാസ് തടവുകാർ ജയിൽ അധികൃതരോട് ആവശ്യപ്പെടുകയുണ്ടായി. നിയമകാര്യസമിതിയംഗം സർ എം കൃഷ്ണൻനായരെ അന്വേഷണ കമീഷനായി നിയോഗിച്ചു. അക്കാലത്ത് മലബാറിലെ സാധാരണ ജനങ്ങൾ മോര് കൂട്ടുന്ന പതിവില്ലെന്നായിരുന്നു അദ്ദേഹത്തിന്റെ റിപ്പോർട്ട്. ഈ ധാർഷ്ട്യത്തിന് ഇപ്പോഴും ആവർത്തനങ്ങളുണ്ടാകുന്നുണ്ട്.

കയ്യൂർ ചെറുത്തുനിൽപ്പിന്റെ പേരിൽ നുണക്കഥകളുടെ കുമ്പാരം തന്നെ പടുത്തുയർത്തി. അത് സ്വാതന്ത്ര്യസമരമല്ലെന്ന വിധിതീർപ്പായിരുന്നു ആദ്യം. പിന്നെ നേതാക്കളെ താറടിക്കൽ. ആധുനിക മുന്നേറ്റങ്ങൾക്കെതിരായ ശകാരംവരെ അത് നീണ്ടു. കയ്യൂർ കേസിലെ പ്രതികൾക്കെതിരെ കോടതിയിൽ ഹാജരാക്കിയ തെളിവുകൾ കോൺഗ്രസ് രസീതും തക്ലിയും മറ്റുമായിരുന്നിട്ടും ചരിത്രനിരാസം തുടർന്നു. ഇ കെ നായനാരുടെ പങ്കാളിത്തത്തെക്കുറിച്ച് ചരിത്രകാരന്റെ അവതാരികയോടെ *ക്രൈംത്രില്ലർ* പുസ്തകവുമിറക്കി. പുന്നപ്ര–വയലാർ ചെറുത്തുനിൽപ്പിലെ വാരിക്കുന്തം സഹതാപം മാത്രമുണർത്തുന്ന ഫലിതമായി ആവർത്തിച്ചുകൊണ്ടിരിക്കുന്നു.

1933 ൽ അഡോൾഫ് ഹിറ്റ്ലർ ജർമനിയിൽ അധികാരം കാൽക്കീഴിലാക്കിയപ്പോൾ നുണകളുടെ തമ്പുരാനായ ജോസഫ് ഗീബൽസായിരുന്നു പ്രചാരണ യന്ത്രം. പാർലമെന്റ് മന്ദിരമായ റൈഷ്താഗ് തീയിട്ട സംഭവമുയർത്തി കമ്യൂണിസ്റ്റുകാരെ വേട്ടയാടി. 1933 ഫെബ്രുവരി 27നുണ്ടായ തീയിടൽ അധികാരം പിടിച്ചടക്കിയതിന് ന്യായീകരണമായി ഹിറ്റ്ലറും ഗീബൽസും പ്രചരിപ്പിച്ചു. ന്യൂറംബർഗ് വിചാരണ വേളയിൽ നാസി കൊടുംകുറ്റവാളികൾ വെളിപ്പെടുത്തുംവരെ റൈഷ്താഗ് പ്രശ്നം കമ്യൂണിസ്റ്റുകാരുടെ സൃഷ്ടിയായി ഉറപ്പിച്ചിരുന്നു. ഫാർ ഡെയർ ലുബ്ബെ എന്ന പോളണ്ടുകാരനെ കരുവാക്കിയായിരുന്നു കുതന്ത്രങ്ങൾ. അറസ്റ്റുകളും ഭീഷണിയും നിയന്ത്രണങ്ങളും കണ്ടുകെട്ടലുകളും കൊടുങ്കാറ്റുപോലെ വീശിയടിച്ചു. അങ്ങനെയാണ് ഫെബ്രുവരി 28 ന് അടിയന്തരാവസ്ഥ പ്രഖ്യാപിച്ചത്. വിജയംകണ്ട ഈ ഗൂഢാലോചനയുടെ

മാതൃകയിലാണ് ലോകമെങ്ങും പിന്നീട് കമ്യൂണിസ്റ്റ് വേട്ട ക്രമീകരിക്കപ്പെട്ടതും.

ജാതീയമായ ഉച്ചനീചത്വങ്ങളെ തുടച്ചുനീക്കാനുള്ള പ്രവർത്തനങ്ങൾ മുതൽ വർഗീയതയെ ചെറുക്കാനുള്ള നിശ്ചയദാർഢ്യം തൊട്ട് പുതിയ കേരളത്തെ നിർവചിക്കാനുള്ള അന്വേഷണങ്ങൾ വരെ കമ്യൂണിസ്റ്റ് പാർട്ടിയുടെ സംഭാവനയാണ്. കുട്ടികൃഷ്ണമേനോൻ കമ്മിറ്റി റിപ്പോർട്ടിന് ഇ എം എസ് നൽകിയ വിയോജനക്കുറിപ്പും മലബാർ കലാപം മുൻനിർത്തി 1946 ആഗസ്റ്റിൽ കമ്യൂണിസ്റ്റ് പാർട്ടി പുറത്തിറക്കിയ 'ആഹ്വാനവും താക്കീതും' പ്രസ്താവനയും ചരിത്രത്തെക്കുറിച്ചുള്ള മറ്റൊരു കാഴ്ചപ്പാടാണ് അവതരിപ്പിച്ചത്. ഏറ്റവും അടിസ്ഥാനവിഭാഗങ്ങളെവരെ സംഘടനാവൽക്കരിച്ച പാർട്ടി ഐക്യകേരള രൂപീകരണത്തിന് ഏറെ പ്രചാരങ്ങൾ നടത്തി. അതുവരെ അപരിചിതങ്ങളായ ബദൽ രീതികളുടെ പരിചയപ്പെടുത്തലുകളായിരുന്നു മലബാർ ഡിസ്ട്രിക്ട് ബോർഡ് ഭരണം.

ഭിന്നിപ്പിച്ചു ഭരിക്കുക എന്ന സാമ്രാജ്യത്വ തന്ത്രത്തെ വേണ്ടവിധം നേരിടാൻ കോൺഗ്രസ് നേതൃത്വത്തിനായിരുന്നില്ല. ബ്രിട്ടീഷ് ഭരണവും ഹിന്ദു ആധിപത്യവും തമ്മിൽ കാര്യമായ വ്യത്യാസമില്ലെന്ന് മുസ്ലിങ്ങൾ സംശയിച്ചുതുടങ്ങിയത് ഈ പരിമിതിക്ക് നടുവിലാണ്. തങ്ങളെ തൊടാനോ അടുത്തുവരാനോപോലും അനുവദിക്കാത്ത മേൽജാതിക്കാരുടെ ഭരണത്തെക്കാൾ വിദേശാധിപത്യമാണ് മെച്ചമെന്ന് പുറംജാതിക്കാർ ചിന്തിച്ചുതുടങ്ങി.

അധഃസ്ഥിത ജാതിവിഭാഗങ്ങളെ പൊതുജീവിതത്തിന്റെ എല്ലാ തുറകളിൽനിന്നും അകറ്റി. ക്ഷേത്രങ്ങളും നിരത്തുകളും അവർക്ക് നേരെ കൊട്ടിയടച്ചു. വിദ്യാഭ്യാസ സ്ഥാപനങ്ങളിലേക്ക് പ്രവേശനം നൽകിയില്ല. കൺവെട്ടത്തിനുള്ളിൽ വരാൻ പാടില്ലാത്ത താഴ്ന്ന ജാതിക്കാർ കിണറുകളോ കുളങ്ങളോ തൊടുന്നതും വിലക്കി.

ഈ സാഹചര്യത്തിലാണ് തീണ്ടലിനും മറ്റു സാമൂഹ്യ അനാചാരങ്ങൾക്കുമെതിരെ സമരം നടത്താൻ കോൺഗ്രസ് തീരുമാനിച്ചത്. ഗുരുവായൂർ സത്യഗ്രഹം ഇതിന്റെ ഭാഗവും. ഇത് ചില നേതാക്കൾക്ക് ഇഷ്ടമായില്ല. സാമ്രാജ്യത്വത്തിനെതിരായ പ്രക്ഷോഭമാർഗത്തിൽനിന്ന് കോൺഗ്രസിനെ വ്യതിചലിപ്പിക്കുമെന്നായിരുന്നു ഒരു ന്യായം. ക്ഷേത്രപ്രവേശന പ്രക്ഷോഭം കോൺഗ്രസിലെ മേൽജാതിക്കാരെ അകറ്റുമെന്ന സംശയവും അവരുയർത്തി.

നവോത്ഥാനത്തിന്റെ സന്ദേശങ്ങളും അത് ഏറ്റെടുക്കാനാവാത്ത കോൺഗ്രസിന്റെ ബലഹീനതയും തിരിച്ചറിഞ്ഞത് കമ്യൂണിസ്റ്റുകാരാണ്. താൻ ഒരു ഈഴവനൊപ്പം ചോറുണ്ടതിൽ നായർ പ്രമാണിമാർ നെറ്റി ചുളിച്ച കഥ എൻ സി ശേഖർ ഓർത്തെടുത്തിട്ടുണ്ട്. കള്ളുഷാപ്പിലുണ്ടാക്കുന്ന മീനും കപ്പയും തിന്നുന്നവർ വീട്ടിലിരുന്ന് ഊണു കഴിക്കുമ്പോൾ ഞെട്ടുന്നതെന്തിനെന്നും അദ്ദേഹം ചോദിച്ചു.

പയ്യന്നൂരിനടുത്ത കണ്ടോത്തെ പൊതുനിരത്തിൽ സാധാരണക്കാർക്ക് നടക്കാൻ അവകാശമില്ലായിരുന്നു. അവിടത്തെ ക്ഷേത്രം അശുദ്ധമാകുമെന്ന് ഭയപ്പെട്ടായിരുന്നു വിലക്ക്. എ കെ ജിയുടെയും കെ എ കേരളീയന്റെയും നേതൃത്വത്തിൽ ഘോഷയാത്ര നടത്തി. ധാരാളം ഹരിജനങ്ങളും സ്ത്രീകളും അക്കൂട്ടത്തിലുണ്ടായിരുന്നു.

ഘോഷയാത്രയെ യാഥാസ്ഥിതികർ കടന്നാക്രമിച്ചു. വലിയ ഉലക്കയുമായാണ് ചിലർ അതിൽ പങ്കെടുത്തത്. അരമണിക്കൂറിലേറെ മർദനം തുടർന്നു. കണ്ടോത്തെ കുറുവടി എന്ന പ്രയോഗംപോലും പിന്നീടുണ്ടായി. എ കെ ജിയും കേരളീയനും ബോധമറ്റുവീണു. മരണം സുനിശ്ചിതമായെന്ന് തോന്നിയതിനാൽ കേരളീയന്റെ മരണമൊഴി രേഖപ്പെടുത്തുകയുമുണ്ടായി. വൈക്കം – ഗുരുവായൂർ സത്യഗ്രഹങ്ങൾ പകർന്നു നൽകിയ ഉണർവ് കേരളമാകെ ഒട്ടേറെ മുന്നേറ്റങ്ങൾക്ക് വഴികാട്ടി. അതിന്റെ ഉള്ളടക്കം വിപുലമാക്കിയതാകട്ടെ കമ്യൂണിസ്റ്റുകാരും.

എ കെ ജിയുടെ നേതൃത്വത്തിൽ നടന്ന പാലിയം സത്യഗ്രഹം മറ്റൊരു നാഴികക്കല്ല്. കടുത്ത അതിക്രമങ്ങളും അറസ്റ്റും ലാത്തിച്ചാർജും തുടർന്നുകൊണ്ടിരുന്ന അവസ്ഥയിൽ അതിസാഹസികമായിട്ടാണ് അദ്ദേഹം സ്ഥലത്തെത്തിയത്. സമരം നേരിടാൻ പട്ടാളത്തെ ഇറക്കിയെന്ന വാർത്തകേട്ടിട്ടും വളണ്ടിയർമാർ പിൻവാങ്ങിയില്ല. പാലിയത്തെ റോഡിൽ സഞ്ചാര സ്വാതന്ത്ര്യം ആവശ്യപ്പെട്ടുകൊണ്ടുള്ള സമരങ്ങളിൽ കുറേ അന്തർജനങ്ങളും പങ്കെടുത്തു. പൊലീസ് അവരെ അതിക്രൂരമായാണ് നേരിട്ടത്. പ്രിയദത്തക്കും സാവിത്രിക്കും ഗുരുതരമായ പരിക്കേറ്റു. പൊലീസ് നടപടിക്കെതിരെ നാടുണർന്നു. എങ്ങും പ്രക്ഷോഭം. ഏറ്റമുട്ടലിൽ എ ജി വേലായുധൻ രക്തസാക്ഷിയായി.

ജാതികാർക്കശ്യങ്ങൾ അലിച്ചുകളഞ്ഞ കമ്യൂണിസ്റ്റ് അനുഭവങ്ങളിലൊന്നായിരുന്നു കമ്യൂൺ. 1942 ൽ ബോംബെ രാജ്ഭവനിലാണ് ആദ്യത്തേത്. പിന്നെ കേരളത്തിൽ കോഴിക്കോടും. ഏറ്റവും ലളിത ജീവിതം. ജീവൻ നിലനിർത്താൻ മാത്രമുള്ള ഭക്ഷണം. മീററ്റ് ഗൂഢാലോചനക്കേസിനെ തുടർന്നുള്ള ജയിൽവാസകാലത്ത് നൽകിയിരുന്ന നീളംകുറഞ്ഞ വസ്ത്രങ്ങൾ അനുകരിച്ചായിരുന്നു യൂണിഫോം. പട്ടാളച്ചിട്ടയോടെയുള്ള കമ്യൂൺ പ്രവർത്തനം പല സ്ത്രീപോരാളികളെയും രൂപപ്പെടുത്തി. 'പാർട്ടി കുടുംബം'എന്ന സങ്കൽപ്പത്തിലൂന്നിയ അതിൽ വ്യത്യസ്ത ജാതി–മത– സാമ്പത്തിക ശ്രേണിയിലുള്ളവർ ഒറ്റ മനുഷ്യനെപ്പോലെയാണ് കഴിഞ്ഞത്. ഉന്നത നേതാക്കളും സാധാരണ പ്രവർത്തകരും ഒരുമിച്ച് ഒരു കേന്ദ്രത്തിൽ താമസിക്കുക. വേർതിരിവോ വലുപ്പച്ചെറുപ്പമോ പരിഗണിക്കാതെ ഒരേതരം ഭക്ഷണം. കിടന്നുറങ്ങാൻ ഏറ്റവും ശുഷ്കമായ സൗകര്യം.ഇതെല്ലാം ചേർന്ന് വർഗബോധത്തിന്റെ പുതിയ പാഠങ്ങൾ ഹൃദിസ്ഥമാക്കിക്കൊടുത്തു കമ്യൂൺ.

ഈ അടുപ്പത്തിന്റെ മറ്റൊരു ഏടായിരുന്നു കമ്യൂണിസ്റ്റ് നേതാക്കളുടെ ഒളിവുജീവിതം എഴുതിവച്ചത്. പി കൃഷ്ണപിള്ള, ഇ എം എസ്, എ

കെ ജി തുടങ്ങിയവർ കുഗ്രാമങ്ങളിലെ അതിദരിദ്രരുടെ കൂരകളിൽ ഒറ്റു കാരെയും പ്രലോഭനങ്ങളെയും ഇനാം പ്രഖ്യാപനത്തെയും മറികടന്ന് സുരക്ഷിതരായിരുന്നു. ആചാരങ്ങളിൽ വളരെയേറെ നിഷ്ഠപാലിച്ചുപോന്ന കുടുംബങ്ങളിൽ വളർന്ന നേതാക്കൾ ഹരിജനങ്ങളുടെ മാടത്തിലും മുക്കുവന്റെ കുടിലിലും മത്സ്യ ഭക്ഷണമടക്കം കഴിച്ച് പരാതിയില്ലാതെ കഴിഞ്ഞുകൂടി. കണ്ണൂർ ചെറുമാവിലായി പൊട്ടൻകുളങ്ങര നള്ളക്കണ്ടി പൊക്കന്റെ കൂര. എറണാകുളത്തെ വെള്ളാരപ്പള്ളി തെക്ക് മാടവന അച്യുതൻ നായരുടെയും നെടുമ്പാശേരി ആശാരിപ്പറമ്പിൽ വേലായുധന്റെയും വീടുകൾ — തുടങ്ങിയവയായിരുന്നു ഇ എം എസിന്റെ ഒളിവുകേന്ദ്രങ്ങൾ. അദ്ദേഹം എത്തിയതോടെ പൊക്കൻ കടുപ്പക്കാരനായി. ബന്ധുക്കളും നാട്ടുകാരും വീട്ടിൽവരുന്നത് നിരുത്സാഹപ്പെടുത്തി. അപകടകാരികളാരെങ്കിലും വരുമോ എന്ന് ശങ്കിച്ച് വീടിനോട് ചേർന്ന പൊതുവഴി കൊട്ടിയടച്ചു. പൊക്കന്റെ മകൻ കുഞ്ഞിരാമന് ആയിടക്ക് നേവിയിൽ ജോലി കിട്ടി. ഒളിവിൽക്കഴിയുന്ന നേതാവിന്റെ വിവരമറിയണമെന്ന ജിജ്ഞാസ കത്തുകളിൽ. അപൂർവാതിഥിയെക്കുറിച്ചുള്ള പരാമർശങ്ങൾ 'സ്വത്ത്' എന്ന നിലയിലാണ് സ്ഥാനം പിടിച്ചത്. സ്വത്ത് വിറ്റില്ല, നന്നായി നോക്കുന്നു തുടങ്ങിയ സൂചനകളിലൂടെ കാര്യങ്ങൾ അവതരിപ്പിച്ചു. ഇ എം എസ് നള്ളക്കണ്ടി വീട് വീട്ടുപോയ വിവരം പൊക്കൻ കുഞ്ഞിരാമനെ അറിയിച്ചത് 'സ്വത്ത് കൈമാറി' എന്ന മട്ടിലായിരുന്നു.

1917 ൽ സഹോദരൻ അയ്യപ്പൻ ചെറായിയിൽ നടത്തിയ പന്തിഭോജനം ചരിത്രപരമാണ്. അദ്ദേഹത്തെയും 23 കൂട്ടുകാരെയും ജാതിയിൽനിന്ന് പുറത്താക്കിക്കൊണ്ടാണ് സവർണ മനോഭാവക്കാർ പ്രതികാരം തീർത്തത്. ഭക്ഷണമെന്നതിലുപരി സാമൂഹ്യ വിലക്കുകൾ ലംഘിച്ച ആ പ്രതീകാത്മക പ്രതിഷേധത്തിന് അനുബന്ധമുണ്ടാക്കിയത് കമ്യൂണിസ്റ്റുകാരും കർഷകസംഘം പ്രവർത്തകരുമായിരുന്നു. കൊടക്കാടും പൊന്നാനിയിലും കാട്ടാമ്പള്ളിയിലും കളർകോടും കൊല്ലത്തും അന്തിക്കാടുമെല്ലാം ധീരതയുടെ പുതിയ കൊടി ഉയരുകയുമുണ്ടായി.

2

പാർട്ടി ഗ്രാമങ്ങൾ: സത്യവും മിഥ്യയും

ഇരുമ്പുമറ, സെൽഭരണം തുടങ്ങിയ കമ്യൂണിസ്റ്റ് വിരുദ്ധ ശകാര നിഘണ്ടുവിൽ ഒടുവിൽ കൂട്ടിച്ചേർത്ത പദാവലിയാണ് പാർട്ടി ഗ്രാമങ്ങൾ. നല്ല അർഥത്തിനുപകരം ദുസ്സൂചനകൾ കുത്തിനിറച്ചതാണത്. ഫ്യൂഡൽ കാലഘട്ടത്തിലെന്നപോലെ മുന്നാൾപൊക്കത്തിൽ കോട്ട പണിത് ആയുധസജ്ജരായ കാവൽക്കാരെ വരിനിർത്തി കടുത്ത പരിശോധനയോടെ മാത്രം ആളുകളെ കടത്തിവിടുന്ന ഇരുട്ടുമുറികളാണ് പാർട്ടി ഗ്രാമങ്ങൾ എന്നാണ് പ്രചാരണം.

മ്യൂസിയമോ മൃഗശാലയോപോലെ മതിൽ നിർമിച്ച് അതിനകത്ത് പുരാവസ്തുക്കളെയും മൃഗങ്ങളെയും നിറയ്ക്കുന്നതുപോലെ ഗ്രാമത്തിനകത്ത് കമ്യൂണിസ്റ്റുകാരെ തിരുകിവെക്കുകയാണ് എന്ന മട്ടിലാണ് വാദങ്ങൾ. എലികൾ കൊടുംശല്യം സൃഷ്ടിച്ചപ്പോൾ കുഴൽവിളിയിലൂടെ അവയെ കടലിൽ താഴ്ത്തിയ പൈഡ് പൈപ്പറെപ്പോലെ. അയ്യായിരം വർഷം പഴക്കമുള്ള ഐതിഹ്യത്തിൽനിന്ന് പത്തൊൻപതാം നൂറ്റാണ്ടിന്റെ പകുതിയിൽ റോബർട്ട് ബ്രൗണിങ് വിപുലമാക്കിയ കഥയ്ക്ക് പഠനങ്ങളും അന്വേഷണങ്ങളുമെന്ന വ്യാജേന അസംബന്ധങ്ങൾ തീർക്കുകയാണ് വലതുപക്ഷം.

എല്ലാ ചുവന്ന വില്ലേജുകളുടെ വ്യത്യസ്തതക്കും പൊതുവായി ബാധകമാകുന്ന ചില ഘടകങ്ങൾ ഉണ്ടെങ്കിലും ഓരോ പ്രദേശത്തും തനതും വ്യതിരിക്തവുമായ പ്രത്യേകതകളും കാണാം. ശ്രീനാരായണ പ്രസ്ഥാനത്തിന്റെ ഇടപെടലുകളും ദേശീയ മുന്നേറ്റത്തിന്റെ ചലനങ്ങളും കർഷകസംഘത്തിന്റെ ജന്മിത്വ - സാമ്രാജ്യത്വ വിരുദ്ധ സമരങ്ങളും ജനങ്ങളെ ഏറെ സ്വാധീനിച്ചു. സ്വന്തം വീട്ടുവളപ്പിനപ്പുറം കാണാൻ ശ്രദ്ധിക്കാത്ത ഞായറാഴ്ച കോൺഗ്രസുകാരിൽനിന്ന് വ്യത്യസ്തമായി സ്വാതന്ത്ര്യത്തിന്റെ പുതിയ അർഥങ്ങൾ അന്വേഷിക്കുകയായിരുന്നു കമ്യൂ

ണിസ്റ്റ് പാർട്ടിയും കർഷകസംഘവും. സമൂഹവൈരുധ്യത്തിന്റെ വിവിധ ദിശകൾ ശാസ്ത്രീയമായി തുറന്നുകാട്ടുകയും ചെയ്തു.

നമ്മൾ ജനിച്ചു വളർന്ന നാട്
നമ്മൾ കനകം വിതച്ച നാട്
വലിയോര് വലിയോര് മാളികമേൽ
തിന്നു തടിച്ചു പുളച്ചീടുന്നു
ഇരുപത്തൊന്നായിരം വൈസ്രോയിക്ക്
മാസപ്പടി നമ്മൾ കൊടുത്തിടുമ്പോൾ
നിറയാത്ത കൊങ്ങായി വാങ്ങി നമ്മൾ

ജീവതമങ്ങ് തുലച്ചിടേണ്ടെ, എന്ന കെ എ കേരളീയന്റെ പാട്ട് എങ്ങും പ്രചരിപ്പിച്ചു. സാമ്രാജ്യത്വത്തിന്റെ അടിച്ചമർത്തലുകൾക്കും ജന്മിത്വത്തിന്റെ ചൂഷണങ്ങൾക്കും അത് അരക്കെട്ടുറപ്പിച്ച അന്ധവിശ്വാസങ്ങൾക്കും അനാചാരങ്ങൾക്കും ജാതിവിലക്കുകൾക്കുമെതിരെ സന്ധിയില്ലാസമരങ്ങൾ തന്നെയുണ്ടായി പിന്നീട്. 'തലയിലെഴുത്ത്' എന്ന് വിധിച്ച് നടമാടിയ പീഡനങ്ങൾ തുറന്നുകാട്ടി. ഈ പ്രക്ഷോഭങ്ങളുടെ ആത്മാർഥതയാണ് സാധാരണ ജനങ്ങളെ കമ്യൂണിസ്റ്റുകാരിലേക്ക് ആകർഷിച്ചത്. ഈ അടിത്തറയിലാണ് ഇന്ന് ശകാരിക്കുന്ന പാർട്ടി ഗ്രാമങ്ങളുടെ നിൽപ്പ്. അനീതികൾക്കെതിരെ വിരൽചൂണ്ടാനും ചോദ്യങ്ങൾ ഉന്നയിക്കാനും കൂട്ടായ്മകളിൽ കൈകോർക്കാനും അത് പതിനായിരങ്ങളെ പ്രാപ്തരാക്കി.

ഗാന്ധിയൻ നിർമാണ പ്രവർത്തനങ്ങളുടെ ഔപചാരികത മറികടക്കുകയും നഗരങ്ങളിൽനിന്ന് ഗ്രാമങ്ങളിലേക്ക് അവ പരിചയപ്പെടുത്തുകയും ചെയ്തത് ബദൽ പ്രസ്ഥാനങ്ങളാണ്. 1934 ഏപ്രിൽ 13 ന് കരിവെള്ളൂരിൽ എ വി കുഞ്ഞമ്പുവിന്റെ നേതൃത്വത്തിൽ ആരംഭിച്ച അഭിനവ് ഭാരത് യുവക് സംഘത്തിന്റെയും ആലപ്പുഴയിലെ ആത്മവിദ്യാസംഘത്തിന്റെയും പ്രവർത്തനങ്ങൾ മാതൃകാപരങ്ങളായിരുന്നു. ചോരയോട്ടം നിലച്ച ഗ്രാമങ്ങളെ തൊട്ടുതലോടിക്കൊണ്ടാണ് യുവക്സംഘം സ്വാധീനമുറപ്പിച്ചത്. പാവപ്പെട്ടവരെ സഹായിക്കുംമട്ടിൽ സംഘടന പല രീതികളും മുന്നോട്ടുവെച്ചു. പുരകെട്ടിമേയാൻ സഹായിക്കുക, ഗ്രാമശുചീകരണം, കിണറുകളും കുളങ്ങളും വൃത്തിയാക്കുക, പാതകൾ വെട്ടിത്തെളിച്ചുണ്ടാക്കുക, പാലങ്ങൾ നിർമിക്കുക — തുടങ്ങിയവ. പെരളത്ത് കുമ്പ എന്ന സ്ത്രീയുടെ ദ്രവിച്ചുതീരാറായ പുൽപ്പുര കെട്ടിമേഞ്ഞത് യുവജന പ്രവർത്തകർ. പിന്നീട് പ്രശസ്തമായ കുണിയൻ റോഡ് യുവക് സംഘത്തിന്റെ ശ്രമദാനമായിരുന്നു. പറ്റാക്കിൽ പാലത്തിന്റെ തോടിന് ചുറ്റും കല്ലുകെട്ടിയുയർത്തി വെള്ളപ്പൊക്കക്കെടുതിക്ക് ആശ്വാസം നൽകുകയുംചെയ്തു. സ്വത്ത് തർക്കത്തിന്റെ പേരിൽ കരിവെള്ളൂരിലെ ആറ്റാശ്ശേരി ഗോപാലന്റെ വീട് പൊളിച്ചുമാറ്റാൻ വലിയ കാരണവർ ശ്രമിച്ചപ്പോൾ ചെറുത്തുനിന്നത് എ വി കുഞ്ഞമ്പുവും സഹപ്രവർത്തകരുമായിരുന്നു.

ദേശീയ വിദ്യാഭ്യാസ പദ്ധതിയേക്കാൾ ഫലപ്രദമായി പലേടത്തും നിശാപാഠശാലകൾ നടത്തിയതും കർഷകസംഘം. ഹിന്ദി ക്ലാസുകളെടുക്കാൻ നേതാക്കൾതന്നെയിറങ്ങി. 1934 ൽ സ്ഥാപിച്ച വേളം പൊതുജനവായനശാലയിൽ ഹിന്ദി പഠിപ്പിച്ചത് ഈശ്വരൻ നമ്പൂതിരി എന്ന രാഷ്ട്രീയ പ്രവർത്തകൻ. സാധാരണ ജനങ്ങളുടെ ജീവിതവുമായി ബന്ധപ്പെട്ട സാമൂഹ്യ സ്ഥാപനങ്ങളായി വായനശാലകൾ മാറ്റിയതും കർഷകസംഘം. അധ്യാപന ലക്ഷ്യത്തിലുപരി അവ ജനങ്ങൾക്കിടയിലെ ഒരംഗം തന്നെയായിരുന്നു. അനൗപചാരിക വിദ്യാഭ്യാസത്തിന്റെ ആദ്യപടിയായ വായനശാലകൾ ഭൂമി സംബന്ധമായ തർക്കങ്ങൾതൊട്ട് കുടുംബവഴക്കുകൾവരെ പരിഹരിക്കുന്ന വേദികളുമായി.

അവയിൽ ചിലതിൽനിന്ന് കൈയെഴുത്ത് മാസികകളുമിറങ്ങി. കല്യാശ്ശേരിയിലെ ശ്രീഹർഷൻ വായനശാലയുടെ മാസിക പി കൃഷ്ണപിള്ള ആലപ്പുഴയിലെ ട്രേഡ് യൂണിയൻ ഓഫീസിലേക്ക് എത്തിക്കുമായിരുന്നു. അവിടെ ആർ സുഗതൻ നടത്തിയ കയർത്തൊഴിലാളി സംഘത്തിന്റെ മുഖപത്രമായ *തൊഴിലാളി*യുടെ പ്രവർത്തകർ എല്ലാ ലക്കവും കൊണ്ടുപോയി. *ശ്രീഹർഷൻ* മാസികയിലെ മിക്ക സൃഷ്ടികളും അതിൽ പുനഃപ്രസിദ്ധീകരിച്ചു. 1936 ലെ പട്ടിണിജാഥയുടെ മാർച്ചിങ് സോങ് ശ്രീഹർഷൻ വായനശാലയിലിരുന്നാണ് കേരളീയനും കെ പി ആറും പൂർത്തിയാക്കിയതും.

സ്കൂളുകൾ സ്ഥാപിച്ച് ഇവയ്ക്കൊരു തുടർച്ചയുണ്ടാക്കാനും കമ്യൂണിസ്റ്റുകാർ മുന്നിട്ടിറങ്ങി. കാവുമ്പായിയിലെ കർഷക പ്രതിഷേധം കണ്ട് രോഷാകുലനായ ജന്മി എള്ളെരിഞ്ഞിയിലെ സ്കൂൾ പൂട്ടി. ആ ഭാഗത്ത് വിജ്ഞാനവെളിച്ചം പ്രസരിപ്പിച്ച ഏക സ്ഥാപനമായിരുന്നു അത്. കോട്ട കൃഷ്ണന്റെ നേതൃത്വത്തിൽ കർഷകസംഘം അവിടെയൊരു സമാന്തര സ്കൂൾ പടുത്തുയർത്തുകയായിരുന്നു. ഇൻക്വിലാബിന്റെ ഫാക്ടറികൾ എന്ന് പറഞ്ഞ് ജന്മിമാർ സ്കൂളുകൾക്ക് തടസ്സം നിന്നപ്പോൾ ഇങ്ങനെ പലേടത്തും സംഘം വിദ്യാലയങ്ങൾ തുറന്നു. ടി എസ് തിരുമുമ്പ് കൊടക്കാട്ട് ആരംഭിച്ച ലേബർ സ്കൂൾ മറ്റൊരു പ്രതീകം. കണ്ണൂരിലെ സെന്റ് ആന്റണീസ് ഹയർ എലിമെന്ററി സ്കൂളിൽനിന്ന് യൂണിയൻ പ്രവർത്തകനായ എം വി അനന്തൻമാസ്റ്ററെ പിരിച്ചുവിടുകയുണ്ടായി. തുടർന്ന് ബഹുജനപിന്തുണയോടെ വാർധാ മോഡൽ യു പി സ്കൂൾ സ്ഥാപിച്ചു. ഏഴുവർഷത്തോളം സർക്കാരിൽനിന്ന് ചില്ലിക്കാശുപോലും ലഭിച്ചിരുന്നില്ല. അധ്യാപകരുടെ കരളുറപ്പും ത്യാഗവും മാത്രം മൂലധനമാക്കിയാണ് ആ ജനകീയ സ്ഥാപനം തുടർന്നത്. കുട്ടികളെ സ്കൂളിൽ ചേർക്കുന്നതും അവർക്ക് പഠനസൗകര്യമൊരുക്കുന്നതുമായിരുന്നു പ്രവർത്തനങ്ങളുടെ അടുത്തഘട്ടം. പഞ്ഞ മാസങ്ങളിൽ വീടുകളിൽനിന്ന് അരി പിരിച്ചെടുത്ത് ഉച്ചക്കഞ്ഞി കൊടുത്തും കർഷകസംഘവും അധ്യാപക യൂണിയനും വിദ്യാർഥികളെ നിലനിർത്തി.

കമ്യൂണിസ്റ്റ് മഹിളാ നേതാക്കൾ വിവിധ പ്രദേശങ്ങളിൽ പാവപ്പെട്ട കുട്ടികൾക്ക് ട്യൂഷനും നൃത്തപരിശീലനവും നൽകിവന്നു. കെ ദേവയാനി കരിവെള്ളൂരിലും കാളിക്കുട്ടി ആശാട്ടി ആലപ്പുഴയിലും ആരംഭിച്ച ക്ലാസുകളിലേക്ക് ധാരാളം കുട്ടികളെത്തി. എണ്ണയ്ക്കാട്ടും വളഞ്ഞവട്ടത്തും മറ്റും ജെ ശാരദാമ്മ നടത്തിയ തിരുവാതിരക്കളി ക്ലാസിലേക്ക് താഴ്ന്ന ജാതിക്കാരായ കുട്ടികളാണ് കൂടുതൽവന്നത്.

1940 കളുടെ ആദ്യം മലബാറിനെ ശ്വാസം മുട്ടിച്ച ക്ഷാമത്തിന്റെയും പകർച്ചവ്യാധികളുടെയും നാളുകളിൽ സഹായങ്ങളുമായി ഗ്രാമങ്ങൾക്ക് സാന്ത്വനമായത് കർഷകസംഘവും കമ്യൂണിസ്റ്റ് പാർട്ടിയും. കോളറയും വസൂരിയും മരണനൃത്തമാടിയ അവസ്ഥയായിരുന്നു. ശുശ്രൂഷിക്കാനോ മരിച്ചവരുടെ ശവമടക്കാനോ ആളുകൾ ഭയപ്പെട്ട അക്കാലത്ത് പിണറായി ഓലയമ്പലത്തെ ഗ്രേറ്റ് ദർബാർ കമ്പനിയിലെ ബീഡിത്തൊഴിലാളികൾ കമ്യൂണിസ്റ്റുകാരുടെ നേതൃത്വത്തിൽ ഗ്രാമീണരെ സഹായിച്ചത് വിസ്മയഭരിതമായ ഒരേടാണ്.

ഉത്തരേന്ത്യൻ നഗരങ്ങളെ ഉഴുതമറിച്ച് വർഗീയ കലാപമുണ്ടാക്കി നൂറുകണക്കിന് മുസ്ലിങ്ങളെ അരിഞ്ഞുതള്ളിയ ആർ എസ് എസിന് കേരളീയ ഗ്രാമങ്ങളിൽ അതിന് കഴിയാതിരുന്നത് പ്രബലമായ കമ്യൂണിസ്റ്റു സാന്നിധ്യമുള്ളതുകൊണ്ടായിരുന്നു. ജീവൻപോലും പണയംവെച്ച് പൊതുസമൂഹത്തിന് കാവൽനിൽക്കുകയായിരുന്നു പ്രസ്ഥാനം ഒന്നടങ്കം. പാർട്ടി ഗ്രാമങ്ങൾ ബലപ്രയോഗത്തിന്റെ സൃഷ്ടിയല്ല. മറിച്ച് പ്രതിബദ്ധതയുടെ, ജാഗ്രതയുടെ, ജനകീയ പ്രവർത്തനത്തിന്റെ, ചെറുത്തുനിൽപ്പിന്റെ, തന്റേടത്തിന്റെ കൊടിയടയാളങ്ങളാണ്.

3

ആഹ്വാനവും താക്കീതും

ആയിരത്തിത്തൊള്ളായിരത്തി ഇരുപത്തിയൊന്നിലെ മലബാർ കലാപത്തിന്റെ പ്രേരകശക്തികളിൽ പ്രധാനം കുടിയാൻ പ്രക്ഷോഭമായിരുന്നു. ഈ പ്രസ്ഥാനത്തിന്റെ ഉയർന്നതും മറ്റൊരർഥത്തിൽ നിഷേധവുമായ രണ്ടാംഘട്ടമാണ് കർഷകസംഘം രൂപീകരണത്തോടെ ആരംഭിച്ചത്. 1920കളിലെ മുന്നേറ്റം മൊത്തം കുടിയാന്മാരുടെ പേരിൽ സംഘടിപ്പിക്കപ്പെട്ടതായിരുന്നെങ്കിലും അത് അവരിൽ ചെറുന്യൂനപക്ഷത്തെ മാത്രമെ പ്രതിനിധീകരിച്ചിരുന്നുള്ളു. വെറുംപാട്ടക്കാർക്കും ജന്മിമാർക്കുമിടയിലായിരുന്ന കാണക്കുടിയാന്മാരുടെ അവകാശങ്ങൾക്കുവേണ്ടിയാണ് 1920കളിലെ പ്രസ്ഥാനം ശബ്ദമുയർത്തിയത്. കാണക്കുടിയാന്മാർക്ക് ജന്മികളിൽനിന്ന് അനുഭവിക്കേണ്ടിവന്ന കഷ്ടപ്പാടുകളല്ലാതെ ബഹുഭൂരിപക്ഷം വരുന്ന വെറുംപാട്ടക്കാരുടെ ദുരിതങ്ങൾ ആരും ഊന്നിയിരുന്നില്ല.

വെറുംപാട്ടക്കാരായ ബഹുഭൂരിപക്ഷം കൃഷിക്കാരുടെ പ്രശ്നങ്ങളുയർത്തിയത് കോൺഗ്രസ് സോഷ്യലിസ്റ്റ് പാർട്ടിയാണ്. പിന്നെ അതിന്റെ നേതൃത്വത്തിൽ വന്ന കർഷകസംഘം. ആദ്യകാല ദേശീയവാദികളുടെ കുടിയാൻ പ്രസ്ഥാനങ്ങൾ ജന്മിവിരുദ്ധമുന്നേറ്റങ്ങളെ സഹായിച്ചെങ്കിലും വെറുംപാട്ടക്കാരുടെ രക്ഷയ്ക്ക് ഒന്നും ചെയ്തില്ല. കുടിയാൻ സംഘത്തിന്റെ നേതാക്കൾ ആവശ്യപ്പെട്ടതും പിന്നീട് നിയമവുമായ 1931 ലെ കുടിയാൻ നിയമ പരിഷ്കാരങ്ങളുടെ ഫലം കാണക്കുടിയാന്മാരുടെ രക്ഷയായിരുന്നു. കാണക്കാരെ ഒഴിപ്പിക്കുന്നത് തടയുക, അവർ അടയ്ക്കേണ്ട പൊളിച്ചെഴുത്ത് സംഖ്യ നിജപ്പെടുത്തുക തുടങ്ങിയവയിലൂന്നിയ 1931 ൽ പാസായ നിയമത്തിന്റെ ആനുകൂല്യം കാണക്കുടിയാന്മാർക്കായിരുന്നുവെന്നർഥം. വെറുംപാട്ടക്കാരുടെ രക്ഷയെക്കുറിച്ച് നിയമം നിശ്ശബ്ദമായിരുന്നു. ഈ യാഥാർഥ്യം തിരിച്ചറിഞ്ഞത് കർഷകസംഘവും കമ്യൂണിസ്റ്റുപാർട്ടിയും. കൃഷിഭൂമി ഇല്ലെങ്കിലും ജന്മിയുടെയോ കാണക്കു

ടിയാന്റെയോ കീഴിൽ കുടിയിരിപ്പ് കൈവശംവെച്ച് ജീവിക്കുന്ന ഗ്രാമീണ ദരിദ്രരെയും ഒഴിപ്പിക്കാതിരിക്കുക. അവരെ സംബന്ധിച്ചും പാട്ടത്തോത് ക്രമീകരിക്കുക മുതലായ ആവശ്യങ്ങൾ അതിൽ സ്ഥാനം പിടിച്ചു.

കർഷകസംഘം പ്രവർത്തകർ സംഘടനാപരമായി കോൺഗ്രസിനകത്തുതന്നെയായിരുന്നതിനാൽ, കുടിയാൻ പ്രശ്നം സംബന്ധിക്കുന്ന പ്രചാരണങ്ങളുടെ അല ആ പാർട്ടിയിലും പ്രതിധ്വനിച്ചു. 1937ലെ മദിരാശി നിയമസഭാ തിരഞ്ഞെടുപ്പിൽ അത് ഉയർന്നുവരികയുംചെയ്തു. കോൺഗ്രസ് സർക്കാർ അധികാരത്തിലെത്തിയപ്പോൾ അതിന്റെ മുന്നിലും പ്രശ്നം സജീവമായി. കോൺഗ്രസ് സോഷ്യലിസ്റ്റുകാരുടെ നേതൃത്വത്തിലായ കെ പി സി സിയും കുടിയാൻ നിയമപരിഷ്കാരത്തിനായി ശബ്ദമുയർത്തി. ഇതൊക്കെയാണ് കുട്ടികൃഷ്ണമേനോൻ അധ്യക്ഷനായ കമ്മിറ്റി രൂപീകരിക്കുന്നതിലേക്ക് സർക്കാരിനെ നയിച്ചത്.

കമ്മിറ്റിയിലെ 19 അംഗങ്ങളിൽ കാണക്കുടിയാന്മാരെ പ്രതിനിധീകരിച്ച് 12 പേരും ജന്മി പ്രതിനിധികൾ നാലുപേരും. കെ പി സി സി പ്രസിഡന്റ് മുഹമ്മദ് അബ്ദുറഹിമാൻ സാഹിബും ഇ കണ്ണനും ഇ എം എസും കർഷകസംഘം പ്രതിനിധികൾ. കമ്മിറ്റിയുടെ റിപ്പോർട്ട് ഏകകണ്ഠമായിരുന്നില്ല. ജന്മി പ്രതിനിധിയായ ആർ എം പാലാട്ട് അടക്കം ഭൂരിപക്ഷം അംഗങ്ങൾ ഒരുവശത്തും ഇ എം എസ് ഉൾപ്പെടെയുള്ള ഇടതുപക്ഷ കോൺഗ്രസുകാർ മറുഭാഗത്തുമായി രൂക്ഷമായ അഭിപ്രായവ്യത്യാസങ്ങളുണ്ടായി. അങ്ങനെ ഭൂരിപക്ഷ – ന്യൂനപക്ഷ റിപ്പോർട്ടുകൾ തയാറാക്കിക്കൊണ്ടാണ് കമ്മിറ്റി പ്രവർത്തനം അവസാനിപ്പിച്ചത്.

താനും കമ്മിറ്റിയിലെ സഹപ്രവർത്തകരും തമ്മിൽ വളരെ വലിയ വിയോജിപ്പുകൾ ഉള്ളതിനാലാണ് ഭിന്നാഭിപ്രായം രേഖപ്പെടുത്തേണ്ടി വന്നതെന്ന മുഖവുരയോടെയാണ് ഇ എം എസ് തുടങ്ങുന്നത്. ഇത് മുന്നോട്ട് വെക്കുന്നില്ലെങ്കിൽ പൊതുജനങ്ങളോടുള്ള നിരുത്തരവാദപരമായ സമീപനമായിരിക്കുമെന്നും അദ്ദേഹം കൂട്ടിച്ചേർത്തു. അടിയന്തര പ്രാധാന്യമുള്ള കാര്യങ്ങളിൽ ഒതുങ്ങിനിൽക്കുകയും കുടിയാന്മാരുടെ അടിസ്ഥാന പ്രശ്നങ്ങളിൽനിന്ന് ഒഴിഞ്ഞുമാറുകയുമായിരുന്നു ഭൂരിപക്ഷം അംഗങ്ങൾ. ജന്മിത്വം ഏതെങ്കിലും വിധത്തിൽ ഉപകാരപ്രദമായ സാമൂഹ്യകടമ നിർവഹിക്കുന്ന സ്ഥാപനമാണോ അതോ സ്വതവേ പരോപജീവി സ്വഭാവമുള്ളതാണോ, അത് തുടർന്നുപോകുന്നത് സമുദായത്തിന് പൊതുവിൽ ആവശ്യമാണോ, അതിനെ നഷ്ടപരിഹാരം കൊടുത്തോ അല്ലാതെയോ അവസാനിപ്പിക്കേണ്ടത് അനിവാര്യമാണോ എന്നു തുടങ്ങി കുടിയാന്മാരെ സംബന്ധിക്കുന്ന അടിസ്ഥാന പ്രശ്നങ്ങൾ ഒഴിവാക്കപ്പെട്ടതായും ഇ എം എസ് കണ്ടെത്തി.

മലബാറിലെ സമ്പദ്വ്യവസ്ഥയിൽ ബ്രിട്ടീഷ് ഭരണം വരുത്തിയ ഫലങ്ങൾ പരിശോധിച്ച ന്യൂനപക്ഷ റിപ്പോർട്ട്, ജന്മി – കുടിയാൻ ബന്ധത്തിലെ സാമ്പത്തിക ചൂഷണമാണ് ഗ്രാമീണ സമ്പദ് വ്യവസ്ഥയുടെ കാതലായ പ്രശ്നമെന്ന് തിരിച്ചറിഞ്ഞു. സമ്പദ് വ്യവസ്ഥയുടെ സ്വ

യംപരിഷ്കാരത്തിനും ആധുനികതയിലേക്കുള്ള വികാസത്തിനും ജന്മിത്വത്തിന്റെ നിലനിൽപ്പ് തടസമാണെന്നും നിരീക്ഷിച്ചു. കേരളത്തിലെ ജന്മിത്വത്തിന്റെ ചരിത്ര സ്വഭാവം, അതിന്റെ നിലനിൽപ്പിന്റെ പഴയ പാശ്ചാത്തലം, ബ്രിട്ടീഷ് അധികാരം വരുത്തിയ രൂപാന്തരങ്ങൾ, പുതിയ സാമൂഹ്യ ഘടനയിൽ അതിന്റെ നിഷേധാത്മകത, കടമകളില്ലാതെ പ്രതിഫലം മാത്രം പറ്റിക്കൊണ്ട് അത് നിലനിർത്തുന്നതിന്റെ സാമൂഹ്യ ദൂഷ്യങ്ങൾ, സമഗ്രമായ പുരോഗതിക്ക് അതിനെ ഉന്മൂലനം ചെയ്യേണ്ടതിന്റെ ആവശ്യകത എന്നിങ്ങനെ ഊന്നി ന്യൂനപക്ഷ റിപ്പോർട്ട്.

ഈ ബദൽ സാമ്പത്തിക കാഴ്ചപ്പാടിന്റെ ഉൾക്കാഴ്ച മതവിശകലനത്തിൽ പ്രയോഗിച്ചതിന്റെ ആദ്യ ഉദാഹരണമാണ് മലബാർ കലാപം. സെക്കുലർ ഗവേഷണത്തിന്റെയും ശാസ്ത്രീയ പഠനത്തിന്റെയും ദേശാഭിമാന വീക്ഷണത്തിന്റെയും വെളിച്ചത്തിൽ അതിന്റെ പ്രാധാന്യം വിലയിരുത്തിയ ആദ്യശ്രമം ഇ എം എസിന്റേതായിരുന്നു. 1943 ൽ പുറത്തുവന്ന അദ്ദേഹത്തിന്റെ *മലബാറിലെ കർഷകപ്രസ്ഥാനത്തിന്റെ ചരിത്രം* എന്ന ലഘുകൃതി അതിനാലാണ് ശ്രദ്ധേയമായത്. ഇന്ത്യൻ ജനതയുടെ സ്വാതന്ത്ര്യദാഹം, മുസ്ലിം സമുദായത്തിന്റെ വികാരമുൾക്കൊള്ളുന്ന ഖിലാഫത്ത് പ്രസ്ഥാനം, ഏറനാട് — വള്ളുവനാട് താലൂക്കുകളിലെ കുടിയാൻ പ്രക്ഷോഭം — എന്നിവ ചേർന്നുള്ള സമരമുന്നേറ്റങ്ങളാണ് മലബാർ കലാപത്തിന്റെ പ്രേരകശക്തിയെന്ന് ചൂണ്ടിക്കാണിച്ചശേഷം തികച്ചും മതനിരപേക്ഷമായി തുടങ്ങിയ സമരം പിന്നീട് മുസ്ലിം വർഗീയതയുടെ രൂപംകൈക്കൊണ്ടുവെന്ന് ഇ എം എസ് വിശദീകരിച്ചു.

1921 ലെ കലാപം അതിക്രൂരമായി അടിച്ചമർത്തപ്പെട്ടു. പിന്നീടങ്ങോട്ട് കലാപപ്രദേശങ്ങൾക്ക് സജീവരാഷ്ട്രീയത്തിൽ പങ്കില്ലാതായി. കലാപം അടിച്ചമർത്താൻ ഉപയോഗിച്ച മൃഗീയമാർഗങ്ങളുടെ ഓർമകൾ അവരെ രാഷ്ട്രീയം വെറുക്കുന്നതിലേക്കെത്തിച്ചു. മാപ്പിളമാരുടെ സാമൂഹ്യ ജീവിതത്തിലുളവായ സവിശേഷക്രമങ്ങൾ മതേതര മൂല്യങ്ങളുടെ വളർച്ചയ്ക്കല്ല സഹായകമായത്. ഹിന്ദുക്കൾ ഏറ്റെടുത്ത 'ശുദ്ധി'പോലുള്ള കർമങ്ങൾ അകൽച്ച ത്വരിതമാക്കി. മാപ്പിള കർഷകരുടെ കലാപം വർഗീയമല്ലെങ്കിൽക്കൂടി അതിന്റെ പ്രത്യാഘാതങ്ങൾ ആ വഴിയിലേക്ക് നീങ്ങിയതായും ഇ എം എസ് വ്യക്തമാക്കി.

1921 ലെ കലാപം പൊട്ടിപ്പുറപ്പെട്ട ആഗസ്ത് മാസത്തിന്റെ ഓർമ പുതുക്കി 1946 ആഗസ്തിൽ കമ്യൂണിസ്റ്റ് പാർട്ടി ആഹ്വാനവും താക്കീതും എന്ന പ്രസ്താവന പുറത്തിറക്കി. മതനിരപേക്ഷതയുടെ അടിസ്ഥാനത്തിൽ തുടങ്ങിയ കോൺഗ്രസ് - ഖിലാഫത്ത് പ്രസ്ഥാനം മലബാർ പ്രദേശത്ത് 'മാപ്പിള ലഹള'യായി മാറിയതിന് തുല്യമായ സ്ഥിതിഗതികൾ 1946ൽ രാജ്യത്താകെ വളർന്നുകൊണ്ടിരിക്കുകയാണെന്ന സൂചനനൽകുന്നതായി പ്രസ്താവന. സാമ്രാജ്യത്വത്തിനെതിരെ ജനങ്ങളുടെ ഏകീകൃത സമരം നയിക്കുന്നതിനുപകരം ഒരു സമുദായം മറ്റൊന്നി

നെതിരെ പോരാടി ഇരുകൂട്ടരും സാമ്രാജ്യത്വ ഭക്തന്മാരായിത്തീരുകയെന്ന ആപത്ത് മുന്നറിയിപ്പായി സൂചിപ്പിക്കുകയുംചെയ്തു.

ബ്രിട്ടീഷ് സാമ്രാജ്യാധിപത്യം, സഖ്യകക്ഷികളായ ഫ്യൂഡൽ പ്രഭുക്കൾ, നാട്ടുപ്രമാണിമാർ — ഈ ശക്തികൾക്കെതിരെ ജനങ്ങളെയാകെ അണിനിരത്തണമെന്ന ആഹ്വാനത്തിനൊപ്പം 1921 ലേതുപോലെ 1946 കാലത്തെയും വിപ്ലവ മുന്നേറ്റത്തെ സമുദായ സ്പർധ, അതിൽനിന്നുളവാകുന്ന കലാപരൂപങ്ങൾ എന്നിവയുടെ മാർഗത്തിലേക്ക് തിരിച്ചുവിടാനുള്ള ശ്രമങ്ങൾക്കെതിരായ ജാഗ്രതയാണ് താക്കീതിന്റെ സ്വരത്തിൽ മുഴങ്ങിയത്.

4

'തോട്ടിക്കണ്ണന് വോട്ടില്ല'

സാധാരണ മനുഷ്യരുടെ രാഷ്ട്രീയ-സാഹിത്യ പ്രവേശനം കോൺഗ്രസ് സംശയദൃഷ്ടിയോടെയാണ് കണ്ടിരുന്നത്. കർഷകരും തൊഴിലാളികളും സ്ത്രീകളും സമരവഴികളിലിറങ്ങുന്നത് പൂർണ തൃപ്തിയോടെയല്ല ആ പാർട്ടി സ്വീകരിച്ചതും. പുരുഷന്മാർക്ക് കർഷകസംഘം, സ്ത്രീകൾക്ക് മഹിളാസംഘം കുട്ടികൾക്ക് ബാലസംഘം എന്ന ആഹ്വാനം സാമ്രാജ്യവിരുദ്ധ സമരത്തിന്റെ അടിത്തറ വിപുലമാക്കി. പുരാണപാരായണവും ശീലാവതിപോലുള്ള കൃതികളുടെ വായനയും മാത്രമായിരുന്നു സ്ത്രീകളുടെ ലോകപരിചയം. ഈ സ്ഥിതിയിലേക്കാണ് സമൂഹവൈരുധ്യങ്ങൾ പാട്ടുകളായും ഗാനങ്ങളായും വന്നെത്തുന്നത്.

"അക്കൂട്ടരെങ്ങാനും നാട്ടി കണ്ടോ
അക്കൂട്ടരെങ്ങാനും ഞാറ് തൊട്ടോ" പോലുള്ള വരികൾ വ്യവസ്ഥയുടെ കരൾ പിളർക്കുന്നതായിരുന്നു.

സ്ത്രീകളുടെ സുഗമമായ വളർച്ചയ്ക്കും സ്വത്വരൂപീകരണത്തിനും തടസമായിനിന്ന സാമുദായിക നിയമങ്ങൾ, ആചാരങ്ങൾ, അവകാശങ്ങൾക്കൊപ്പം ജോലിയെടുക്കാനും തുല്യവേതനം ലഭിക്കാനുമുള്ള തടസങ്ങൾ, പ്രസവം - ശിശുപരിപാലനം തുടങ്ങി രാജ്യത്തിനാകെ ഏറ്റവും ആവശ്യമുള്ള പൊതുകാര്യങ്ങൾ — ഈ നിലയിൽക്കൂടി സ്ത്രീപ്രശ്നങ്ങൾ നിരീക്ഷിക്കപ്പെടുന്നത് 1945 ജൂണിൽ തലശേരിയിൽ നടന്ന ദേശീയ മഹിളാ സംഘം ഒന്നാം വാർഷിക സമ്മേളനത്തോടെ. എന്നാൽ ദരിദ്ര സ്ത്രീകൾ സംഘടനകളിൽ കൂടുതൽ അണിചേരുന്നതിനെതിരെ കോൺഗ്രസുകാർ മുൻകരുതലുകളെടുത്ത കഥയുമുണ്ടായി. പാപ്പിനിശേരി ഭാഗത്ത് മഹിളാ സംഘടനക്ക് അംഗത്വഫീസ് ഏർപ്പെടുത്തിയ ഗ്രേസി ആറോണിന്റെ തന്ത്രം അതിലൊന്ന്. ഈ തീരുമാനത്തെ പി യശോദയെപ്പോലുള്ള കമ്യൂണിസ്റ്റുകാർ എതിർത്തതും പ്രധാനം.

ആലപ്പുഴയിൽ ഈഴവ സാമൂഹ്യ പരിഷ്ക്കരണത്തിന്റെ നിശ്വാസങ്ങളുമായി പുറത്തുവന്ന സംഘടനകളുടെ പരിമിതികൾ മറികടക്കുന്നത് ട്രേഡ് യൂണിയനുകളാണ്. തിരുവിതാംകൂർ കയർ ഫാക്ടറി വർക്കേഴ്സ് യൂണിയന്റെ മേൽനോട്ടത്തിൽ തൊഴിലാളി സാംസ്കാരിക കേന്ദ്രവും നിലവിൽവന്നു. ലൈബ്രറി, നിശാപാഠശാല, വായനാമുറി തുടങ്ങിയവയും കേന്ദ്രത്തിന്റെ അനുബന്ധം. ആർ സുഗതന്റെ നേതൃത്വത്തിൽ രൂപംകൊണ്ട യുവജനസംഘം മറ്റൊരു ചുവടുവെപ്പായി. മരണവീടുകളിൽ അക്കാലത്ത് പുരാണപാരായണം ചടങ്ങുകളുടെ അനുബന്ധമായിരുന്നു. വീണപൂവും പ്രരോദനവും പാരായണം ചെയ്യുന്ന പതിവിലേക്ക് യുവജനസംഘം പ്രവർത്തകർ അത് മാറ്റി. സ്ത്രീകൾക്കും കുട്ടികൾക്കും കയർ മേഖലയിൽ പുരുഷന്മാരെ അപേക്ഷിച്ച് തുച്ഛമായ കൂലിയായിരുന്നു. 90 ശതമാനം കുടുംബങ്ങളും കടക്കെണിയുടെ മരണപ്പിടിയിലമർന്ന ചരിത്രവും ആലപ്പുഴയ്ക്കുണ്ട്. ഈ പ്രതിസന്ധിയുടെ ഘട്ടത്തിലാണ് 1934 ൽ കയർ തൊഴിലാളി പണിമുടക്കിനെ തുടർന്ന് പ്രത്യേക സ്ത്രീ സംഘടനയുണ്ടാകുന്നത്. കളർകോട് യോഗം ചേർന്ന് കെ ദേവയാനി സെക്രട്ടറിയും സൈമൺ ആശാൻ പ്രസിഡന്റുമായി അമ്പലപ്പുഴ താലൂക്ക് കയർപിരി തൊഴിലാളി യൂണിയൻ സ്ഥാപിതമായി.

പണിക്കെത്തുന്ന സ്ത്രീകൾക്ക് പ്രാഥമികാവശ്യങ്ങൾ നിറവേറ്റാൻ പോലും സംവിധാനമുണ്ടായിരുന്നില്ല. മുട്ടുനിറയുന്ന വെള്ളത്തിൽ നിന്നായിരുന്നു കളപറിക്കലും മറ്റും. ഈ വെള്ളത്തിൽ പ്രാഥമിക കൃത്യങ്ങൾ നിർവഹിക്കാൻ അവർ നിർബന്ധിതരായി. ദാഹിക്കുമ്പോൾ ആ കെടുവെള്ളത്തിൽനിന്ന് കൈകൾകൂട്ടി പായലും അഴുക്കും വകഞ്ഞുമാറ്റി വെള്ളം കുടിക്കുകയായിരുന്നു പതിവ്. ചെറിയ രാഷ്ട്രീയ മുദ്രാവാക്യങ്ങൾക്കൊപ്പം പ്രസവകാലാനുകൂല്യങ്ങൾ, കുട്ടികളുടെ വിദ്യാഭ്യാസം ആരോഗ്യ സഹായം തുടങ്ങിയ അവകാശങ്ങളും യൂണിയൻ ഉന്നയിച്ചു. അക്രമങ്ങൾക്കും പീഡനങ്ങൾക്കുമൊപ്പം പലതരം ചൂഷണങ്ങൾ തുടർന്നു. കൂലി നന്നേ കുറവാണെന്നതിനു പുറമെ കൊടുക്കുന്ന കൂലിയിലും ജന്മിമാർ ചോർച്ചയുണ്ടാക്കി. പതിനാല് മണിക്കൂർവരെ പണിയെടുക്കുന്ന സ്ത്രീകൾക്ക് 'കൂലിയാൻ' എന്ന അളവുപാത്രം മറ്റൊരു ദ്രോഹമായി. നല്ല അളവുപാത്രത്തിൽ കൂലിവേണം എന്നതായിരുന്നു സ്ത്രീകളുടെ ആദ്യ ആവശ്യം.

പുന്നപ്രയിലും മറ്റും ആത്മവിദ്യാസംഘത്തിന്റെ നവീനാശയങ്ങൾ കൊടുങ്കാറ്റായി. വിഗ്രഹാരാധനയ്ക്കും അതിനെ മറച്ചുപിടിച്ചിരുന്ന വിശ്വാസങ്ങളുടെ കരിമ്പടങ്ങൾക്കും തുള വീഴാൻ തുടങ്ങി. യാഥാസ്ഥിതിക ഹിന്ദുനേതൃത്വം എതിർ പ്രചാരണങ്ങൾ തുറന്നുവിട്ടു. സ്ത്രീകളുടെ പൊതുജീവിത പ്രവേശനത്തിലൂടെ മാത്രമേ സമൂഹത്തെ മുന്നോട്ട് നയിക്കാനാവൂ എന്ന് ആത്മവിദ്യാസംഘം പഠിപ്പിച്ചു. പ്രാമാണിക സമൂഹത്തിനും യാഥാസ്ഥിതിക ഹിന്ദുമതത്തിനുമെതിരായ പ്രതിഷേധത്തിൽ നാരായണഗുരുവിന്റെ തത്വശാസ്ത്രം പ്രമാണിവർഗം പുതിയൊരു ആയുധമാ

യിട്ടാണ് കരുതിയത്. ഈഴവവരുടെയും തീയരുടെയും സംസ്കൃതവൽക്കരണത്തിനുള്ള ഉപാധിയായാണ് എസ് എൻ ഡി പി പ്രവർത്തിച്ചതും. ഇതിന് നേർവിപരീതമായ ലോകവീക്ഷണമായിരുന്നു ആത്മവിദ്യാസംഘത്തിന്റേത്. അത് മുന്നോട്ട് കൊണ്ടുപോയത് കമ്യൂണിസ്റ്റ് പാർട്ടിയും.

ആലപ്പുഴയിൽ വാടപ്പുറം ബാവ തുടക്കമിട്ട തൊഴിലാളി സംഘടനയുടെ പരിമിതികളും ഹ്രസ്വദൃഷ്ടിയും തിരിച്ചറിഞ്ഞുകൊണ്ടാണ് പുതിയ പ്രസ്ഥാനങ്ങൾ ഉണ്ടാകുന്നത്. മലബാറിലും ഇതിന് സമാനമായ അനുഭവങ്ങളുണ്ടായി. പത്രാധിപരും ഗ്രന്ഥകർത്താവും സാമൂഹ്യപരിഷ്കർത്താവുമായ മൂർക്കോത്ത് കുമാരൻ 1920 കളുടെ ആദ്യം തലശേരിയിൽ തൊഴിലാളി സംഘം രൂപീകരിച്ചിരുന്നു. ആശാരിമാർ, തട്ടാന്മാർ, ചെത്തുകാർ തുടങ്ങിയ വിഭാഗങ്ങൾ ജാതി – മത വ്യത്യാസമില്ലാതെ ഒത്തുകൂടുന്നതിനും ചർച്ചചെയ്യുന്നതിനും അത് വേദിയായി. വോൾക്കാട് ബ്രദേഴ്സിലെ കാപ്പിത്തൊഴിലാളി സ്ത്രീകൾ കൂലിവർധനയ്ക്കായി നടത്തിയ സമരം ആവേശകരമായിരുന്നു.

തിയോസഫിക്കൽ സൊസൈറ്റിയുടെ പിന്തുണയിൽ 1928 ൽ കെ കെ സുബ്ബറാവുവും പി വി ചാത്തുനായരും തൊഴിലാളി പ്രവർത്തനത്തിലേർപ്പെട്ടു. ട്രേഡ് അടിസ്ഥാനത്തിലല്ലാതെ മദിരാശി ലേബർ യൂണിയൻ പ്രവർത്തനം ശിവപ്രസാദിന്റെ നേതൃത്വത്തിൽ കണ്ണൂരിൽ കേന്ദ്രീകരിക്കുകയുമുണ്ടായി. 1906 ലെ ജ്ഞാനോദയ യോഗം ശ്രീനാരായണ ബീഡിത്തൊഴിലാളി സംഘ രൂപീകരണത്തിന് പ്രചോദനമായിരുന്നു. ഗുരുവിന്റെ ജനന–മരണ വാർഷിക ദിനത്തിന് പൊതുഅവധി വേണമെന്നായിരുന്നു ശ്രീനാരായണ ബീഡിത്തൊഴിലാളി സംഘത്തിന്റെ പ്രധാന ആവശ്യം. ബീഡിത്തൊഴിലാളികൾ വർഗ സംഘടനയുണ്ടാക്കി പ്രവർത്തിക്കണമെന്ന് ആദ്യമായി ആഹ്വാനം ചെയ്തത് സർദാർ ചന്ദ്രോത്ത് കുഞ്ഞിരാമൻ നായർ. തുടർന്ന് 1934 ആഗസ്ത് എട്ടിന് കണ്ണൂർ ബീഡിത്തൊഴിലാളി യൂണിയൻ പിറന്നു. അങ്ങനെയാണ് പുതിയ ദിശാബോധമുണ്ടാകുന്നത്. ചില അടിയന്തരാവശ്യങ്ങൾ ഉന്നയിച്ച് 1937 ഡിസംബർ ആറിന് നടന്ന ബീഡിത്തൊഴിലാളി പണിമുടക്ക് കേരളത്തിലെ ട്രേഡ് യൂണിയൻ ചരിത്രത്തിലെ നാഴികക്കല്ലായിരുന്നു.

കർഷകത്തൊഴിലാളികളെ ചെക്കൻ വിളികളുമായി സമ്പന്ന–സവർണ താൽപ്പര്യങ്ങൾ അവഹേളിച്ചതുപോലെ ബീഡിരംഗത്ത് ബീഡിപ്പിള്ളേർ എന്ന വിശേഷണമായിരുന്നു. ഈ വിഭാഗത്തിന് ആദ്യകാലത്ത് പെണ്ണുകിട്ടാത്ത അവസ്ഥപോലുമുണ്ടായി. ദിനേശിന്റെ വരവോടെയാണ് സ്ഥിതിയിൽ മാറ്റമുണ്ടാകുന്നത്. ആയിരം ബീഡിക്ക് അക്കാലത്ത് കൂലി നാലു മുതൽ ആറ് അണവരെ മാത്രമായിരുന്നു. താഴ്ന്ന കൂലിക്കൊപ്പം പഴയ ഫ്യൂഡൽ നികുതികൾ (വെച്ചുകാണൽ, വാശി, നുരി) പോലെ ഈ മേഖലയിലും ചൂഷണത്തിന്റെ പുതിയ നുകം താഴ്ത്തിവെക്കുകയുണ്ടായി. തെരച്ച ബീഡിയിൽ മുതലാളി പലവിധത്തിൽ കൈയിട്ടുവാരി. അതിലൊന്നാണ് എണ്ണകെട്ട്. രാത്രികാലത്തും പണിതുടരാൻ ആവശ്യ

മായ വിളക്കിനുള്ള മണ്ണെണ്ണയുടെ പേരിലായിരുന്നു അത്. രാത്രി പണിയില്ലാത്ത ഘട്ടത്തിലും എണ്ണകെട്ടിന്റെ പേരിൽ ചൂഷണം തുടർന്നു.

വിദ്യാർഥിയുടെ പൊതിച്ചോറ് കട്ട അധ്യാപകന്റെ ചരിത്രത്തിൽനിന്ന് അവരെ മോചിപ്പിച്ചത് ഇടതുപക്ഷമാണ്. കർഷകത്തൊഴിലാളിയുടേതുപോലെ ജോലി സ്ഥിരതയും വ്യക്തമായ വേതനവുമില്ലാതെ നരകിക്കുകയായിരുന്നു അധ്യാപകർ. സ്കൂളുകൾക്കു മുന്നിലും ഭരണകേന്ദ്രങ്ങളിലും നടന്ന അസംഖ്യം പ്രക്ഷോഭങ്ങളിലൂടെയായിരുന്നു മാറ്റങ്ങൾ. സമൂഹത്തിന്റെ മാലിന്യങ്ങൾ ചുമക്കുന്ന, നാടിനെ വൃത്തിയാക്കുന്ന ഏറ്റവും അടിസ്ഥാന വിഭാഗങ്ങളെ സംഘടിപ്പിച്ചത് സി കണ്ണനായിരുന്നു. 1938 ൽ ശുചീകരണ തൊഴിലാളികൾക്കായി രൂപീകരിച്ച മുനിസിപ്പൽ വർക്കേഴ്സ് യൂണിയനായിരുന്നു സംഘടന. അതിന് കെ പി ഗോപാലന്റെയും നേതൃത്വമുണ്ടായി. താൻ കൈപിടിച്ച തൊഴിലാളി വിഭാഗങ്ങളുടെ പേരിൽ ഏറെ അപഹസിക്കപ്പെട്ട നേതാവാണ് സി. ബീഡിപ്പിള്ളേരുടെ നേതാവ് എന്ന വിളി സഹിക്കാം. എന്നാൽ ഒരു തിരഞ്ഞെടുപ്പ് കാലത്ത് കോൺഗ്രസുകാർ മുഴക്കിയ മുദ്രാവാക്യം ക്രൂരമായിരുന്നു: "തോട്ടിക്കണ്ണന് വോട്ടില്ല" എന്നായിരുന്നു അത്.

5

ഐക്യ കേരളവും ഡിസ്ട്രിക്ട് ബോർഡും

തിരുവിതാംകൂറിൽനിന്നും മലബാറിലേക്കുള്ള രാഷ്ട്രീയ കുടിയേറ്റത്തെക്കുറിച്ച് എൻ സി ശേഖർ ആത്മകഥയിൽ വിവരിച്ചിട്ടുണ്ട്. ദേശീയ സ്വാതന്ത്ര്യസമരവുമായി ബന്ധപ്പെട്ട പ്രക്ഷുബ്ധമായ മുപ്പതുകളുടെ തുടക്കംമുതൽ എൺപതുകളുടെ പൂർവാർധംവരെ പരന്നുകിടന്ന അരനൂറ്റാണ്ടു കാലത്തെ മലബാർവാസത്തെക്കുറിച്ചും പറയുന്നു. സ്വദേശാഭിമാനി രാമകൃഷ്ണപിള്ളയാണ് തിരുവിതാംകൂറിൽനിന്ന് മലബാറിലേക്ക് വന്ന ആദ്യ രാഷ്ട്രീയ കുടിയേറ്റക്കാരൻ. രാജഭരണം നാടുകടത്തിയതിനെ തുടർന്നായിരുന്നു അത്.

ഇങ്ങനെയൊരു രാഷ്ട്രീയകുടിച്ചേരലിന് രണ്ടു തട്ടുകളിലായി കിടന്നിരുന്ന തിരു-കൊച്ചിയിലെയും മലബാറിലെയും സംഘടിത തൊഴിലാളിവർഗ പ്രസ്ഥാനവും കമ്യൂണിസ്റ്റുപാർട്ടിയും ഒന്നിച്ചുവഹിച്ച പങ്ക് നിർണായകമായിരുന്നു. ഇതിന് ചരിത്രപരമായ വഴിവെട്ടിയത് മുപ്പതുകൾ മുതൽ ഇരു പ്രദേശങ്ങളും തമ്മിൽ പുലർത്തിയ സമ്പർക്കങ്ങളും. 1930 ആദ്യം പയ്യന്നൂർ ഉപ്പുസത്യഗ്രഹ ജാഥയിൽ അംഗങ്ങളായി ആദ്യ റൗണ്ട് ദേശീയ സ്വാതന്ത്ര്യ സമരത്തിൽ ഭാഗഭാക്കാകാൻ തിരുവിതാംകൂറിൽനിന്ന് പൊന്നറ ശ്രീധറും എൻ പി കുരിക്കളും പി കൃഷ്ണപിള്ളയും എൻ സി ശേഖറും എത്തി. അതേ ദശകത്തിന്റെ അന്ത്യപാദത്തിൽ തിരുവിതാംകൂറിലെ ഉത്തരവാദ പ്രക്ഷോഭത്തിൽ പങ്കെടുക്കാൻ മലബാറിൽനിന്ന് രാഷ്ട്രീയ യോദ്ധാക്കളുടെ പ്രവാഹമുണ്ടായി. ഈ കൂടിച്ചേരലിന്റെ പൂർത്തീകരണമായിരുന്നു ഐക്യകേരള രൂപീകരണം. വിവിധ ജാതിയിലും മതത്തിലുംപെട്ട തൊഴിലാളികൾ തങ്ങളുടെ പശ്ചാത്തലങ്ങൾക്കെതിരായ പുതിയ ഐക്യത്തിലൂന്നി പ്രവർത്തിച്ചതിന്റെ ഘട്ടങ്ങൾ തിരുവിതാംകൂർ ചരിത്രത്തിലെ ആവേശകരമായ ഏടാണ്.

മൂന്നായി കിടന്ന മലബാർ, കൊച്ചി, തിരുവിതാംകൂർ പ്രദേശങ്ങൾ ചേർന്ന് ഐക്യകേരളം രൂപീകരിക്കണമെന്ന് കോൺഗ്രസ് സമ്മേളന

ങ്ങളിലെ ആവശ്യമായിരുന്നു. കമ്യൂണിസ്റ്റ് പാർട്ടി ജനപിന്തുണയാർജ്ജിച്ചതിനു ശേഷമാണ് ഈ മുദ്രാവാക്യം ശക്തമായി ഉയരാൻ തുടങ്ങിയത്. ജാതിമതാദി പരിഗണനകൾക്കതീതമായി ഭാഷ, അതിനെ കേന്ദ്രീകരിച്ച സംസ്കാരം എന്നിവയെ പ്രധാനമായും ആശ്രയിച്ചുള്ള ദേശീയ ജനവിഭാഗങ്ങൾ ഇന്ത്യയിലുണ്ടെന്നും അവയോരോന്നും രാജ്യത്തിന്റെ അവിഭാജ്യ ഘടകമാണെന്നും അവയ്ക്കോരോന്നിനും അതതിന്റെ ദേശീയ സവിശേഷതകളുണ്ടെന്നും അവയെല്ലാം പരിഗണിച്ചും സ്വച്ഛന്ദം വികസിക്കാൻ അവസരമൊരുക്കിയുമാണ് ഐക്യം നിലനിർത്തേണ്ടത് എന്നായിരുന്നു കമ്യൂണിസ്റ്റ് പാർട്ടി നിലപാട്. ഈ കാഴ്ചപ്പാടിന് പ്രായോഗിക രൂപംനൽകുന്നതിന് പാർട്ടി വിവിധ പ്രവർത്തനങ്ങൾ നടത്തി. ബംഗാൾ, ആന്ധ്ര, കേരളം എന്നീ സംസ്ഥാനങ്ങളിൽ നിന്നുള്ള കേന്ദ്രക്കമ്മിറ്റിയംഗങ്ങൾ പ്രശ്നത്തിന്റെ പ്രായോഗികാനുഭവങ്ങൾ മുൻനിർത്തി 1945 ൽ ഓരോ ലഘുലേഖ എഴുതി. ഭവാനിസെന്നിന്റെ *നൂതൻ ബംഗാൾ*, പി സുന്ദരയ്യയുടെ *വിശാലാന്ധ്ര*, ഇ എം എസിന്റെ *ഒന്നേകാൽ ക്കോടി മലയാളികൾ* എന്നിവ പുറത്തുവരുന്നത് ഈ പശ്ചാത്തലത്തിലാണ്.

ഐക്യകേരളത്തെക്കുറിച്ചുള്ള കമ്യൂണിസ്റ്റ് പാർട്ടി സമീപനം വിശദമാക്കി രചിച്ച *ഒന്നേകാൽക്കോടി മലയാളികൾ*ക്കുശേഷം പ്രശ്നത്തിന്റെ മൗലികവശങ്ങൾ പ്രതിപാദിക്കുന്നതിന് ഇ എം എസ് എഴുതിയ ഗ്രന്ഥമാണ് *കേരളം മലയാളികളുടെ മാതൃഭൂമി.* ഭാഷാ സംസ്ഥാനമെന്ന ആശയത്തിന് ഊന്നൽ നൽകുന്നതായിരുന്നു രണ്ടും. ചേരമാൻ പെരുമാളിന്റെയും പരശുരാമന്റെയും ഐതിഹ്യങ്ങളല്ല, ഇരുപതാം നൂറ്റാണ്ടിന്റെ യാഥാർഥ്യങ്ങളാണ് കേരള സംസ്ഥാനരൂപീകരണത്തിന് അടിസ്ഥാനമെന്ന സങ്കൽപ്പം ആവർത്തിച്ച് ഉയർത്തപ്പെട്ടു. മൂന്നു ഖണ്ഡങ്ങളായി ചിതറിക്കിടന്ന മലയാളി ജനതയുടെ ഉത്ഭവും വളർച്ചയും പരിശോധിച്ച് അവർക്ക് സ്വന്തമായ സാമൂഹ്യജീവിതം, സാംസ്കാരിക പാരമ്പര്യം എന്നിവയുണ്ടെന്ന് ചരിത്രപരമായി തെളിയിക്കുകയായിരുന്നു പാർട്ടി.

പ്രായപൂർത്തി വോട്ടവകാശത്തിന്റെ അടിസ്ഥാനത്തിൽ തിരുവിതാംകൂറിൽ നടന്ന ആദ്യ തിരഞ്ഞെടുപ്പ്. ഏതാനുംമാസങ്ങൾക്കുശേഷം കൊച്ചിയിലും ഇതേരീതി ആവർത്തിച്ചു. ഇതോടെ ഉത്തരവാദഭരണമെന്ന ലക്ഷ്യം പ്രയോഗത്തിൽ വന്നു. നാടുവാഴുന്നത് മഹാരാജാവാണെങ്കിലും ഭരണം നടത്തിയത് പ്രായപൂർത്തി വോട്ടവകാശത്തിന്റെ അടിസ്ഥാനത്തിൽ നിലവിൽ വന്ന നിയമസഭയോട് ഉത്തരവാദപ്പെട്ട മന്ത്രിമാർ. ഇന്ത്യയുടെ ഭാവി ഭരണഘടന തയാറാക്കുന്ന കോൺസ്റ്റിറ്റ്യുവന്റ് അസംബ്ലിയിലേക്ക് തിരുവിതാംകൂറിന്റെയും കൊച്ചിയുടെയും പ്രതിനിധികളെയും ഉൾപ്പെടുത്തി. അങ്ങനെ ദേശീയ രാഷ്ട്രീയത്തിൽനിന്ന് ഒറ്റപ്പെട്ടുനിന്ന സ്ഥിതിക്ക് അന്ത്യമായി. സ്വതന്ത്ര ഇന്ത്യയുടെ അവിഭാജ്യ ഘടകങ്ങൾ എന്ന പദവി രണ്ടു നാട്ടുരാജ്യങ്ങൾക്കും കൈവന്നു. ഇത്തരമൊരു സാഹചര്യം സൃഷ്ടിക്കുന്നതിൽ കമ്യൂണിസ്റ്റ് പാർട്ടി വലിയ പങ്കുവഹിച്ചു.

കമ്യൂണിസ്റ്റ് പാർട്ടി തിരഞ്ഞെടുപ്പിൽ പരാജയപ്പെട്ടെങ്കിലും സ്റ്റേറ്റ്

കോൺഗ്രസിന്റെ ആദ്യകാല പ്രവർത്തനങ്ങളിൽ സജീവമായ പങ്കുവഹിച്ചവരാണ് കമ്യൂണിസ്റ്റുകാർ. ഉത്തരവാദഭരണം, തിരുവിതാംകൂർ അവിഭക്ത ഇന്ത്യയിൽ ലയിക്കൽ തുടങ്ങിയവയുടെ ലക്ഷ്യത്തിനായി സ്റ്റേറ്റ് കോൺഗ്രസ് നേതാക്കളെക്കാൾ ഉറച്ചുനിന്നു പോരാടിയവരാണ് അവർ. തിരുവിതാംകൂറിന്റെ ഭാവിപുരോഗതി സംബന്ധിച്ച് വ്യക്തമായ ധാരണകളും കമ്യൂണിസ്റ്റ് പാർട്ടി മുന്നോട്ടുവച്ചു. അതിനുള്ള അംഗീകാരമായിരുന്നു പാർട്ടിയുടെ പ്രചരണങ്ങൾക്ക് ജനങ്ങളിൽനിന്ന് കിട്ടിയ പിന്തുണയും പ്രധാന സമരകേന്ദ്രങ്ങളിൽ നേടിയ കഴിഞ്ഞ വോട്ടും.

1957 ലെ പൊതുതിരഞ്ഞെടുപ്പ്, 1954 ൽ തിരു– കൊച്ചിയിലും 1955ൽ ആന്ധ്രയിലും നടന്ന ഇടക്കാല തിരഞ്ഞെടുപ്പുകൾ — ഇവയുടെയെല്ലാം ഫലങ്ങൾ വ്യക്തമാക്കിയ പ്രധാന കാര്യം കോൺഗ്രസിന്റെ അടി ഇളകിയിരിക്കുന്നുവെന്നതാണ്. ഇടതുപക്ഷ വീക്ഷണത്തിൽ രാഷ്ട്രീയം കൈകാര്യം ചെയ്യുന്ന പാർട്ടികൾക്കിടയിൽ ജനപിന്തുണ, കാഴ്ചപ്പാടിലെ വ്യക്തത തുടങ്ങിയവ വെച്ചു പരിശോധിച്ചാൽ കമ്യൂണിസ്റ്റ് പാർട്ടിയായിരുന്നു പ്രമുഖ സ്ഥാനത്ത്. അതും മറ്റ് പ്രതിപക്ഷകക്ഷികളും തമ്മിലുള്ള അടുപ്പം സൗഹാർദപരവും സഹകരണാത്മകവുമായിടങ്ങളിൽ കോൺഗ്രസിനെ തോൽപ്പിക്കാനോ ക്ഷീണിപ്പിക്കാനോ കഴിഞ്ഞു. ഇതു തിരിച്ചറിഞ്ഞ ഭരണ നേതൃത്വവും സോഷ്യലിസ്റ്റ് പാർട്ടിയടക്കം ചില ശക്തികളും കമ്യൂണിസത്തിന്റെ വളർച്ച തടയുന്നത് പ്രധാന ലക്ഷ്യമായി കണക്കാക്കി. കേരളത്തിലെ കമ്യൂണിസ്റ്റ് വിരുദ്ധ സഖ്യത്തിന്റെ തുടക്കം, ഇടക്കാല തിരഞ്ഞെടുപ്പിന് ശേഷവും തിരു– കൊച്ചിയിൽ സോഷ്യലിസ്റ്റുകാരും കോൺഗ്രസുകാരും എത്തിയ ധാരണ, ആന്ധ്രയിൽ കോൺഗ്രസ് കാർമികത്വത്തിൽ രൂപപ്പെട്ട കമ്യൂണിസ്റ്റ് വിരുദ്ധ ഐക്യമുന്നണി തുടങ്ങിയവയെല്ലാം അങ്കലാപ്പിന്റെ സൂചനകളായിരുന്നു.

ചില മേഖലകളിൽ മാത്രം പരിമിതമായ അധികാരങ്ങൾ നൽകിയ സ്ഥാപനങ്ങളായിരുന്നു ബ്രിട്ടീഷ്ഭരണത്തിൻകീഴിൽ മദിരാശി സംസ്ഥാനത്ത് നിലവിലിരുന്ന താലൂക്ക്, ഡിസ്ട്രിക്ട് ബോർഡുകൾ. ഇവയെപ്പോലും ഉപയോഗപ്പെടുത്താൻ 1930 കൾ വരെ ദേശീയ പ്രസ്ഥാനത്തിന് കഴിഞ്ഞില്ല. ജന്മികളും രാജഭക്തന്മാരും മറ്റുമായിരുന്നു തലപ്പത്ത്. കോൺഗ്രസിനകത്ത് ഇടതുപക്ഷ സ്വാധീനം വ്യാപിച്ചതോടെയാണ് മാറ്റംവന്നത്. 1940 ആദ്യം നടന്ന ഡിസ്ട്രിക്ട് ബോർഡ് തിരഞ്ഞെടുപ്പിൽ കുറേ ഇടതുപക്ഷാംഗങ്ങൾ തിരഞ്ഞെടുക്കപ്പെട്ടു. 1954 ലാകട്ടെ കമ്യൂണിസ്റ്റ് പാർട്ടി സ്വന്തം പേരിൽ ജയിച്ചു. പി ടി ഭാസ്കരപ്പണിക്കർ അധ്യക്ഷനും കെ വി മുസാൻകുട്ടി ഉപാധ്യക്ഷനുമായി ബോർഡ് നിലവിൽ വന്നു. മൂന്നു വർഷത്തിനുശേഷം ആദ്യ കമ്യൂണിസ്റ്റ് സർക്കാർ വന്നപ്പോൾ പഞ്ചായത്തുകൾക്ക് കൂടുതൽ അധികാരങ്ങൾ നൽകുന്ന പുതിയ വികേന്ദ്രീകരണ പരിപാടിയുടെ മുന്നോടിയായി ഡിസ്ട്രിക്ട് ബോർഡിന്റെ സേവനം അവസാനിപ്പിക്കുകയായിരുന്നു. ചുമതലകൾ സർക്കാർ വകുപ്പുകൾക്ക് കൈമാറി.

മൂന്ന് വർഷം മാത്രം ഭരണത്തിലിരുന്ന ബോർഡ് അവിശ്വസനീയങ്ങളായ ജനോപകാര നടപടികളാണ് കൈക്കൊണ്ടത്. കേരളം അതു

വരെ കണ്ടിട്ടില്ലാത്ത മാതൃക. കമ്യൂണിസ്റ്റ് പാർട്ടിയെ ഭരണം ഏൽപ്പിക്കാവുന്നതാണെന്ന വിശ്വാസം ജനങ്ങളിൽ പ്രബലമാക്കിയത് ഇതാണ്. പാർട്ടിയുടെ വിശ്വാസ്യതയും പ്രതിബദ്ധതയും ജനകീയതയും കൂടുതൽ വിഭാഗങ്ങൾക്ക് ബോധ്യമായി.

ജനങ്ങൾക്ക് ഭാരമായിരുന്ന നികുതികൾ വെട്ടിക്കുറക്കുകയായിരുന്നു ബോർഡ് എടുത്ത ആദ്യ തീരുമാനങ്ങളിലൊന്ന്. നിർമാണ മേഖലയിൽ കുതിച്ചുചാട്ടംതന്നെയുണ്ടായി. റോഡുകളും ആശുപത്രികളും പാലങ്ങളും നിർമിക്കുകയും പുതുക്കിപ്പണിയുകയും ചെയ്തു. വിദ്യാഭ്യാസ രംഗത്തായിരുന്നു വലിയ സംഭാവന. വിദ്യാർഥികളുടെ ഫീസ് കുറച്ചതിന് പുറമെ ആയിരത്തോളം ഏകാധ്യാപക വിദ്യാലയങ്ങൾ ആരംഭിച്ചു. അവയിലധികവും പിന്നീട് സർക്കാർ ഏറ്റെടുത്ത് ഹൈസ്കൂളാക്കി. സ്കൂളുകളിൽ വാർഷികാഘോഷം ആരംഭിച്ചത് ഇക്കാലത്താണ്. പാഠ്യേതര വിഷയങ്ങളിലേക്ക് കുട്ടികളെ ആകർഷിക്കുന്നതിന് ആവിഷ്കരിച്ച പരിപാടി വലിയ വിജയമായി. അധ്യാപക-രക്ഷാകർതൃ സമിതി രൂപീകരണമായിരുന്നു മറ്റൊരു ചുവടുവെയ്പ്പ്. അഴിമതിരഹിത ഭരണത്തിന് ഉദാത്ത മാതൃകയായി ബോർഡിന്റെ പരിപാടികൾ. പിന്നോക്ക വിഭാഗങ്ങൾക്കും സ്ത്രീകൾക്കും പാവപ്പെട്ടവർക്കും നിയമനങ്ങളിൽ മുൻഗണന നൽകിയത് മറ്റൊരു തൂവൽ.

ബോർഡ് അധ്യക്ഷനായി പി ടി ബി സ്ഥാനമേറ്റതിനെ ഇന്ത്യയിൽ തിരഞ്ഞെടുപ്പിലൂടെ കമ്യൂണിസ്റ്റ് പാർട്ടി പ്രധാന ഭരണസ്ഥാപനത്തിലെത്തിയതായിട്ടാണ് ചില ചരിത്രപഠനങ്ങൾ നിരീക്ഷിച്ചത്. ഭരിക്കാൻ യോഗ്യമായ പാർട്ടിയെന്ന ഖ്യാതിയും നേടിയതായി അവ വിശദീകരിച്ചു.

കേരളം മൂന്നാം ലോകത്തിനും ഇന്ത്യക്കും വിസ്മയമാണ്. ജീവിത ഗുണമേന്മാ സൂചകങ്ങളുടെ അസൂയാവഹമായ പുരോഗതി സാമൂഹ്യ ശാസ്ത്രജ്ഞരുടെ ശ്രദ്ധാകേന്ദ്രമായി ഈ കൊച്ചു സംസ്ഥാനത്തെ മാറ്റുന്നു. ഉയർന്ന ഉൽപ്പതിഷ്ണുതാ പാരമ്പര്യത്തിന്റെ ഉറവിടമായും കേരളം പരിഗണിക്കപ്പെട്ടു. ചരിത്രത്തിലേക്ക് വേരുള്ള ഈ മുന്നേറ്റങ്ങൾക്ക് അടിത്തറ പാകിയത് സാമൂഹ്യ പ്രസ്ഥാനങ്ങളിലൂടെ ആർജിച്ച രാഷ്ട്രീയാവബോധമാണ്. അതോടൊപ്പം കമ്യൂണിസ്റ്റ് ഗവൺമെന്റുകൾ കൊണ്ടുവന്ന പുരോഗമനാത്മക നിയമനിർമാണങ്ങളും.

സമാധാനപരമായ പരിവർത്തനം സംബന്ധിച്ച് സോവിയറ്റ് പാർട്ടി നേതൃത്വം ആവിഷ്കരിച്ച പുതിയ സിദ്ധാന്തം. സ്വേച്ഛാധിപത്യ സിദ്ധാന്തത്തിന്റെ പ്രയോക്താക്കൾ എന്ന് വിമർശകർ വിശേഷിപ്പിക്കാറുള്ള കമ്യൂണിസ്റ്റുകാർക്കു ഭരണം കിട്ടിയാലുണ്ടാകുന്ന ആപത്തുകളെക്കുറിച്ചുള്ള മുന്നറിയിപ്പ് — ഇവ മുഴങ്ങിനിന്ന പശ്ചാത്തലത്തിലാണ് ബാലറ്റിലൂടെ 1957 ഏപ്രിൽ അഞ്ചിന് കേരളത്തിൽ കമ്യൂണിസ്റ്റ് പാർട്ടി അധികാരത്തിലെത്തുന്നത്.

28 മാസം മാത്രം നിലനിന്ന പ്രഥമ കമ്യൂണിസ്റ്റ് ഗവൺമെന്റ് അംഗീകരിച്ചതും പിന്നീട് സംസ്ഥാനത്തിന്റെ സർവതോമുഖമായ പുരോഗതിക്കാകമാനം ഊർജവുമായി വർത്തിച്ചത് കാർഷിക ബന്ധബില്ലാണ്. അത് അവതരിപ്പിക്കും മുമ്പ് ഒഴിപ്പിക്കലും കുടിയിറക്കലും തടയു

ന്ന ഓർഡിനൻസ് പാസാക്കിയിരുന്നു. ചൂഷണത്തിന്റെ സാധ്യതകൾ നിലനിർത്തിക്കൊണ്ടുള്ള നാമമാത്ര പരിഷ്കാരമെന്ന കോൺഗ്രസ് രീതിയിൽനിന്ന് വ്യത്യസ്ത സാഹചര്യത്തിലേക്ക് ഇത് നയിച്ചു. ഫലപ്രദമായ നിലയിൽ പരിഷ്കാരത്തിന് തുടക്കമിടണമെന്ന് കണ്ടാണ് ഒഴിപ്പിക്കലും കുടിയിറക്കലും തടഞ്ഞുകൊണ്ടുള്ള ഓർഡിനൻസ് ആദ്യം പുറപ്പെടുവിച്ചത്.

നിയമത്തിന്റെ പഴുതും ഭരണത്തിന്റെ ശക്തിയും കൊണ്ട് ഒഴിപ്പിക്കലിന് വേറൊരു തരത്തിൽ സാധുത നൽകുന്നതായിരുന്നു കോൺഗ്രസ് വിഭാവനംചെയ്ത കാർഷിക പരിഷ്കരണം. കേരളത്തിലെ പുതിയ ഓർഡിനൻസും കാർഷികബന്ധ ബില്ലും ഈയർഥത്തിൽ വിവാദങ്ങൾക്ക് തിരികൊളുത്തി. കേന്ദ്ര ഗവൺമെന്റും സംസ്ഥാന പ്രതിപക്ഷവും അതിലെ വ്യവസ്ഥകൾക്ക് ജന്മിത്വത്തിന്റെ ചായ്വ് നൽകുന്നതിന് ആവതെല്ലാം ചെയ്തു. കാർഷിക ബന്ധം പരിഷ്കരിക്കുന്നതും അതിന്റെ മുന്നോടിയെന്ന നിലയ്ക്ക് ഒഴിപ്പിക്കലും കുടിയിറക്കലും തടയുന്നതും സ്വാഗതാർഹമാണ്. പക്ഷേ ചെറുകിടക്കാരും ഇടത്തരക്കാരുമായ ഭൂവുടമകളുടെ ജീവിതം നശിപ്പിക്കരുത് എന്ന വാദത്തിന്റെ രൂപത്തിൽ കോൺഗ്രസിന്റെ ജന്മിപക്ഷപാതം ആവർത്തിച്ച് തലപൊക്കി. നിയമസഭയിൽ ബിൽ ചർച്ചക്കെടുത്തപ്പോഴും 1969 ൽ ഭൂനിയമം പാസാക്കിയതിനുശേഷവും ഇത് തുടർന്നു. ഇതിന്റെ അടിസ്ഥാനത്തിലുള്ള പ്രക്ഷോഭങ്ങളാണ് പിന്നീട് ജന്മിപീഡിത സംഘത്തിന്റെ രൂപീകരണത്തിലെത്തിയത്.

ബൂർഷ്വാ സംവിധാനത്തിലെ മൃദുവായ ചുവടുവയ്പ്പാണ് ഓർഡിനൻസിലും നിയമനിർമാണത്തിലുമുള്ളതെന്ന് കാണാൻ വിഷമമില്ല. നിലവിലെ ചൂഷണ വ്യവസ്ഥയുടെ അടിതെറ്റിക്കുന്നതായിരുന്നില്ല ഈ പ്രക്രിയയാകെ. ഭൂവുടമാ ബന്ധത്തെ മാത്രമാണ് അത് തെല്ല് പിടിച്ചുലച്ചത്. ഇത് അസ്വതന്ത്രരായ വലിയ വിഭാഗം ജനങ്ങളെ ചങ്ങല പൊട്ടിച്ച് മുന്നേറാൻ പ്രാപ്തരാക്കി. അധികാരവും പദവിയുമുള്ളവർക്ക് ഒന്നും നഷ്ടപ്പെടാതെ ജന്മിമേധാവിത്വം നശിപ്പിക്കാനാവില്ലെന്നതാണ് ഇതിന്റെ പ്രായോഗികാനുഭവം.

കോൺഗ്രസ് സംസ്ഥാനങ്ങളിലെന്നപോലെ നിയമനിർമാണ പ്രക്രിയ പൂർത്തിയായി വരുമ്പോഴേക്ക് അതിന്റെ ഫലം നുകരേണ്ടവർക്ക് അതിന് കഴിയാതാവുന്ന സ്ഥിതി കേരളത്തിൽ ഒഴിവാക്കപ്പെട്ടു. പുതിയ നിയമവും അതിന്റെ പ്രേരകശക്തിയായ കമ്യൂണിസ്റ്റ് പാർട്ടിയും കർഷക പ്രസ്ഥാനവും പുതിയ മാനങ്ങളിലേക്കുയർന്നു. കോൺഗ്രസ് ഗവൺമെന്റുകളും കമ്യൂണിസ്റ്റ് ഗവൺമെന്റും തമ്മിൽ മൗലികമായി വ്യത്യാസമുണ്ടെന്ന് ബോധ്യപ്പെടുത്താൻ കേരളത്തിലെ ഓർഡിനൻസും നിയമനിർമാണവും സഹായകമായി.

പ്രഥമ കമ്യൂണിസ്റ്റ് ഗവൺമെന്റിന്റെ തൊപ്പിയിൽ നേട്ടങ്ങളുടെ മറ്റൊരു തൂവലായത് വിദ്യാഭ്യാസ ബില്ലായിരുന്നു. മേഖലയിലെ സ്വകാര്യ താൽപ്പര്യങ്ങളുടെ കച്ചവടമനഃസ്ഥിതിക്ക് കടിഞ്ഞാണിട്ട അത് നമ്മുടെ സാമൂഹ്യ ചരിത്രത്തിൽ നാഴികക്കല്ലായി. ബ്രിട്ടീഷ് നയങ്ങളുടെ തുടർച്ചയെന്നോണം വിദ്യാഭ്യാസം സാർവത്രികമാക്കുന്നതിന്റെ ഉത്തരവാദി

ത്വം ഇല്ലെന്ന അർഥത്തിലാണ് കൊച്ചി– തിരുവിതാംകൂർ നാട്ടുരാജ്യങ്ങളിലെ ഗവൺമെന്റുകൾ പെരുമാറിയത്. ഈ വിടവിൽ ക്രിസ്ത്യൻ – നായർ പ്രമാണിമാരും സംഘടനകളും നുഴഞ്ഞുകയറി. വിദ്യാഭ്യാസ കാര്യത്തിൽ ഗവൺമെന്റിന് ബാധ്യതയില്ലെന്ന നിലപാടിനോട് പുരോഗമനകാരികൾക്ക് യോജിക്കാനായില്ല. വിദ്യാഭ്യാസ സ്ഥാപനങ്ങൾ കൈയടക്കിവച്ചിരുന്ന ജാതി– മത പ്രമാണിമാർ വരേണ്യവും കച്ചവടാധിഷ്ഠിതവുമായ നയങ്ങളാണ് പിന്തുടർന്നത്. ഇതോടുള്ള പ്രതിഷേധങ്ങൾ പുതിയ രൂപഭാവങ്ങളാർജിച്ചു. 1930 കൾ തൊട്ട് അധ്യാപക സംഘടന പ്രതികരിക്കാനും തുടങ്ങി

സ്വകാര്യ മാനേജ്മെന്റിന്റെ കച്ചവടതാൽപ്പര്യങ്ങൾക്കും ജാതി – മത പരിഗണനകൾക്കും കടിഞ്ഞാണിട്ട വിദ്യാഭ്യാസ ബില്ല് പിന്തിരിപ്പന്മാരുടെ അണിയറയിൽ ഉൽക്കണ്ഠയുണ്ടാക്കി. മതത്തിനെതിരായ കടന്നാക്രമണമാണിതെന്നും ന്യൂനപക്ഷാവകാശ ധ്വംസനമാണെന്നും പ്രചാരണം നടന്നു. സംഘടിത മതനേതൃത്വത്തിന്റെ സഖ്യശക്തികളായ പത്രങ്ങൾ ഈ മുറവിളി ഏറ്റെടുക്കുകയും ചെയ്തു. ഇന്ത്യൻ സാഹചര്യത്തിൽ വിദ്യാഭ്യാസത്തിന്റെ ദേശസാൽക്കരണം പ്രായോഗികമല്ല. ഭരണഘടനയുടെ പരിധിക്കുള്ളിൽ വിദ്യാഭ്യാസ രംഗത്തെ ജനാധിപത്യവൽക്കരിക്കാനാണ് കമ്യൂണിസ്റ്റ് പാർട്ടി അന്ന് ശ്രമിച്ചത്. അധ്യാപക നിയമനം, ശമ്പള വ്യവസ്ഥ, പിരിച്ചുവിടാനും ശിക്ഷാനടപടികൾ കൈക്കൊള്ളാനും മാനേജ്മെന്റിനുള്ള അവകാശം — മുതലായവയിൽ പരിമിത നിയന്ത്രണം കൊണ്ടുവരിക മാത്രമായിരുന്നു കരട് ബിൽ. അത് നിയമസഭയിൽ അവതരിപ്പിക്കുമ്പോൾ സ്വകാര്യ വിദ്യാഭ്യാസ കച്ചവടക്കാരും ജാതി – മത മേധാവികളും നടത്തിയ റാലി രണ്ടുവർഷത്തിനിടയ്ക്ക് തുടങ്ങാനിരുന്ന 'വിമോചന സമര'ത്തിന്റെ കേളികൊട്ടും.

പ്രതിഷേധത്തിന്റെ പ്രതികൂല മനോഭാവത്തോടൊപ്പം വിദ്യാഭ്യാസ ബിൽ രാഷ്ട്രീയ തലത്തിൽ പുതിയ വിഭാഗങ്ങളെ കമ്യൂണിസ്റ്റ് പാർട്ടിയോടും ഗവൺമെന്റിനോടും അടുപ്പിച്ചു. ബില്ലിന് എതിരായിട്ടെന്നപോലെ അനുകൂലമായും വൻതോതിൽ പൊതുജനാഭിപ്രായം രൂപപ്പെട്ടു. കാർഷികബന്ധ–വിദ്യാഭ്യാസ ബില്ലുകൾ ജനാധിപത്യ കേരളത്തിലേക്കുള്ള ചുവടുവയ്പ്പിൽ വമ്പിച്ച ഗതിവേഗം നൽകിയതുപോലെ വലതുപക്ഷ രാഷ്ട്രീയ ഗൂഢാലോചനക്കും അത് ഇടയാക്കി. കാർഷിക ബില്ലിന്റെ ഫലമായി അധികാരഭ്രഷ്ടമായ ജന്മി താൽപ്പര്യവും വിദ്യാഭ്യാസ ബില്ല് പോറലേൽപ്പിച്ച ജാതി – മത പ്രമാണിമാരും ഒരുമിച്ചുനിന്ന് 'വിമോചന സമരം' നയിക്കുന്നതിലേക്കാണെത്തിയത്. ഈ സങ്കുചിത രാഷ്ട്രീയാഭാസത്തിന് എല്ലാത്തരത്തിലും ഉത്തേജനമാവുകയായിരുന്നു കേന്ദ്ര കോൺഗ്രസ് നേതൃത്വവും ഒരു പരിധിവരെ പ്രധാനമന്ത്രി ജവഹർലാൽ നെഹ്റുവും. പഴയ 'വിമോചന സമര'ത്തിന്റെ മാതൃകയിലാണ് ഇപ്പോഴും കേരളത്തിലെ വലതുപക്ഷ രാഷ്ട്രീയം കിതയ്ക്കുന്നത്.

6

സത്യത്തിന്റെ ചോരപ്പാടുകൾ

കേരളത്തിലെ കമ്യൂണിസ്റ്റ് വിരുദ്ധത പ്രധാനമായും രണ്ട് ധാരകളെയാണ് പ്രതിനിധാനം ചെയ്തുപോന്നിട്ടുള്ളത്. സാമാന്യ ബോധത്തിന്റെ കൈപിടിച്ച് മാധ്യമങ്ങളും മറ്റും നടത്തുന്നതാണ് ഇതിലൊന്ന്. രണ്ടാമത്തേതാകട്ടെ ബുദ്ധിപരമായ കമ്യൂണിസ്റ്റ് വിരുദ്ധതയാണ്. അക്കാദമിക പണ്ഡിതരും കാവി ചരിത്രകാരും കൈകോർക്കുന്ന നെറികേടിന്റെ സംയുക്തമാണതിന്റെ മുഖ്യധാര. അലസവിചാരങ്ങൾ മേഞ്ഞുനടക്കുന്ന ചതിക്കുഴികളാണ് സാമാന്യബോധം. *മലയാളമനോരമ*യടക്കമുള്ള പ്രസാധകഗൃഹങ്ങളും പത്രപ്രവർത്തന കൗതുകമായി മാത്രം ചരിത്രപഠനത്തെ തരംതാഴ്ത്തുന്ന ചിലരും ഇതിന്റെ പ്രതിനിധികളാണ്. ഈ കൂട്ടുകെട്ട് പൊറുക്കാനാവാത്ത ഫലിതങ്ങളാണ് എഴുന്നള്ളിച്ചുകൊണ്ടിരിക്കുന്നത്. ഇവരുടെ ബാലിശതകളെ താത്വിക പരിവേഷം നൽകി അവതരിപ്പിക്കാനാണ് ചില അക്കാദമിക ചരിത്രകാരന്മാരും ശുദ്ധപണ്ഡിതരും ശ്രമിച്ചിട്ടുള്ളതും. ഒരേ ഫലം ചെയ്യുന്ന രണ്ട് ധാരകളും മറ്റ് പല സമരങ്ങളെയുമെന്നപോലെ കയ്യൂർ പോരാട്ടത്തെയും നിരന്തരം അപഹസിച്ചുവന്നു. ഇ കെ നായനാരുടെ പങ്കിനെക്കുറിച്ചും പുകമറ സൃഷ്ടിച്ചു.

കയ്യൂർ ചെറുത്തുനിൽപ്പ് സ്വാതന്ത്ര്യ സമരമല്ലെന്നായിരുന്നു വിവാദവ്യവസായികളുടെ ആദ്യതീർപ്പ്. സ്വാതന്ത്ര്യത്തെക്കുറിച്ചുള്ള കാഴ്ചപ്പാടിന്റെ വിവശതയാണ് ഇതിൽ പ്രകടമായത്. വിമോചന പ്രസ്ഥാനത്തിന്റെ വിവിധ ധാരകൾ ഓരോ ചരിത്രസന്ദർഭത്തിലും ഇടപെട്ട രീതിയും ഈ പ്രവണത കാണുന്നില്ല. കോൺഗ്രസിനകത്തുതന്നെയുണ്ടായ ആശയസംഘർഷങ്ങളോടും ഇവർ ഗൗരവ സമീപനമല്ല പുലർത്തുന്നത്. കേരളത്തിൽ ഈ രൂപാന്തരം ഏറെ പ്രകടമായിരുന്നു. സംഘടനാപരമായി കോൺഗ്രസിനകത്തുതന്നെയാകുമ്പോഴും ആശയപരമായി ഗാന്ധി

യൻ ചിന്താപദ്ധതിക്ക് വെളിയിലേക്ക് കടന്ന അവസ്ഥയെ ഇ എം എസ് (How I became a Communist) വ്യക്തമാക്കിയിട്ടുണ്ട്. കോൺഗ്രസ് പ്രക്ഷോഭങ്ങളോടനുബന്ധിച്ച് ജയിലിലായവരാണ് ഈ പരിവർത്തനത്തിനു വിധേയമായത്. ഇതിൽ ഉത്തരേന്ത്യൻ വിപ്ലവകാരികളുമായുള്ള സാമീപ്യ – സമ്പർക്കങ്ങളും ചർച്ചകളും വാദപ്രതിവാദങ്ങളും പ്രധാനവുമാണ്. ഏകശിലാത്മകമായ ചിന്താഗതിയല്ല. മറിച്ച് വൈവിധ്യം നിറഞ്ഞ കാഴ്ചപ്പാടുകളും പ്രക്ഷോഭങ്ങളുമാണ് സ്വാതന്ത്ര്യപ്പോരാട്ടത്തിന്റെ ദിശനിർണയിച്ചതെന്ന് വ്യക്തം. സാമൂഹ്യവൈരുധ്യങ്ങൾ നിർധാരണം ചെയ്യുന്നതിൽ അതുവരെയില്ലാത്ത കൃത്യതയുമുണ്ടായി. കോൺഗ്രസ് സോഷ്യലിസ്റ്റ് പാർട്ടി രൂപീകരണത്തോടെ വർഗസംഘടനകൾ ശക്തമായ ചുവടുകൾ വെച്ചു. അതുവരെ ദേശീയ സമരത്തിന്റെ പാർശ്വങ്ങളിൽപ്പോലും പ്രവേശനം നേടാനാവാതിരുന്ന വിഭാഗങ്ങൾ മുൻപന്തിയിലെത്തി. മുഖ്യ അജണ്ടയോടൊപ്പം അവരുടെ സമീപസ്ഥ പ്രശ്നങ്ങളും കേന്ദ്രപ്രമേയങ്ങളായിത്തീർന്നു. പ്രാഥമിക വൈരുധ്യങ്ങൾക്കൊപ്പം രണ്ടാം തല വൈരുധ്യങ്ങളും മുൻഗണനയിലെത്തിയെന്നർഥം.

കോൺഗ്രസ് പ്രവർത്തനത്തിലൂടെയാണ് കയ്യൂരും രാഷ്ട്രീയ ഭൂപടത്തിൽ ഇടം നേടിയത്. മേൽപ്പറഞ്ഞ പരിവർത്തനങ്ങൾക്കെല്ലാം ആ ഗ്രാമവും സാക്ഷിയായി. പുതിയ രാഷ്ട്രീയ ദിശാബോധത്തിന്റെയും സംഘടനയുടെയും കരുത്തിലാണ് ആ ഭൂപടത്തിൽ അത് തിളങ്ങിയത്. ഈ തുടർച്ചകൾ മറച്ചുപിടിക്കുന്ന വരേണ്യ ചരിത്രരീതികളാണ് കയ്യൂർ ചെറുത്തുനിൽപ്പ് സ്വാതന്ത്ര്യസമരമല്ലെന്ന് വിധിയെഴുതിയത്. കേസിലെ പ്രതികൾക്കൊപ്പം തെളിവിനായി ഹാജരാക്കിയത് കോൺഗ്രസ് രശീതിയും നൂൽനൂൽപ്പ് ഉപകരണങ്ങളുമാണെന്നത് പലരും ശ്രദ്ധിച്ചിട്ടുപോലുമില്ല. പൊലീസ് ഭീകരതക്കെതിരെ കോൺഗ്രസ് നേതാക്കൾ പരസ്യമായ പ്രതിഷേധം രേഖപ്പെടുത്തി. ദക്ഷിണ കനറാ ജില്ലാ കോൺഗ്രസ് കമ്മിറ്റി നിയമവിദഗ്ധരെ ഉൾപ്പെടുത്തി അന്വേഷണ കമ്മീഷനും രൂപീകരിച്ചു. സർക്കാരിന്റെ അടിച്ചമർത്തൽ നടപടികൾക്കെതിരെ പൊതുയോഗങ്ങളും റാലികളും സംഘടിപ്പിക്കുകയുമുണ്ടായി. (*മാതൃഭൂമി,* 1941 മെയ് 13).

കയ്യൂരിനോട് പുലർത്തിയ നിരുത്തരവാദപരവും ചരിത്രവിരുദ്ധവുമായ സമീപനമായിരുന്നു ആദ്യപാഠം. രണ്ടാമത്തേത് സമരത്തിലെ ഇ കെ നായനാരുടെ പങ്കിനെച്ചുറ്റിപ്പറ്റി ഉയർത്തിയ പുകമറയായിരുന്നു. പ്രധാനമായും മൂന്ന് കൃതികളെങ്കിലും ഈ വാദം പങ്കുവച്ചു. കമ്യൂണിസ്റ്റ് കർഷക പ്രസ്ഥാനത്തിന്റെ ആദ്യകാല നേതാക്കളിലൊരാളായ കെ മാധവനും ചില സംശയങ്ങൾ ഉതിർത്ത് ഇവരെ ആശിർവദിച്ചു. എൽ ആർ ഷാജിയും റോയ് മാത്യുവും ചേർന്നെഴുതി തിരുവനന്തപുരത്തെ ഫെയ്സ് ബുക്സ് പ്രസിദ്ധീകരിച്ച *നായനാർ: കയ്യൂരിന്റെ കപടമുഖം,* നിറഞ്ഞ ഗൂഢാലോചനയുടെ പിന്തുണയിലാണ് പ്രചരിക്കപ്പെട്ടത്. 'ചരിത്രത്തിന് നിരക്കുന്ന അസത്യങ്ങൾ' എന്ന ആമുഖത്തിലൂടെ പ്രൊഫസർ എ ശ്രീധരമേനോൻ ഇതിനൊരു ആധികാരികത നൽകാനും ശ്രമിച്ചു...

ഈ കൃതിയിൽ പല വിഷയങ്ങളും പരാമർശിക്കപ്പെട്ടിട്ടുണ്ടെങ്കിലും ഇതിലെ കാതലായ ഭാഗം ഇ കെ നായനാർക്ക് കയ്യൂർ സമരത്തിൽ പങ്കില്ലെന്നതാണ്. കയ്യൂർ കേസിലെ വിധിന്യായത്തിൽ പറഞ്ഞിട്ടുള്ള അറുപത് പ്രതികളുടെ കൂട്ടത്തിൽ ഇ കെ നായനാരുടെ പേരില്ലെന്നോർക്കണം. 1997 ജൂണിൽ *കേരളവും സ്വാതന്ത്ര്യസമരവും* എന്ന ഗ്രന്ഥം ഞാൻ രചിച്ചപ്പോൾ നായനാർക്ക് കയ്യൂർ കലാപത്തിൽ പങ്കുണ്ടായിരുന്നോ എന്ന പ്രശ്നം എന്നെയും അലട്ടിയിരുന്നു. ഇ കെ നായനാർ കയ്യൂർ കേസിൽ മൂന്നാം പ്രതിയായിരുന്നെന്നും പക്ഷേ, അവസാന ഘട്ടത്തിൽ പ്രതികളുടെ കൂട്ടത്തിൽനിന്ന് അദ്ദേഹത്തിന്റെ പേര് നീക്കം ചെയ്തുവെന്നുമാണ് മനസിലാക്കാൻ സാധിച്ചത്. ഇതിന് പറഞ്ഞുകേട്ട വിശദീകരണം, കയ്യൂർ കേസുമായി ബന്ധപ്പെട്ട നായനാർ മറ്റൊരു നായനാരായിരുന്നുവെന്നും പിൽക്കാലത്ത് മുഖ്യമന്ത്രിയായ ഇ കെ നായനാരെ അന്ന് തെറ്റിദ്ധരിച്ച് പൊലീസ് പ്രതിയാക്കാൻ ശ്രമിച്ചുവെന്നുമാണ്. അതായത് ഇ കെ നായനാരെ കേസിൽ കുടുക്കാൻ ശ്രമിച്ചത് പൊലീസുകാർക്ക് പറ്റിയ അമളിയായിരുന്നുവത്രേ. ഇതിന്റെ വെളിച്ചത്തിൽ ഇ കെ നായനാർക്ക് കയ്യൂർ കലാപത്തിൽ നേരിട്ട് പങ്കുണ്ടായിരുന്നില്ലെന്ന നിഗമനത്തിൽ ഞാൻ എത്തിച്ചേർന്നു.... എന്ന മട്ടിലാണ് ശ്രീധരമേനോന്റെ വാദങ്ങൾ മേയുന്നത്. *നായനാർ: കയ്യൂരിന്റെ കപടമുഖം* എഴുതിയത് രണ്ട് പത്രപ്രവർത്തകരാണ്. ചരിത്രരചനയല്ല തങ്ങളുടെ ഉദ്ദേശ്യം എന്ന് വിനയം ഭാവിക്കുന്ന അവർ എന്നാൽ ലക്ഷ്യം മറച്ചുവെക്കുന്നുമില്ല. ചരിത്രത്തിൽ തന്റെ സ്ഥാനം ചോദ്യം ചെയ്യപ്പെടാതിരിക്കാനായി ഇ കെ നായനാർ നാല് ആത്മകഥകളും നിരവധി ഗ്രന്ഥങ്ങളും എഴുതിയിട്ടുണ്ട്. ഈ അവകാശവാദങ്ങളുടെ പൊള്ളത്തരം വെളിച്ചത്തുകൊണ്ടുവരാനാണ് പുസ്തകമെഴുതിയതെന്ന് അവർ പ്രസ്താവിച്ചിരുന്നു. കേരളത്തിലെ കമ്യൂണിസ്റ്റ് പ്രസ്ഥാനത്തിന്റെ ചരിത്രം സംബന്ധിച്ച പല കൃതികളും പാർട്ടിയുടെ ഔദ്യോഗിക നയങ്ങളും പരിപാടികളുമായി യോജിപ്പുള്ള ഒരു വിഭാഗം എഴുത്തുകാരുടേതാണ് എന്ന വിമർശനത്തിലൂടെയാണ് ശ്രീധരമേനോൻ മുന്നേറുന്നത്.

"താൻ ഒളിവിലായിരുന്നെന്നും തന്നെ അതുകൊണ്ട് പ്രതിസ്ഥാനത്തുനിന്ന് പൊലീസ് ഒഴിവാക്കിയെന്നുമുള്ള ഇ കെ നായനാരുടെ വാദം യുക്തിക്കും സാമാന്യബുദ്ധിക്കും നിരക്കാത്തതാണെന്ന് മാത്രമല്ല, നിയമദൃഷ്ടിയിൽ നിലനിൽക്കുന്നതുമല്ല. ഒരു പ്രതി ഒളിവിൽപ്പോയി എന്നതുകൊണ്ടുമാത്രം പ്രതി നല്ലവനായിത്തീരാൻ അന്നും ഇന്നും നിയമം അനുവദിക്കുന്നില്ല. സാധാരണക്കേസുകളിലെ പ്രതിക്കുപോലും ഇത് ബാധകമാണ്. പിന്നെ കൊലക്കേസിലെ കാര്യം പറയേണ്ടതില്ലല്ലോ... ഇങ്ങനെയുള്ള ഒരു കേസിൽ പ്രത്യക്ഷമായോ പരോക്ഷമായോ ഇ കെ നായനാർക്ക് പങ്കുണ്ടായിരുന്നുവെന്ന് പൊലീസിന് തെളിവ് ലഭിച്ചിരുന്നെങ്കിൽ അദ്ദേഹം കേസിൽ പ്രതിയായി തുടരുകയും കോടതിയിൽനിന്ന് ശിക്ഷക്ക് വിധേയനാവുകയും ചെയ്യുമായിരുന്നെന്ന് നിസ്സംശയം

പറയാം. ഇത് സംഭവിക്കാതിരുന്നതുകൊണ്ട് കയ്യൂർക്കേസിൽ നായനാർക്ക് പങ്കില്ലായിരുന്നുവെന്ന് വിശ്വസിക്കുന്നത് സ്വാഭാവികം മാത്രം".... എന്ന നിഗമനം കേട്ടുകേൾവിയുടെയും ഊഹാപോഹങ്ങളുടെയും പിന്തുണ മാത്രമുള്ളതാണ്.

ഇതുപോലുള്ള ബാലിശമായ വാദങ്ങൾ ഗൗരവസ്വഭാവം നടിക്കുന്ന 'ഗവേഷണ'കൃതികൾ പകർത്തിവെച്ചതിനും കേരളം സാക്ഷിയാണ്. ഇ ബാലകൃഷ്ണൻ കാലിക്കറ്റ് സർവകലാശാലയിൽ സമർപ്പിച്ച ഗവേഷണ പ്രബന്ധം ചില്ലറ വ്യത്യാസത്തോടെ പുറത്തിറക്കിയപ്പോൾ (History of The Communist Movement in Kerala) അത് ഏറ്റുപിടിക്കാനും ആളുകളുണ്ടായി. കമ്യൂണിസ്റ്റ് വിരുദ്ധതയുടെ ഹീനമായ ആശയങ്ങൾ കുത്തിനിറച്ച കൃതി ഇരുകൈയും നീട്ടി സ്വീകരിച്ചത് 'കുരുക്ഷേത്ര പ്രകാശ'നാണ്. അവതാരികയെഴുതി പി പരമേശ്വരനും മുഖവുര നൽകി ഡോ. എം ജി എസ് നാരായണനും ഇതോട് ചേർന്നുനിന്നു.

ഡോ. ഇ ബാലകൃഷ്ണന്റെ നിഗമനങ്ങളെപ്പോലും സംശയാസ്പദമാക്കുന്നതാണ് പരമേശ്വരന്റെയും എം ജി എസിന്റെയും വിതണ്ഡവാദങ്ങൾ. കമ്യൂണിസ്റ്റ് പാർട്ടിയുടെ സജീവപ്രവർത്തകരെയും നേതാക്കളെയും ബിരുദം പോലും നേടാത്തവരെന്ന് എം ജി എസ് വിളിച്ചത് പ്രത്യേക ലക്ഷ്യത്തോടെയാണ്. കോൺഗ്രസ് നേതാക്കളാകട്ടെ ഉന്നത ബിരുദധാരികളും രാഷ്ട്രീയ പ്രവർത്തനങ്ങൾക്കായി സ്വന്തം പണം ചെലവാക്കിയവരുമാണത്രെ! അവർ പ്രധാനമായും ആശ്രയിച്ചിരുന്നത് കുടുംബസ്വത്തിലാണെങ്കിലും (PXIX) ആദ്യകാല കമ്യൂണിസ്റ്റ് നേതാക്കളുടെ ത്യാഗത്തെയും സമർപ്പണത്തെയും സ്വത്ത് നൽകിയ സന്നദ്ധതയെയും അദ്ദേഹം കളിയാക്കുന്നുമുണ്ട്. ഗാന്ധിജിയുടെ കേരള പര്യടനവേളയിൽ സ്വർണവള ഊരിക്കൊടുത്ത കൗമുദിയുടെ ത്യാഗം ചരിത്രപരമാണ്. എന്നാൽ അതിലൊരു യാഥാർഥ്യമുണ്ട്. കൗമുദിയെപ്പോലുള്ളവർക്ക് ഊരി നൽകാൻ സ്വർണവള ഉണ്ടായിരുന്നുവെന്നതാണത്. പിന്നീട് വന്ന സ്ത്രീ പ്രസ്ഥാനത്തിലെ ധാര ജീവിതം തന്നെയാണ് സമർപ്പിച്ചതെന്ന് കാണേണ്ടതുണ്ട്.

ഡോ. ബാലകൃഷ്ണന്റെ കൃതിയിലൂടെ ആർ എസ് എസ് താത്വികനായ പി പരമേശ്വരൻ ചരിത്രബാഹ്യമായ ചില കാര്യങ്ങളാണ് എടുത്തിടുന്നത്. അവയിൽ മിക്കതും സാധാരണ പ്രതികരണം പോലും അർഹിക്കുന്നുമില്ല. എന്നാൽ കയ്യൂർ സമരരേഖയിൽ നായനാരുടെ പേരില്ലെന്നും അത് പിന്നീട് അദ്ദേഹം സ്വയം എഴുതി ഉണ്ടാക്കിയതാണെന്നുമുള്ള അതിരുകടന്ന കളിയാക്കലിനെ വെറുതെ വിടാനാവില്ല. The Kayyur Riot of which Sri. E K Nayanar claims to be the main hero, is mentioned only in one single document in which Nayanar's name does not figure at all. It is only in a seperate paper, later on written by Nayanar himself, that we read his name among those who led the agitation. It only proves the allegation that Nayanar was no where near the scene when the riot actually took place. Yet history is being falsified to accomodate a particular individual! (PXXVI).

തനിക്ക് ഇഷ്ടമില്ലാത്ത വസ്തുതകളുമായി മുഖാമുഖം നിൽക്കേണ്ടി വരുമെന്ന ഒരൊറ്റ അപകടം ഭയന്ന് പി പരമേശ്വരന് തെളിവുകൾ കണ്ടി ല്ലെന്ന് നടിക്കാം. എന്നാൽ ചരിത്രമാകുമ്പോൾ ആ രീതി ആശാസ്യമല്ല. പഴയ പത്രത്താളുകൾ മാത്രം നോക്കിയാൽ അദ്ദേഹത്തിന്റെ പല സം ശയങ്ങളും നീങ്ങിക്കിട്ടും. അതിന് സ്വയം തയാറാവാത്തതിനാൽ ആ ദൗത്യം നമുക്ക് ഏറ്റെടുക്കേണ്ടിയിരിക്കുന്നു. 1941 ജൂൺ നാലിന് പുറത്തി റങ്ങിയ *മാതൃഭൂമി* ദിനപത്രത്തിലെ വാർത്ത പ്രസക്തവുമാണ്. കയ്യൂർ കൊലക്കേസ് പ്രതികളുടെ വിവരം എന്ന തലക്കെട്ടിലാണത്. 'നീലേശ്വ രം, ജൂൺ 2: കയ്യൂർ കൊലക്കേസിലെ പ്രതികളെ മെയ് 30 വരെ ആയി രുന്നു റിമാന്റിൽ വച്ചിരുന്നത്. റിമാന്റിന്റെ കാലാവധി ഇപ്പോൾ ജൂൺ ഒമ്പതുവരെ നീട്ടിയിരിക്കുന്നു. കയ്യൂർ കേസിൽ ആകെ 61 പ്രതികളാ ണുള്ളത്. പ്രതികളുടെ പേര്‌വിവരങ്ങൾ താഴെക്കൊടുക്കുന്നു എന്ന വാർ ത്തയിൽ മൂന്നാമതായി പറഞ്ഞിരിക്കുന്നത് ഇ കെ നായനാരെയാണ്. ഒന്നാം പ്രതി മഠത്തിൽ അപ്പുവും രണ്ടാം പ്രതി വി വി കുഞ്ഞമ്പുവും. അവസാന പേരുകാരൻ ക്ലായിക്കോട്ടെ കണ്ണനും. ഇ കെ നായനാർ കല്യാ ശ്ശേരി എന്ന് വിശദമായി സൂചിപ്പിക്കുന്നുമുണ്ട്.

പിടികിട്ടാപ്രതിയായതിനാൽ നായനാരുടെയും മറ്റും സ്വത്ത് കണ്ടു കെട്ടാൻ നൽകിയ ഉത്തരവും *മാതൃഭൂമി* ശ്രദ്ധിച്ചിരുന്നു (1941 മെയ് രണ്ട്). കയ്യൂർ കൊലക്കേസിൽ ഇനി പിടികിട്ടാനുള്ള വി വി കുഞ്ഞമ്പു (മലബാർ ഡിസ്ട്രിക്ട് ബോർഡ് മെമ്പർ), ഇ കെ നായനാർ (കല്യാശ്ശേരി), അമ്പാ ടിക്കുഞ്ഞ് കയ്യൂർ മുതലായവരെ പിടികിട്ടായ്കയാൽ അവരുടെ ഇളകു ന്ന മുതലുകൾ ജപ്തി ചെയ്യാൻ ഹൊസ്ദുർഗ് മജിസ്ട്രേറ്റ് കൽപ്പന പു റപ്പെടുവിച്ചിരിക്കുന്നുവെന്നാണ് ആ വാർത്ത. പ്രതികളിൽ മൂന്നാ മത്തെയും (ഇ കെ നായനാർ) 28–ാമത്തെയും (വെങ്ങയിൽ മാലിങ്കൻ, കിണാവൂർ) ആളുകളെ ഒഴിച്ച് ബാക്കിയെല്ലാവരെയും പൊലീസിന് പി ടികിട്ടിയിരിക്കുന്നു. 52–ാം പ്രതി അവ്വക്കർക്ക് മാത്രമേ ഇതിൽ 302–ാം വകുപ്പ് ബാധിക്കുന്നുള്ളൂ. ബാക്കി 60 പ്രതികളുടെ പേരിൽ ഇന്ത്യൻ ശി ക്ഷാനിയമം 148, 149 വകുപ്പുകൾ പ്രകാരമാണ് ചാർജ് ചെയ്തിട്ടുള്ള തെന്നും (*മാതൃഭൂമി* 1941 ജൂൺ നാല്) തുടർന്ന് എഴുതുന്നു.

1940 സപ്തംബർ 15 ന്റെ മൊറാഴ ചെറുത്തുനിൽപ്പിനുശേഷമാണ് ആ പ്രദേശങ്ങളിലെ നേതാക്കളും പ്രവർത്തകരും പ്രധാനമായും കയ്യൂർ മേഖലയിലേക്ക് നീങ്ങുന്നത്. ശക്തിമത്തായ ദേശീയതയുടെ ചരിത്രബി ന്ദു കൂടിയായിരുന്നു മൊറാഴ. ആ ആവേശവും കരുത്തും സ്വായത്തമാ ക്കി ഒളിവുപ്രവർത്തനത്തിന്റെ സാഹസികതകളിലേക്ക് നടന്നവരിൽ ഇ കെ നായനാരുമുണ്ടായിരുന്നു. കെ മാധവൻ തന്റെ എല്ലാ കൃതികളി ലും (*ഒരു ഗ്രാമത്തിന്റെ കഥ, പയസ്വിനിയുടെ തീരത്ത്* തുടങ്ങിയവ ഉദാ ഹരണം) ഈ വസ്തുതകൾ അടിവരയിട്ടിട്ടുമുണ്ട്. എന്നാൽ കയ്യൂർ വി

വാദത്തിൽ മുൻവിധിയോടെയാണ് അദ്ദേഹം പ്രതികരിച്ചിരുന്നത്. അതിന്റെ കാരണം ചരിത്രപരമാവാനിടയില്ല. കയ്യൂർ കേസിൽ വധശിക്ഷയിൽ നിന്നും രക്ഷപ്പെട്ട (പ്രായപൂർത്തിയാവാത്തതിനാൽ) ചൂരിക്കാടൻ കൃഷ്ണൻനായർ പറഞ്ഞത് ശ്രദ്ധിക്കാം: “വി വി കുഞ്ഞമ്പു, എൻ ജി കമ്മത്ത്, ഇ കെ നായനാർ തുടങ്ങിയ നേതാക്കൾ ആ നാട്ടുകാരായിരുന്നില്ല എന്ന് ഏവർക്കും അറിയാം. 1940 സപ്തംബർ 15 ന്റെ മൊറാഴ സംഭവത്തിന്റെ പശ്ചാത്തലത്തിൽ കാസർകോട് പ്രദേശത്ത് ഒളിവിൽ പ്രവർത്തിക്കുകയായിരുന്നു നായനാർ. ക്ലായിക്കോട് പ്രദേശത്ത് അദ്ദേഹം പാർട്ടി ക്ലാസ് സംഘടിപ്പിക്കുകയായിരുന്നു” (*തേജസ്വിനി നീ സാക്ഷി* പേജ് 117). പഴയ പോരാളികൾ പല അഭിമുഖങ്ങളിലും നായനാരുടെ ത്യാഗനിർഭരമായ പ്രവർത്തനങ്ങൾക്ക് തെളിവ് നൽകിയിട്ടുണ്ട്. എളേരിയിൽ ഹരിജൻ വിഭാഗങ്ങളിൽനിന്ന് ഉയർന്നുവന്ന ഉശിരൻ പ്രവർത്തകനായ പാലയുടെ മനസിലും കുറേ കഥകളുണ്ടായിരുന്നു. കയ്യൂർ കേസിലെ 34-ാം പ്രതി പരിയാരത്ത് കൃഷ്ണൻനായർ ഇതിൽ ചില കൂട്ടിച്ചേർക്കലുകളും നടത്തി. എളേരിയിലൊരിടത്ത് ഒളിവുകേന്ദ്രമായ വനപ്രദേശത്ത് ക്ഷീണിച്ചുറങ്ങിയ നായനാരുടെ ശരീരത്തിലൂടെ ഉഗ്രവിഷമുള്ള പാമ്പ് ഇഴഞ്ഞുനീങ്ങിയതടക്കം ഇപ്പോഴും നെഞ്ചിടിപ്പോടെ മാത്രമെ ഓർക്കാനാവൂ.

ചില ഒളിവുനേതാക്കളെത്തേടി തന്റെ വീട്ടിൽ പൊലീസ് നടത്തിയ പരിശോധനയെക്കുറിച്ച് പഴയകാല കോൺഗ്രസ് നേതാവ് എ സി കണ്ണൻ നായർ (ഡയറിക്കുറിപ്പ്, 1940 ഡിസംബർ 16) എഴുതിയിട്ടുണ്ട്. കാറന്തിനെയും എ ബി ഷെട്ടിയെയും അറസ്റ്റു ചെയ്തുവെന്നും തന്റെ ഭവനത്തിൽ വല്ലവരും ഒളിവിലുണ്ടോ എന്ന് പരിശോധിച്ചുവെന്നും അദ്ദേഹം പറയുന്നു. ഏറമ്പാല കൃഷ്ണൻ നായനാർ തുടങ്ങിയവരെ അന്വേഷിച്ചാകാം പൊലീസ് പരിശോധനയെന്നും കൂട്ടിച്ചേർക്കുന്നു. നായനാർ പങ്കെടുത്ത ചില യോഗങ്ങളുടെ വിശദാംശങ്ങളും ഡയറിയിലെ മറ്റ് പേജുകളിൽ വിവരിക്കുന്നുണ്ട്.

മൊറാഴ ചെറുത്തുനിൽപ്പ് നടന്ന 1940 സപ്തംബർ 15 ന് പി കൃഷ്ണപിള്ള സമീപസ്ഥലത്തുണ്ടായിരുന്നു. സമരനേതാക്കൾ പലപ്പോഴും അദ്ദേഹവുമായി ബന്ധപ്പെടുകയും ചെയ്തു. സംഘട്ടനത്തിനുശേഷം വനിതാ നേതാവായ വി പി ദേവകി കൃഷ്ണപിള്ളയെ കണ്ടിട്ടുമുണ്ട്. മൊറാഴക്കുശേഷം കെ പി ആർ ഗോപാലനെ വധശിക്ഷക്കു വിധിക്കുന്നു. കെ പി ആറിന്റെ സമാനതകളില്ലാത്ത ധീരതയും പ്രവർത്തകരെ കണ്ടെത്താനുള്ള കഴിവും സാഹസികമായ കൃത്യങ്ങൾ ഏറ്റെടുക്കാനുള്ള സന്നദ്ധതയും കൃഷ്ണപിള്ള ആരാധനയോടെയാണ് കണ്ടിരുന്നത്. 1942 ഡിസംബറിൽ കമ്യൂണിസ്റ്റ് പാർട്ടി കേരള ഘടകത്തിനുവേണ്ടി അദ്ദേഹമെഴുതിയ ലഘുലേഖ അതിന്റെ തെളിവാണ്. കൊലക്കയർ കാത്തുകഴിയുന്ന കെ പി ആറിനെക്കുറിച്ചുള്ള ‘കേരളത്തിലെ ബോൾഷെവിക്ക് വീരൻ’ എന്ന കുറിപ്പ് കയ്യൂർ സമരത്തിലേക്കും കടന്നുചെല്ലുന്നു

ണ്ട്. "ഇപ്പോൾ കയ്യൂർ കേസിലെ പ്രതിയായി പിടികിട്ടാതിരിക്കുന്ന കൃഷ്ണൻ നായനാർ കെ പി ആറിന്റെ അടുത്ത ചാർച്ചക്കാരനും കല്യാശേരിയുടെ ഒരു യഥാർഥ സന്താനവുമാണ്." തുടർന്ന് കൃഷ്ണൻ നായനാരുടെ സഹോദരൻ നാരായണൻ നായനാരെക്കുറിച്ചും സൂചിപ്പിക്കുന്നു. സഖാവ് നാരായണൻ നായനാരെ ആറോണിന്റെ നിയോജകമണ്ഡലത്തിൽ നിറുത്തുകയും ശക്തിയായ എതിർപ്പുള്ള തളിപ്പറമ്പിൽ നിൽക്കാൻ കെ പി ആർ സ്വയം തീർച്ചപ്പെടുത്തുകയും ചെയ്തു. കടുത്ത വേലകൾ ഏറ്റെടുക്കുന്നത് ഒരു കമ്യൂണിസ്റ്റിന് ചേർന്ന പ്രത്യേക അവകാശമായാണ് കെ പി ആർ കരുതുന്നത്... ഈ തിരഞ്ഞെടുപ്പാണ് സാധു നാരായണൻ നായനാർക്ക് മൊറാഴ കേസിൽ ഇരുപതുകൊല്ലം കിട്ടുവാനിടയാക്കിയത്. തിരഞ്ഞെടുപ്പ് പോരാട്ടത്തിൽ തനിക്കെതിരെ ഉറച്ചുനിന്നതാണ് ആറോണെ പ്രകോപിതനാക്കിയത്. അതിനാൽ നാരായണൻ നായനാരെ കേസിൽപ്പെടുത്തുകയും ചെയ്തുവെന്നു പറയുന്ന കൃഷ്ണപിള്ള എന്നാൽ കൃഷ്ണൻ നായനാരെ അങ്ങനെയല്ല വിലയിരുത്തിയിട്ടുള്ളത്. നാരായണൻ നായനാരുടെ അവസ്ഥയാണ് കൃഷ്ണൻ നായനാർക്കുമെങ്കിൽ അദ്ദേഹം അങ്ങനെ വ്യക്തമാക്കുമായിരുന്നില്ലേ. ദുർഘടപാതകളും കഴുമരങ്ങളും കാത്തിരുന്ന ജീവിതഘട്ടങ്ങളിൽ തങ്ങളെക്കുറിച്ചുപോലും ചിന്തിക്കാനാവാത്ത സമരമുഹൂർത്തങ്ങളിൽ പ്രവർത്തിച്ചവരെയാണ് ചിലർ വ്യക്തിപ്രഭാവം മുന്നിലെത്തിക്കാൻ ശ്രമിച്ചുവെന്ന് പഴിക്കുന്നത്. വൈരാഗ്യവും സാമാന്യബോധവും ആ വാദത്തിന് പിന്തുണ നൽകിയേക്കാം. ചരിത്രത്തിന് ഇതിൽ ഒന്നും നൽകാനില്ല. ചരിത്രത്തിന്റെ വീഥിയിലൊഴുകിയ സത്യത്തിന്റെ ചോരപ്പാടുകളെ നുണകളുടെ കാലവർഷത്തിന് കഴുകിക്കളയാനാവില്ല.

7

ആദ്യ കർഷകസംഘം

മലബാർ രാഷ്ട്രീയം തിളച്ചുമറിഞ്ഞ പ്രധാന ഘട്ടങ്ങളിലൊന്നായിരുന്നു മുപ്പതുകൾ. രാഷ്ട്രീയ തടവുകാരായി കോൺഗ്രസ് നേതാക്കൾ കണ്ണൂർ സെൻട്രൽ ജയിലിൽ. അവിടെ ഉത്തരേന്ത്യൻ വിപ്ലവകാരികളുമായുള്ള സാമീപ്യങ്ങളും സമ്പർക്കങ്ങളും. തീവ്രവാദ ഉള്ളടക്കമുള്ള ചർച്ചകൾ. കാടകം വനസത്യഗ്രഹത്തെത്തുടർന്ന് ജയിലിലായ എ വി കുഞ്ഞമ്പുവും മറ്റും പുറത്തെത്തുന്നത് പുതിയ ലോകവീക്ഷണവും സമരസന്ദേശങ്ങളുമായി. ഇതാണ് ഇന്ത്യൻ യുവജന ചരിത്രത്തിലെ അഗ്നിബിന്ദുക്കളിലൊന്നായ അഭിനവ ഭാരത് യുവക് സംഘം രൂപീകരണത്തിലെത്തിയത്.

യുവക്സംഘം അതിവേഗം പടർന്നുപന്തലിച്ചു. കരിവെള്ളൂരിൽനിന്ന് അത് ചരിത്രത്തിന്റെ ഉയരങ്ങൾ കയറി. കർഷകരുടെ ദയനീയാവസ്ഥ അതേ മട്ടിൽ തുറന്നുകാട്ടപ്പെട്ടു.

ജന്മിത്വത്തിന്റെ കിരാതത്വം കർഷകർക്ക് മൃഗപരിഗണനപോലും കർഷകർക്ക് നൽകിയില്ല. അക്രമപ്പിരിവുകൾ അവരുടെ നട്ടെല്ലൊടിച്ചു. അന്ധവിശ്വാസങ്ങളും അനാചാരങ്ങളും ഈ അവസ്ഥയിൽ ഇരുട്ടുവീഴ്ത്തി. ജാതിയുടെ ചൂഷണം മറ്റൊരു ഭാരമായി.

മുപ്പതുകളുടെ ആദ്യവർഷങ്ങളിൽ പി കൃഷ്ണപിള്ളയുടെയും മറ്റും നേതൃത്വത്തിൽ കോഴിക്കോടും സമീപപ്രദേശങ്ങളും കേന്ദ്രീകരിച്ച് നടന്ന തൊഴിലാളി പ്രവർത്തനങ്ങൾ. ഇത് കർഷകർക്കിടയിലും ആവേശമുണ്ടാക്കി.

സൂര്യൻ കണ്ണുതുറക്കും മുമ്പുമുതൽ അസ്തമയത്തിനു ശേഷവും നടുപൊട്ടുംവരെ പണിയെടുക്കണം. എന്നിട്ടും അവരുടെ കലങ്ങളിൽ വെന്തത് പട്ടിണി. നല്ല മണ്ണും നല്ല പെണ്ണും യജമാനന്മാർക്കോ എന്ന അവരുടെ അവ്യക്തമായ ചോദ്യങ്ങൾ ചില ഘട്ടങ്ങളിലെങ്കിലും പൊട്ടി

ത്തെറിയുണ്ടാക്കി. മുടി നീട്ടിവെക്കണമെന്നത് ആചാരമായിരുന്നപ്പോൾ മുടി മുറിച്ച് ജന്മിയുടെ കാര്യസ്ഥന്റെ മുഖത്തെറിഞ്ഞ് കൊടിലോൻ രാമൻ ധീരതയുടെ പർവതങ്ങൾ കാണിച്ചുകൊടുത്തു. എ കെ ജിയും എ കെ പൊതുവാളും ഈ രാമനെ രാഷ്ട്രീയമായി സ്ഥാനപ്പെടുത്തിയപ്പോൾ സി വി ബാലകൃഷ്ണനും ബാലൻ കെ മാസ്റ്ററും സർഗാത്മകമായി തിരിച്ചറിഞ്ഞു.

ഒറ്റപ്പെട്ട പ്രതിഷേധങ്ങളിൽനിന്നും ദുർബലമായ ചോദ്യങ്ങളിൽനിന്നും നിഴൽപോലെ മെലിഞ്ഞ തിരിച്ചറിവുകളിൽനിന്നും കർഷകരുടെ സംഘടനയെക്കുറിച്ചുള്ള അന്വേഷണങ്ങൾ യാഥാർഥ്യമാവുന്നത് 1935 ജൂലായ്–ആഗസ്റ്റ് മാസങ്ങളിലാണ്. ഇതിൽ ആദ്യത്തെ സംഘടന ജൂലായ് 13 ന് ചിറക്കൽ താലൂക്കിലെ കൊളച്ചേരിയിലാണ് പിറവിയെടുത്തത്.

നണിയൂരിൽ വിഷ്ണുഭാരതീയന്റെ വീടായ ഭാരതീയ മന്ദിരത്തിൽ ചേർന്ന 28 പേരുടെ യോഗം അങ്ങനെ ചരിത്രമായി. സംഘടിത കർഷക പ്രസ്ഥാനത്തിന്റെ ആദ്യരൂപം. പാട്ടത്തിൽ പത്മനാഭനായിരുന്നു അധ്യക്ഷൻ. ആദ്യ പ്രസിഡന്റായി വി എം വിഷ്ണുഭാരതീയനെയും സെക്രട്ടറിയായി കെ എ കേരളീയനെയും തിരഞ്ഞെടുത്തു.

ആദ്യ സംഘടനയുടെ പൊതുയോഗം പി എം ഗോപാലന്റെ അധ്യക്ഷതയിൽ നണിയൂരെ തിലക മൈതാനത്ത് നടന്നു. ജന്മിമാരുടെ ചൂഷണത്തിനെതിരെ ശക്തമായി പ്രതികരിച്ച യോഗം കൃഷിക്കാരിൽ പുത്തനുണർവ് സൃഷ്ടിച്ചു.

യോഗത്തിനെതിരെ ചില കൃഷിക്കാരുടെ ഭാഗത്തുനിന്നുതന്നെ എതിർപ്പുണ്ടായി. ജന്മിയുടെ വിശ്വസ്തനായ കരിമ്പിൽ അമ്പുക്കുട്ടിയുടെ നേതൃത്വത്തിൽ ബഹളമുണ്ടാക്കുകയും ചെയ്തു. ഇതേത്തുടർന്ന് യോഗം സുഗമമായി നടത്താനായില്ല. മൂന്നാം തവണത്തെ ശ്രമമാണ് വിജയത്തിലെത്തിയത്. യോഗം അലങ്കോലമാക്കാൻ ജന്മിക്കൊപ്പംനിന്ന അമ്പുക്കുട്ടിയുടെ നേർക്കും പിന്നീട് ചൂഷണത്തിന്റെ കൈകൾ ചാഞ്ഞു. അയാളും കുടുംബവും അധ്വാനിച്ചുണ്ടാക്കിയ കുരുമുളക് ജന്മി പറിച്ചെടുത്തു. ഇതിനെതിരെ കേസു കൊടുക്കുമെന്നും ഭാരതീയനും കേരളീയനും ജന്മിക്കെതിരെ സാക്ഷി പറയുമെന്നും പ്രചാരണമുണ്ടായി. ഒടുവിൽ ജന്മി വഴങ്ങി. അമ്പുക്കുട്ടിക്ക് നഷ്ടപരിഹാരം ലഭിച്ചു. കർഷക സംഘത്തിന്റെ ആദ്യവിജയം. കർഷക സ്ത്രീയായ ചെമ്മരത്തിയുടെ കുരുമുളകും ഇങ്ങനെ ജന്മി പറിച്ചെടുത്തു. ഇതിനെതിരെയും കർഷകസംഘം പ്രതികരിക്കുമെന്ന സന്ദേശം പടർന്നു. അന്നത്തെ പ്രധാന വാർത്താവിനിമയ കേന്ദ്രങ്ങളായ കള്ളുഷാപ്പുകളിൽ ചെറുത്തുനിൽപ്പിന്റെ കഥകൾ പ്രചരിച്ചു. പഴയ സ്ഥലങ്ങളും സംഭവങ്ങളുമല്ല അവയെന്ന് ജന്മിക്ക് ബോധ്യമായി. വലിയ ഭാവവ്യത്യാസങ്ങൾ മനസിലായി. ചെമ്മരത്തിക്കും നഷ്ടപരിഹാരം ലഭിച്ചു.

ആയിടയ്ക്ക് ഭാരതീയന്റെ വീട് ചിറയ്ക്കൽ രാജാവിന്റെ ഒത്താശയോടെ ജപ്തിചെയ്തു. മറംപറമ്പിലെ വൻപ്ലാവ് മുറിച്ചുകൊണ്ടുപോയി. നാലാൾ പിടിച്ചാലെത്താത്ത അത് ആനയാണ് കൊണ്ടുപോയത്.

അടുത്ത സമരകേന്ദ്രം പെൺകൊത്തിപ്പാറയായിരുന്നു. പുരപ്പുല്ലും തോലും മുള്ളുമൊക്കെ അവിടെനിന്നായിരുന്നു കർഷക സ്ത്രീകൾ എടുത്തുകൊണ്ടുപോയിരുന്നത്. നൂറുകെട്ട് അരിഞ്ഞാൽ 25 എണ്ണം നമ്പൂതിരിക്ക് നിർബന്ധമായിരുന്നു. ഈ അനീതിയെക്കുറിച്ച് സ്ത്രീകൾ നേതാക്കളെ ധരിപ്പിച്ചു. പെൺകൊത്തിപ്പാറയിൽ നൂറ്റമ്പതോളം പേർ പിക്കറ്റിങ് നടത്തി. ജന്മിഗുണ്ടകളായ 25 ആളുകൾ സ്ഥലത്തെത്തി. അവർക്ക് ഒന്നും ചെയ്യാനായില്ല. നാണംകെട്ട് പിരിഞ്ഞുപോയി. ഇത്തരം ചെറിയ വിജയങ്ങൾ നാടുനീളെ പടർന്നു. കൃഷിക്കാർ രഹസ്യമായി കർഷകസംഘത്തെ സമീപിക്കാൻ തുടങ്ങി.

അന്നത്തെ തറവാട് സംവിധാനത്തിനെതിരായ കലാപമെന്ന നിലയിലാണ് ഭാരതീയൻ വീടുവിട്ടിറങ്ങുന്നത്. ചിറയ്ക്കൽ കോവിലകത്തിന് ആയിരം രൂപയ്ക്ക് വീട് പണയം വയ്ക്കാമെന്ന നിർദേശം ആ ഇരുപതുകാരന് ഉൾക്കൊള്ളാനായില്ല. മാലകെട്ടൽ, പൂജ തുടങ്ങിയ പ്രവൃത്തികൾ അപര്യാപ്തമാണെന്നും വിഷ്ണുനമ്പീശൻ തിരിച്ചറിഞ്ഞു. സ്വാതന്ത്ര്യം ഇല്ലാത്ത ജീവിതം നിരർഥകമാണെന്നും അടിമത്ത മനോഭാവം ഒരാളെ എത്രമാത്രം ഭയചകിതമാക്കുമെന്നും അവൻ ജീവിതത്തിൽ നിന്ന് പഠിച്ചു. ജന്മിത്വത്തിന്റെ ചൂഷണങ്ങൾ ചുറ്റും നിരവധിയായിരുന്നു.

സത്യം തേടിയുള്ള ഭാരതീയന്റെ അന്വേഷണം മറ്റൊരു ചരിത്രമായി. യാഥാർഥ്യങ്ങളിലേക്കുള്ള യാത്രകൾ. ബാലഗംഗാധര തിലകന്റെ ഗീതാരഹസ്യം എന്നും ഒപ്പമുണ്ടായി. വലിയ ലക്ഷ്യത്തിനായി മരിച്ച ആ ധീരദേശാഭിമാനിയുടെ പേരാണ് ഭാരതീയൻ മൂത്ത മകന് നൽകിയത്. ലോകമാന്യ ബാലഗംഗാധര തിലക് എന്നു മുഴുവനായി.

മറ്റൊരു മകനാകട്ടെ ഗോപാലകൃഷ്ണ ഗോഖലെയും. നാലാം വയസിൽ അസുഖവും ദാരിദ്ര്യവും കാർന്നുതിന്ന് മരണത്തിലേക്ക് കൊണ്ടുപോയ മകളുടെ പേര് ഭാരതിയെന്നായിരുന്നു. ഇന്ത്യയെക്കുറിച്ചുള്ള വിചാരം നിറഞ്ഞ പേര്.

ഇല്ലായ്മയുടെയും ദാരിദ്ര്യത്തിന്റെയും സങ്കടക്കടലുകൾ താണ്ടിയാണ് ഭാരതീയൻ രാഷ്ട്രീയ രംഗത്ത് ഉറച്ചുനിന്നത്. ഒരു നേരത്തെ മതിയായ ആഹാരം പോലുമില്ലാത്ത അവസ്ഥ. കുട്ടികൾ വിശന്ന് നിലവിളിക്കുകയായിരുന്നു. പേരുകേട്ട തറവാട്ടിലെ ഉപകരണങ്ങളോരോന്നും വിറ്റുകൊണ്ടാണ് പിടിച്ചുനിന്നത്. ഒടുവിൽ ഒന്നും എടുക്കാനില്ലാതായി.

പറശ്ശിനിക്കടവ് ചരിത്രത്തിന്റെ കടത്തുകേന്ദ്രം കൂടിയായതിന് പ്രത്യേക കാരണങ്ങളുണ്ട്. മഠപ്പുര കയ്യേറിയപ്പോൾ ദേശീയ പ്രസ്ഥാന പ്രവർത്തകരാണ് ചെറുത്തുനിന്നത്. പിന്നെ പ്രസ്ഥാനത്തിന്റെ നീക്കങ്ങൾക്ക് മഠപ്പുര കാവൽനിന്നു.

അവിടത്തെ പോസ്റ്റോഫീസും ശ്രദ്ധേയമായിരുന്നു. ഭാരതീയന് കോൺഗ്രസ് ദേശീയ നേതൃത്വത്തിന്റെ കത്തിടപാടുകൾ അതുവഴിയായിരുന്നു. അവിടത്തെ ജീവനക്കാരനും പിന്നീട് സജീവ രഹസ്യ പ്രവർത്തകനായി.

കൊളച്ചേരി കേന്ദ്രീകരിച്ച് നടന്ന സംഘം രൂപീകരണം മറ്റ് പ്രദേശങ്ങളിലും ചലനങ്ങളുണ്ടാക്കി. പഴയ കുറുമ്പ്രനാട് താലൂക്കിന്റെ കിഴക്കൻ ഭാഗങ്ങളായ നരിപ്പറ്റയിലും മൊകേരിയിലും സംഘടന പിറന്നു. എം കെ കേളുവും എം ഗോപാലക്കുറുപ്പും മറ്റുമായിരുന്നു നേതൃത്വത്തിൽ. പി കൃഷ്ണപിള്ളയുടെ മാർഗനിർദേശങ്ങൾ ഇവർക്ക് വേണ്ടുവോളമുണ്ടായിരുന്നു. തെക്കൻ കർണാടകയുടെ ഉൾപ്രദേശങ്ങളിൽപ്പോലും ചില ഉണർവുകളുണ്ടായി.

1935 സപ്തംബറിൽ കരിവെള്ളൂർ, പെരളം, കൊടക്കാട് പ്രദേശങ്ങളിലെ കൃഷിക്കാർ സംഘടിച്ചു. എ വി കുഞ്ഞമ്പുവിന്റെ നേതൃത്വത്തിലായിരുന്നു രൂപീകരണ യോഗം. എം പി അപ്പുമാസ്റ്റർ സെക്രട്ടറിയും എ വി പ്രസിഡന്റുമായി അവിടെ കർഷകസംഘം രൂപീകരിച്ചു. ചിറക്കൽ – നീലേശ്വരം രാജാക്കന്മാർ, താഴക്കാട് മന തുടങ്ങിയ ജന്മിമാർക്കെതിരെയായിരുന്നു ആദ്യകാല സമരങ്ങൾ.

8

ഗർജിച്ച മൊറാഴ

ആയിരത്തിത്തൊള്ളായിരത്തി നാൽപ്പത് സപ്തംബർ 15.

മൊറാഴ, തലശ്ശേരി, മട്ടന്നൂർ.

ജന്മിത്വത്തിന്റെയും സാമ്രാജ്യത്വത്തിന്റെയും ക്രൗര്യങ്ങൾക്കെതിരെ പിടഞ്ഞെണീറ്റ ഏറനാടൻ മാപ്പിള കർഷകർക്ക് ശേഷം ഭരണകൂടത്തെ കിടിലം കൊള്ളിച്ച ഉജ്വല ജനമുന്നേറ്റങ്ങൾ.

മതപ്രോക്തമായ ചിഹ്നങ്ങളും ഏതൊരു പരമ്പരാഗത സമൂഹത്തെയുംപോലെ മതവിശ്വാസം കനിഞ്ഞേകിയ ആത്മബലവുമാണ് ചൂഷണത്തെ തിരിച്ചറിഞ്ഞ് മാപ്പിള കലാപകാരികളെ സമരോത്സുകരാക്കിയതെങ്കിൽ സപ്തംബർ 15 സമരങ്ങൾ പുതിയ ശാസ്ത്രീയ ബോധത്തിന്റെയും രാഷ്ട്രീയ സമീപനത്തിന്റെയും വിളംബരം കൂടിയായിരുന്നു.

രണ്ടാം ലോകമഹായുദ്ധത്തിലേക്ക് ഇന്ത്യയെ വലിച്ചിഴച്ച ബ്രിട്ടീഷ് സമീപനത്തെ കോൺഗ്രസ് ആദ്യം ശക്തമായി വിമർശിച്ചില്ല. യുദ്ധകാലയളവിലെ സാമൂഹ്യ സാഹചര്യവും രാഷ്ട്രീയ രംഗവും കോൺഗ്രസിന്റെ ആശയജഡത്വത്തിനും പ്രായോഗിക പരിമിതിക്കുമെതിരായ വിമർശനത്തിന്റെ കൂടി തിരികൾ കത്തിച്ചു.

യുദ്ധകാല സാഹചര്യത്തിലെ ഗാന്ധിജിയുടെ പ്രസ്താവനകൾ ബ്രിട്ടനെക്കുറിച്ചുള്ള അതിരുകടന്ന ആത്മവിശ്വാസത്തിന്റെകൂടി സാക്ഷ്യപത്രമായി. യുദ്ധപങ്കാളിത്തത്തിന് പിന്തുണ നൽകുന്നതിലൂടെ ഇന്ത്യക്ക് ബ്രിട്ടൻ സ്വാതന്ത്ര്യം അനുവദിക്കുമെന്നുവരെ അത് നീണ്ടു. യുദ്ധസന്നാഹത്തിന്റെ ഭ്രാന്താവേശത്തിൽ എത്തിപ്പിടിക്കുന്ന വ്യാവസായിക വളർച്ച ഇന്ത്യയിലേക്ക് പകരുമെന്നും ഗാന്ധിജിയും മറ്റും സ്വപ്നം കണ്ടു.

യുദ്ധസാഹചര്യത്തോടുള്ള അലക്ഷ്യമായ സമീപനത്തിനിടയിലാണ് കോൺഗ്രസ് പ്രസിഡന്റ് പട്ടാഭി സീതാരാമയ്യ മലബാർ പര്യടനത്തി

നെത്തിയത്. സാമ്രാജ്യത്വയുദ്ധവും സ്വാതന്ത്ര്യസമരവും ബന്ധപ്പെടുത്തി ഈ സ്വീകരണവേളയിൽ ചോദ്യങ്ങളുയർന്നു.

യുദ്ധവിരുദ്ധ പ്രക്ഷോഭം കമ്യൂണിസ്റ്റ് പാർട്ടിയുടെ നേതൃത്വത്തിൽ രാജ്യമാകെ അലയടിച്ചു. കമ്യൂണിസ്റ്റുകാരായ കോൺഗ്രസ് നേതാക്കളിൽ പലരും യുദ്ധവിരുദ്ധ പ്രചാരണം നടത്തിയതിന് അഴികൾക്കുള്ളിലുമായി. ഈയൊരു സന്ധിയിലാണ് കോട്ടക്കൽ രാഷ്ട്രീയ സമ്മേളനം നടന്നത്. അന്നത്തെ പഞ്ചാബ് കോൺഗ്രസ് പ്രസിഡന്റും കമ്യൂണിസ്റ്റ് നേതാക്കളിൽ ശ്രദ്ധേയനുമായിരുന്ന മിയാൻ ഇഫ്തിക്കാരുദ്ദീന്റെ അധ്യക്ഷതയിൽ. അദ്ദേഹത്തിന്റെ പേരിന്റെ പ്രത്യേകതയിൽ പിടിച്ചുതൂങ്ങി സഞ്ജയൻ സമ്മേളനത്തെയാകെ പുച്ഛരിച്ചുതള്ളി. ഇടതുപക്ഷ നേതൃത്വത്തിന്റെ യുദ്ധവിരുദ്ധ നിലപാടിനെ എതിർത്തുതോൽപ്പിക്കുന്നതിന് വലതുപക്ഷം സംഘടിതമായി നിന്നു.

സാമ്രാജ്യത്വ വിരുദ്ധ പോരാട്ടത്തിൽ ഒരു വിട്ടുവീഴ്ചക്കുമൊരുങ്ങാത്ത രാഷ്ട്രീയ പ്രമേയം സമ്മേളനം ഭൂരിപക്ഷത്തോടെ പാസാക്കി. രാഷ്ട്രീയ സമ്മർദത്തിന്റെയും ജനസാമാന്യത്തിന്റെ ആവേശത്തിമിർപ്പിന്റെയും വേലിയേറ്റത്തിലാണ് കോൺഗ്രസ് നേതൃത്വത്തിന്റെ മരവിപ്പ് തെല്ലൊന്ന് നീങ്ങിയത്. അതിനാൽ 1940 സപ്തംബർ 15 ന്റെ യുദ്ധവിരുദ്ധ അക്രമ പ്രതിഷേധദിനത്തെ കേന്ദ്ര കോൺഗ്രസ് നേതൃത്വം തുറന്നെതിർത്തില്ല.

സാമ്രാജ്യവിരോധത്തിന്റെയും യുദ്ധവിരുദ്ധ മനോഭാവത്തിന്റെയും ശാസ്ത്രീയ ധാരണകളുടെ പിൻബലവും ട്രേഡ് യൂണിയൻ – കർഷക മുന്നേറ്റങ്ങളുടെ പ്രായോഗികാനുഭവവും കരുത്ത് നൽകി.

സപ്തംബർ 15 ന് മൊറാഴ, തലശേരി, വടകര, കണ്ണൂർ, പയ്യന്നൂർ, മട്ടന്നൂർ തുടങ്ങിയ സ്ഥലങ്ങളിൽ പ്രതിഷേധാഗ്നികളുയർത്തി. നിരോധനാജ്ഞയുടെയും ആയുധങ്ങളുടെയും പിൻബലത്തിൽ അധികാര സംവിധാനം എല്ലായിടത്തും ജനസമാഹരണത്തെ തല്ലിക്കൊഴിക്കാൻ ശ്രമിച്ചു.

മർദനപ്രതിഷേധ ദിനാചരണത്തിന്റെയും ചിറക്കൽ താലൂക്ക് കർഷക സമ്മേളനത്തിന്റെയും വേദി പാപ്പിനിശ്ശേരി വില്ലേജിലെ കീച്ചേരിയായിരുന്നു. വിവിധ ഭാഗങ്ങളിൽനിന്ന് കർഷക ജാഥകൾ ഉച്ചമുതൽ കീച്ചേരി ലക്ഷ്യമാക്കി നീങ്ങിക്കൊണ്ടിരുന്നു. ആറോൺമില്ലിലെ ബഹുഭൂരിപക്ഷം തൊഴിലാളികളും സമ്മേളനത്തിനെത്തി. പൊലീസ് മർദന സംവിധാനത്തിന്റെ ക്രൗര്യവും ട്രേഡ് യുണിയൻ പ്രവർത്തനത്തിന്റെ ബാലപാഠങ്ങളും അവരെ സമരസജ്ജരും കരുത്തരുമാക്കിയിരുന്നു.

കീച്ചേരിയിൽ സമ്മേളനത്തിനെത്തിയ ജനങ്ങളുടെ എണ്ണം കൂടിക്കൂടി വന്നു. പൊടുന്നനെ വളപട്ടണം പൊലീസ് സബ് ഇൻസ്പെക്ടർ കുട്ടികൃഷ്ണമേനോനും കണ്ണൂർ സബ് മജിസ്ട്രേട്ടും ഒരു സംഘം പൊലീസുകാരുമൊത്ത് സമ്മേളന വേദിയായ യതീന്ദ്ര മൈതാനിയിലെത്തി നിരോധനാജ്ഞ പ്രഖ്യാപിച്ചു.

കർഷക സംഘത്തിന്റെ പ്രത്യേക സമ്മേളനത്തിൽ പങ്കെടുക്കാൻ വന്ന തങ്ങളെ അതിനനുവദിക്കണമെന്ന നേതാക്കളുടെ അഭ്യർഥന കുട്ടികൃഷ്ണമേനോന് സ്വീകാര്യമായില്ല. ജനക്കൂട്ടം സ്വയം പിരിഞ്ഞുപോകണമെന്നായി–ഏറെ നേരത്തെ വാഗ്വാദത്തിനുശേഷം കുട്ടികൃഷ്ണമേനോന്റെ ആജ്ഞ.

ഈയൊരു അവസ്ഥയിലാണ് യോഗസ്ഥലം കീച്ചേരിക്ക് തൊട്ടടുത്ത മൊറാഴയിലെ അഞ്ചാംപീടികയിലേക്ക് മാറ്റിയതായി കെ പി ആർ ഗോപാലൻ അറിയിച്ചത്. അന്ന് കല്യാശേരിയിൽ ഒളിവിൽ കഴിഞ്ഞിരുന്ന പി കൃഷ്ണപിള്ള, കെ എ കേരളീയൻ, ഇ എം എസ് എന്നീ നേതാക്കളുമായി ആശയ വിനിമയം നടത്തിയശേഷമാണ് സമ്മേളനം മാറ്റാനുള്ള തീരുമാനം കെ പി ആർ പ്രഖ്യാപിച്ചത്. 144–ാം വകുപ്പനുസരിച്ച് പ്രഖ്യാപിക്കപ്പെട്ട നിരോധന ഉത്തരവ് തളിപ്പറമ്പ് പൊലീസ് സ്റ്റേഷൻ അതിർത്തിയിലെ മൊറാഴയിൽ ബാധകമായിരുന്നില്ല. കീച്ചേരിയിൽനിന്ന് മൊറാഴയിലേക്ക് നീങ്ങിയ ജാഥയിൽ രണ്ടായിരത്തിലധികം ആളുകൾ ഉണ്ടായിരുന്നു. അതിൽ നാനൂറോളം ആറോൺമിൽ തൊഴിലാളികളും. ചെറുചെറു ജാഥകൾ മൊറാഴയിലേക്ക് കുത്തിയൊഴുകുകയായിരുന്നു.

അഞ്ച് പീടിക എന്ന അർഥത്തിലുള്ള അഞ്ചാംപീടികയിലെ പ്രാദേശിക കോൺഗ്രസ് പ്രവർത്തകനായ ഇബ്രാഹിമിന്റെ കടയ്ക്കരികിലാണ് യോഗം നിശ്ചയിച്ചത്. ആയിരത്തിലധികം പേർ നാലുമണിക്ക് മുമ്പ് സ്ഥലത്തെത്തിയതായി അന്നത്തെ രഹസ്യാന്വേഷണ റിപ്പോർട്ട് വ്യക്തമാക്കുന്നു.

ഖദർ യൂണിഫോം ധരിച്ച കോൺഗ്രസ് വളണ്ടിയർമാർ. അറാക്കൽ കുഞ്ഞിരാമന്റെ നേതൃത്വത്തിൽ വളണ്ടിയർ കോർ. സമ്മേളന സ്ഥലത്ത് ചെങ്കൊടികളും ത്രിവർണ പതാകകളും. സ്ത്രീകളും കുട്ടികളുമുൾപ്പെടെ വൻ ജനാവലി. നഗറിലുയർന്നത് ചെങ്കൊടി. “ജന്മിത്വം നശിക്കട്ടെ, സാമ്രാജ്യത്വം തുലയട്ടെ, കർഷക സംഘം സിന്ദാബാദ്” തുടങ്ങിയ മുദ്രാവാക്യങ്ങൾ. കെ പി ആറിന്റെയും വിഷ്ണുഭാരതീയന്റെയും നേതൃത്വത്തിൽ യോഗം ആരംഭിക്കാനുള്ള സമയമായപ്പോഴേക്കും വളപട്ടണം സബ് ഇൻസ്പെക്ടർ കുട്ടികൃഷ്ണമേനോൻ, തളിപ്പറമ്പ് സബ് ഇൻസ്പെക്ടർ വീരാൻ മൊയ്തീനോടും ജുഡീഷ്യൽ മജിസ്ട്രേട്ടിനോടും 14 പൊലീസുകാരോടുമൊപ്പം അഞ്ചാംപീടികയിലേക്ക് കുതിച്ചെത്തി. കീച്ചേരിയിലെ നിരോധന ഉത്തരവിന് ശേഷം യോഗം മൊറാഴയിലെ അഞ്ചാംപീടികയിലേക്ക് മാറ്റിയ സംഘാടക തീരുമാനമറിഞ്ഞ മേനോൻ അവിടെയും അതനുവദിക്കില്ലെന്ന വാശിയിലായിരുന്നു. ആറോൺ മിൽ സമരത്തിലും മറ്റും പങ്കെടുത്ത പൊതുപ്രവർത്തകരെ ദ്രോഹിക്കാൻ അവസരം കാത്തുനിൽക്കുകയായിരുന്നു കുട്ടികൃഷ്ണമേനോൻ.

അതിന് തളിപ്പറമ്പ് സബ് ഇൻസ്പെക്ടറെ പ്രേരിപ്പിക്കുകയായിരുന്നു. മൊറാഴ, കുട്ടികൃഷ്ണമേനോന്റെ അധികാര പരിധിയിലല്ലെന്നത്

ജനങ്ങളെ കൂടുതൽ ക്ഷുഭിതരാക്കി. ആറോൺ മിൽ തൊഴിലാളി സമരത്തെ ചോരയിൽ കുതിർക്കുന്നതിൽ കുട്ടികൃഷ്ണമേനോന്റെ ക്രൂരതയും കാരണമായി. 1921 ലെ മലബാർ കലാപവേളയിൽ മാപ്പിള കർഷകർക്കെതിരെ ചാടിവീഴുന്നതിൽ മേനോൻ മുൻപന്തിയിലായിരുന്നു. അതിക്രമങ്ങൾ അതിരുകടന്ന ഘട്ടത്തിൽ മാപ്പിള കർഷക ജനസാമാന്യം ഇയാൾക്കെതിരെ തിരിയാനിടയുണ്ടെന്ന റിപ്പോർട്ടിന്റെ വെളിച്ചത്തിലാണ് വടക്കെ മലബാറിലേക്ക് മാറ്റി നിയമിച്ചത്. കീച്ചേരിയിൽ സമ്മേളനം തുടങ്ങുമെന്നായപ്പോൾ അധ്യക്ഷനായ വിഷ്ണുഭാരതീയന്റെ അടുത്തുചെന്ന്, ഇവിടെയും നിരോധനം ബാധകമാണെന്ന് കുട്ടികൃഷ്ണമേനോൻ അറിയിച്ചു. ജനക്കൂട്ടം ഉടൻ പിരിഞ്ഞുപോകണമെന്ന ആജ്ഞയും വന്നു. നിരോധന ഉത്തരവിന്റെ കോപ്പി കെ പി ആറിന് നൽകി.

സമ്മേളന നടപടികൾ അവസാനിച്ചാൽ പിരിഞ്ഞുപോകാമെന്ന ഭാരതീയന്റെ മറുപടി കുട്ടികൃഷ്ണമേനോന് തൃപ്തമായില്ല.

തന്നെ എന്ത് ചെയ്താലും തരക്കേടില്ലെന്ന് പറഞ്ഞ് ഭാരതീയൻ നിലത്ത് കിടന്നു. പിന്നെ മദമിളകിയ കണക്കെ പൊലീസ് ജനങ്ങൾക്കുമേൽ ചാടിവീണു. പൊലീസിന്റെ ആജ്ഞ അനുസരിക്കരുതെന്ന കെ പി ആറിന്റെ പ്രഖ്യാപനം മുഴങ്ങി. ജനങ്ങൾക്കത് ആവേശമായി.

ജനക്കൂട്ടത്തിന് നേരെ മൃഗതുല്യമായി ചാടിവീണ കുട്ടികൃഷ്ണമേനോൻ. നേതാക്കളെ ആക്രമിക്കുന്നതുകണ്ട് സ്വയം മറന്ന് തിരിച്ചടിച്ച ജനങ്ങൾ. വളണ്ടിയർ ക്യാപ്റ്റൻ അറാക്കൽ കുഞ്ഞിരാമന്റെ തല തല്ലിയുടച്ചു കുട്ടികൃഷ്ണമേനോനും ഹെഡ് കോൺസ്റ്റബിൾ ഗോപാലൻ നായരും.

ആറോൺ മിൽ സമരത്തിൽ മർദനവും പീഡനവും വേണ്ടുവോളം സഹിച്ച പട്ടിണിപ്പാവങ്ങളായ തൊഴിലാളികൾ. മൊറാഴ യുദ്ധസമാനം. ജനങ്ങളും പൊലീസും തമ്മിലുള്ള ഘോരമായ ഏറ്റുമുട്ടൽ. ജനങ്ങൾ ഇൻക്വിലാബ് വിളികളുമായി ജ്വലിച്ചു.

ഏറ്റുമുട്ടലിൽ കുട്ടികൃഷ്ണമേനോൻ സംഭവസ്ഥലത്തും ഒരു ഹെഡ് കോൺസ്റ്റബിൾ അന്ന് രാത്രിയും മരിച്ചു. തുടർന്ന് പൊലീസിന്റെ ഭീകരതാണ്ഡവം.

അന്നുതന്നെ തലശ്ശേരിയിലും മട്ടന്നൂരിലും മറ്റും പച്ച മനുഷ്യനും നിറതോക്കുകളും നേർക്കുനേർ നിന്നു. അധികാരത്തിന്റെ ധാർഷ്ട്യം ജനകീയ പ്രതിഷേധത്തെ ചതച്ചരച്ചു.

മൊറാഴക്ക് സമാനമായ ഭീതിദമായ അടിച്ചമർത്തലിന്റെ രംഗം തലശേരിയിൽനിന്നായിരുന്നു. അവിടെ സ്കൂൾ അധ്യാപകനും ഇരുപത്തെട്ടുകാരനുമായ അബുവും പതിനെട്ടുകാരനും ബീഡിത്തൊഴിലാളിയുമായിരുന്ന ചാത്തുക്കുട്ടിയും രക്തസാക്ഷികളായി.

ഫീച്ചറെഴുതുന്നവരുടെ രചനാ കൗശലമനുസരിച്ച് മെലിയുകയും തടിക്കുകയും ചെയ്യേണ്ട സാങ്കൽപ്പിക വൃക്ഷമല്ല ചരിത്രം. വർണാഭമാ

യ പുറംതൊലിയോടെ അവതരിപ്പിച്ച് അതിന്റെ യഥാർഥ സന്ദർഭങ്ങൾ മൂടിവെക്കുകയെന്നത് വരേണ്യ വീക്ഷണത്തിന്റെ സാമാന്യ രീതികളിലൊന്നാണ്. സംഭവങ്ങളുടെ തുടർച്ചകൾ പഠിക്കാതെ ഏകാന്ത ശാന്തമായ തുരുത്തുകളാണ് അത് സ്വപ്നം കാണുന്നതും.

മലബാർ കലാപത്തിന് ശേഷമുണ്ടായ ഏറ്റവും ശക്തിമത്തായ സാമ്രാജ്യത്വവിരുദ്ധ സമരങ്ങളിലൊന്നായിരുന്നു മൊറാഴ ചെറുത്തുനിൽപ്പ്. എന്നാൽ ഈ പോരാട്ടത്തിന്റെ ഉള്ളടക്കത്തെ ചോദ്യം ചെയ്യുന്ന അലസവിചാരങ്ങളാണ് ഇപ്പോഴും മുഖ്യധാരാ വിശകലനങ്ങളിൽ മേയുന്നത്.

വിമോചന പോരാട്ടത്തിന്റെ ഘടന, മുദ്രാവാക്യങ്ങളുടെ സയുക്തിക വികാസം, സ്വാതന്ത്ര്യ പ്രസ്ഥാനത്തിലെ വിവിധ ധാരകൾ, ജനകീയ പ്രതിഷേധത്തിന്റെ ഭിന്നരൂപങ്ങൾ— ഇവയൊന്നും സമഗ്രമായി പരിശോധിക്കാതെയാണ് മുൻവിധികളാൽ നിയന്ത്രിക്കപ്പെടുന്ന നിഗമനങ്ങളിൽ പലരും ചേക്കേറുന്നത്. കേരള ചരിത്രത്തിൽ ഇടതുപക്ഷാശയങ്ങൾ തുറന്ന വ്യത്യസ്തമായ വഴികൾക്കുനേരെ ചില അക്കാദമിക പണ്ഡിതന്മാരും നിരുത്തരവാദപരങ്ങളായ അസഹിഷ്ണുതകളാണുയർത്തുന്നത്. ദേശീയ നിലവാരത്തിൽ കോൺഗ്രസിനകത്ത് രൂപപ്പെട്ട അഭിപ്രായ വ്യത്യാസങ്ങൾ പുതിയകാലത്തെ അഭിമുഖീകരിക്കാനുള്ള സന്നദ്ധതയാണെന്ന് കാണേണ്ടതുണ്ട്. രേഖീയവും ഏകദിശീയവുമായ ഹ്രസ്വകാഴ്ചകൾക്ക് ഇങ്ങനെയൊരു നീതീകരണം കാട്ടാനാവില്ല.

ഇന്ത്യൻ ദേശീയ വിമോചന സമരത്തെ സാർവദേശീയ ചലനങ്ങളുമായി ബന്ധിപ്പിക്കുക, പ്രാഥമിക വൈരുധ്യങ്ങൾക്കൊപ്പം രണ്ടാംനില വൈരുധ്യങ്ങളും ഊന്നുക. സമഗ്ര കാർഷിക പരിപ്രേക്ഷ്യം ഉയർത്തിപ്പിടിക്കുക — തുടങ്ങിയ പ്രശ്നങ്ങൾക്കകത്തുവെച്ചാണ് കോൺഗ്രസിലെ വലത് - ഇടതു സംഘർഷങ്ങളെയും അഭിപ്രായഭേദങ്ങളെയും കാണേണ്ടത്. ഈ രൂപപരിണാമങ്ങൾ കേരളത്തിലും പ്രകടമായിരുന്നു. എന്നാൽ എം ജി എസ് നാരായണനെപ്പോലുള്ളവരും അദ്ദേഹത്തിന്റെ ചില ശിഷ്യന്മാരും ബദൽ വീക്ഷണങ്ങളെയാകെ ഗൂഢാലോചനയായാണ് കാണുന്നത്. കമ്യൂണിസ്റ്റ് പ്രവർത്തകരും നേതാക്കളും നിരക്ഷരരായപ്പോൾ കോൺഗ്രസ് നേതാക്കൾ ഉന്നത ബിരുധദാരികളത്രെ. (ഡോ. ഇ ബാലകൃഷ്ണന്റെ കൃതിക്കെഴുതിയ പഠനം) കോൺഗ്രസ് നേതാക്കൾ തറവാട്ടിലെ പണം ഉപയോഗിച്ചാണ് രാഷ്ട്രീയ പ്രവർത്തനത്തിനിറങ്ങിയതെന്നും അദ്ദേഹം വാദിക്കുന്നു. മൊറാഴ തൊട്ടുള്ള ചുവന്ന സമരബിന്ദുക്കൾ വെറും അക്രമസമരങ്ങളായിരുന്നെന്നും എം ജി എസും ശിഷ്യരും എഴുതി.

ഗാന്ധിയൻ ചിന്താ പദ്ധതികളോടും സമരരീതികളോടും കോൺഗ്രസിനകത്ത് ശക്തമായ വിയോജനക്കുറിപ്പുകൾ രൂപപ്പെട്ടത് എം ജി എസും മറ്റും കാണുന്നില്ല. 1930 കളിൽ കണ്ണൂർ ജയിലിൽ സ്വാതന്ത്ര്യ

പ്പോരാളികൾ ഉത്തരേന്ത്യൻ വിപ്ലവകാരികളുമായി നടത്തിയ കൂടിയാലോചനകൾ പുതിയ കാഴ്ചപ്പാടുകൾ വളർത്തി.

ഗാന്ധിയൻ പാരമ്പര്യം വർഗപരമായി അകറ്റി നിർത്തിയ ജനവിഭാഗങ്ങളെ സ്വാതന്ത്ര്യപ്പോരാട്ടത്തിലേക്ക് കൈപിടിച്ചുകൊണ്ടുവന്നത് ഇടതുപക്ഷ ധാരയാണ്. അങ്ങനെ നോക്കുമ്പോൾ 1928 ലെ പയ്യന്നൂർ കോൺഗ്രസ് സമ്മേളനം ശ്രദ്ധേയം. ജവഹർലാൽ നെഹ്റുവായിരുന്നു അധ്യക്ഷൻ. പൂർണ സ്വാതന്ത്ര്യ പ്രഖ്യാപനത്തിനൊപ്പം കുടിയാന്മാരെ തുണയ്ക്കുന്ന പ്രമേയവും അവിടെ പാസാക്കി.

കോൺഗ്രസ് സോഷ്യലിസ്റ്റ് പാർട്ടിയുടെ പിറവിയോടെ തിരിച്ചറിവുകൾക്കും സമരങ്ങൾക്കും തീക്ഷ്ണതയേറി. കൃഷിക്കാരുടെയും തൊഴിലാളികളുടെയും സംഘടനകൾ പടർന്നു. സാംസ്കാരിക പ്രവർത്തനം അതിന്റെ അഭേദ്യ ഭാഗവുമായി. കല്യാശേരിയിൽ പി കൃഷ്ണപിള്ളയുടെയും എ കെ ജിയുടെയും കെ പി ആറിന്റെയും നേതൃത്വത്തിൽ ആരംഭിച്ച ശ്രീഹർഷൻ വായനശാലയും അതിന്റെ കൈയെഴുത്തുമാസികയും മറക്കാവുന്നതല്ല. തിരുവിതാംകൂർ തൊഴിലാളികൾക്കിടയിൽപ്പോലും മാസിക എത്തിച്ചിരുന്നു.

ബക്കളം സമ്മേളനമാണ് മറ്റൊരു ചരിത്രബിന്ദു. സോഷ്യലിസ്റ്റ് ആശയങ്ങൾക്കും കർഷക – തൊഴിലാളി ആഭിമുഖ്യത്തിനും പുതിയ ഗതിവേഗങ്ങളുണ്ടായി. ആറോൺ മിൽ തൊഴിലാളി സമര പരമ്പരകൾ കരുത്തുറ്റ നേതൃത്വങ്ങളെയും വളർത്തി. കമ്യൂണിസ്റ്റ് പാർട്ടി രൂപീകരണം നടന്ന പിണറായി പാറപ്രത്തെ കൂടിച്ചേരലും എടുത്തുപറയണം.

ഔപചാരിക പ്രവർത്തനങ്ങളിൽ മാത്രമൊതുങ്ങിയ സമീപനങ്ങൾക്കെതിരെ പലേടത്തും പൊട്ടിത്തെറികളുണ്ടായി. ഞായറാഴ്ച കോൺഗ്രസുകാർ എന്ന പ്രയോഗത്തെ എം ജി എസ് നിരാകരിക്കാൻ ശ്രമിക്കുന്നതിന് പിന്നിലും നിശ്ചിതമായ രാഷ്ട്രീയമുണ്ട്.

രണ്ടാം ലോകമഹായുദ്ധത്തിലേക്ക് ഇന്ത്യയെ വലിച്ചിഴച്ച ബ്രിട്ടീഷ് സമീപനത്തെ കോൺഗ്രസ് ആദ്യം ശക്തമായി വിമർശിച്ചില്ല. അന്നത്തെ സാമൂഹ്യസാഹചര്യവും സ്ഥിതിഗതികളും കോൺഗ്രസിന്റെ ജഡസമീപനങ്ങൾക്കെതിരെ വിമർശനത്തിന്റെ പുതിയ നാമ്പുകൾ കത്തിച്ചു. കമ്യൂണിസ്റ്റുകാരുടെ നേതൃത്വത്തിൽ രാജ്യമാകെ പ്രക്ഷോഭം അലയടിച്ചു. ഈയൊരു സന്ധിയിലാണ് കേരള രാഷ്ട്രീയ സമ്മേളനം ചേരുന്നത്. ഇടതുപക്ഷ നേതൃത്വത്തിന്റെ സമീപനത്തെ എതിർത്തു തോൽപ്പിക്കാൻ അവിടെ വലതുപക്ഷം സംഘടിതമായി നിന്നു. എന്നാൽ സാമ്രാജ്യത്വ വിരുദ്ധ പോരാട്ടങ്ങളിൽ ഒരു വിട്ടുവീഴ്ചക്കുമൊരുങ്ങാത്ത പ്രമേയം സമ്മേളനം ഭൂരിപക്ഷത്തോടെ പാസാക്കി. അതിനാൽ 1940 സപ്തംബർ 15 ന്റെ യുദ്ധവിരുദ്ധ, അക്രമ പ്രതിഷേധ ദിനത്തെ കേന്ദ്ര കോൺഗ്രസ് നേതൃത്വം എതിർത്തില്ല. അന്ന് മൊറാഴ, തലശേരി, വടകര, കണ്ണൂർ, പയ്യന്നൂർ തുടങ്ങിയ ഇടങ്ങളിൽ പ്രതിഷേധാഗ്നിയുയർന്നു.

മൊറാഴ സംഭവത്തിനുശേഷം വേട്ടയാടലിന്റെ ദിനങ്ങളായിരുന്നു. കെ പി ആറിനെ ഒന്നാം പ്രതിയാക്കി കേസെടുത്തു. അദ്ദേഹത്തെ പിടികിട്ടാത്തതിനാൽ മറ്റൊരു തരത്തിൽ വിചാരണ തുടങ്ങി. ഒടുവിൽ കെ പി ആറിനെയും പിടിച്ചു. കേസിൽ പിന്നെയും മാറ്റങ്ങൾ. ആദ്യം ജീവപര്യന്തം തടവ് വിധിച്ച അദ്ദേഹത്തിന് ഹൈക്കോടതി വധശിക്ഷ നൽകി. പിന്നെ 'കെ പി ആർ രക്ഷാ പ്രസ്ഥാനം' മറ്റൊരു ചരിത്രമായി.

കമ്യൂണിസ്റ്റ് വേട്ടയുടെ ചോരയിറ്റുന്ന എത്രയോ ഞെട്ടിക്കുന്ന കഥകൾ മൊറാഴയുടെ മനസിലുണ്ട്. സമീപഗ്രാമങ്ങൾപോലും കീറിമുറിച്ചു. പല വീടുകളിലും ഉറക്കം പരിചിതമല്ലാത്തതായി മാറി. സ്ത്രീകളും കയ്യേറ്റത്തിനിരയായി. അക്രമരാഷ്ട്രീയത്തിന് ചാപ്പകുത്താനുള്ള സൗജന്യ ചുവരായി കമ്യൂണിസ്റ്റ് പാർട്ടിയെ കണക്കാക്കുന്നവർ പഴയകാല പത്രവാർത്തകളെങ്കിലും മറിച്ചുനോക്കണം. 1940 ഒക്ടോബർ 22 ന് *മാതൃഭൂമി*യിൽ വന്ന വാർത്ത ഉദാഹരണം. ആറോൺ മിൽ തൊഴിലാളികൾ തെരഞ്ഞുപിടിച്ച് ആക്രമിക്കപ്പെട്ടു. കാരണം വ്യക്തം. ഇടതുപക്ഷ പ്രവർത്തനങ്ങളുടെ സിരാകേന്ദ്രങ്ങളായിരുന്ന വായനശാലകൾ തകർത്ത് തരിപ്പണമാക്കി. സ്കൂളുകൾ പൂട്ടിച്ചു.

9

ഇരമ്പിയ സമരമുന്നേറ്റം

മലബാറിൻെറ തൊടുകുറിയെന്ന് മഹാകവി വള്ളത്തോൾ പ്രകീർത്തിച്ച കൊച്ചു മയ്യഴിയിൽനിന്ന് ഫ്രഞ്ച് ആധിപത്യത്തെ കടപുഴക്കുന്നതിന് ഐ കെ കുമാരൻ മാസ്റ്ററെപ്പോലുള്ളവർ നേതൃത്വം നൽകിയ സമരമുന്നേറ്റങ്ങൾ, ഫ്രാൻസ്, ജനാധിപത്യത്തിന്റെ ഈറ്റില്ലമാണെങ്കിലും ഫ്രഞ്ചധീന പ്രദേശമായ മയ്യഴിയിൽ സ്വാതന്ത്ര്യത്തിന്റെ കണികപോലും കാണുകയുണ്ടായില്ല.

ഇന്ത്യയിലുടനീളം മഹാത്മജിയുടെ നേതൃത്വത്തിൽ നടന്ന ദേശീയ സമരത്തിലേക്ക് മയ്യഴിയിലെ ചില യുവാക്കളും ആകർഷിക്കപ്പെട്ടു. അക്കാലത്ത് ചിലർക്കെല്ലാം ജയിലിൽ കഴിയേണ്ടിയും വന്നു. ബ്രിട്ടീഷ് മലബാറിൽ കോൺഗ്രസ് പ്രവർത്തനം നിരോധിക്കപ്പെടുമ്പോഴെല്ലാം മയ്യഴിയിലെ മലബാർ ക്രോണിക്കിൾ പ്രസായിരുന്നു കോൺഗ്രസിന്റെ അച്ചടി ജോലികൾ ചെയ്തത്. പൊലീസ് വേട്ടയാടിയ ചില കോൺഗ്രസ് പ്രവർത്തകർക്ക് മയ്യഴി അഭയസ്ഥാനവുമായിരുന്നു. ഹരിജൻ ഫണ്ട് സ്വീകരണത്തിനായുള്ള 1934 ലെ ഗാന്ധിജിയുടെ മയ്യഴി സന്ദർശനം യുവദേശാഭിമാനികൾക്ക് ആവേശമായി. ഡോ. എം കെ മേനോനും മറ്റുമായിരുന്നു സ്വീകരണ പരിപാടിക്ക് നേതൃത്വം നൽകിയത്.

മയ്യഴി പുത്തലത്തു ചേർന്ന യോഗത്തിൽ ഗാന്ധിജി പറഞ്ഞു: "ഭരണം ബ്രിട്ടന്റേതായാലും ഫ്രാൻസിന്റേതായാലും പോർച്ചുഗലിന്റേതായാലും അതെല്ലാം വിദേശീയമാണ്. അവരെല്ലാം ഇന്ത്യ വിടണം. ഇന്ത്യ ഏകവും അവിഭാജ്യവുമാണ്..." ഈ പ്രസംഗത്തിന്റെ ആവേശമുൾക്കൊണ്ട് മയ്യഴിയിൽ യുവജന സംഘടന ഉടലെടുക്കുന്നു. 1947 ആഗസ്ത് 15 ന് ബ്രിട്ടീഷുകാർ കപ്പൽ കയറിയിട്ടും ഫ്രഞ്ചിന്ത്യ കൈമാറുന്ന കാര്യത്തിൽ ഹിതപരിശോധന വേണമെന്ന് ശഠിച്ചു. ഇന്ത്യാ ഗവൺമെന്റ് അതിന് വഴിപ്പെടുകയും ചെയ്തു.

ഈ ഘട്ടത്തിൽ മയ്യഴി മഹാജനസഭ വിപുലമായ രാഷ്ട്രീയ സമ്മേളനം വിളിച്ചുചേർത്തു. കെ കേളപ്പൻ യോഗത്തിനെത്തി. അദ്ദേഹത്തെ 'വിദേശീയ'നെന്ന് മുദ്രകുത്തി ഫ്രഞ്ചധികാരികൾ വിലക്കി. എന്നാൽ അതൊന്നും വകവെക്കാതെ കേളപ്പജി സമ്മേളനത്തിൽ പങ്കെടുത്തു. ഫ്രഞ്ചധികാരത്തെ കടപുഴക്കി മയ്യഴിയെ ഇന്ത്യയിൽ ലയിപ്പിക്കണമെന്ന് ജനങ്ങളോട് ആഹ്വാനം ചെയ്തു. അദ്ദേഹത്തെ അറസ്റ്റു ചെയ്യാൻ അധികാരികൾ തയാറായില്ലെങ്കിലും യോഗം സംഘടിപ്പിച്ചവരെ പിന്നീട് ശിക്ഷിച്ചു. എതിർപ്പുകൾ അതിജീവിച്ച് വിമോചന പോരാട്ടം ശക്തിപ്രാപിച്ചുകൊണ്ടിരുന്നു.

റഫറണ്ടത്തിന്റെ മാതൃകയും തീയതിയും 1948 ഒക്ടോബർ 24 ന്റെ മുനിസിപ്പൽ തിരഞ്ഞെടുപ്പിൽ വിജയിക്കുന്നവർ നിർണയിക്കണമെന്ന് ഇന്ത്യയും ഫ്രാൻസും തീരുമാനത്തിലെത്തി. തങ്ങളെ അനുകൂലിക്കുന്നവരുടെ വിജയത്തിനായി ഫ്രഞ്ചധികാരികൾ നടത്തിയ അതിക്രമങ്ങൾ ദേശീയവാദികളുമായി ഒക്ടോബർ 21 ന് സംഘട്ടനം വരെയെത്തി. ഫ്രഞ്ച് സിപ്പായികൾ ദേശീയവാദികളെ മർദിച്ചു. ജനങ്ങൾ തിരിച്ചടിച്ചു. അന്ന് രാത്രി മയ്യഴിയിലെ ഫ്രഞ്ചധികാരികൾ മഹാജനസഭാ വളണ്ടിയർമാർക്ക് ആയുധം വച്ച് കീഴടങ്ങി. ഭരണം മഹാജനസഭ രൂപീകരിച്ച ഡിഫൻസ് കൗൺസിലിന്റെ മേൽനോട്ടത്തിലായി.

അഡ്മിനിസ്ട്രേറ്ററടക്കമുള്ള ഉദ്യോഗസ്ഥരെയും ഫ്രഞ്ചനുകൂലികളെയും ദേശീയവാദികൾ അജ്ഞാതസ്ഥലത്തേക്ക് മാറ്റി. കരക്കിറങ്ങിയ പട്ടാള മേധാവിക്ക് ഒരൊറ്റ സഹ ഉദ്യോഗസ്ഥനെയും കാണാനായില്ല. പിന്നെ സന്ധി സംഭാഷണങ്ങൾ. 'അർധരാത്രിയാകുമ്പോഴേക്കും ഫ്രഞ്ചുകാർ മയ്യഴി മടക്കിപ്പിടിച്ചു. ഫ്രഞ്ച് ഭരണം പുനഃസ്ഥാപിക്കപ്പെട്ടപ്പോൾ ഇന്ത്യനനുകൂലികൾക്കെതിരെ മർദനവും അറസ്റ്റും നടന്നു. ദേശീയവാദികൾ കടുത്ത യാതനയിലായി. മയ്യഴിക്കോടതി പലരെയും രണ്ട് മുതൽ അഞ്ചു കൊല്ലം വരെ കഠിനതടവിന് ശിക്ഷിച്ചു.

വർഷം അഞ്ച് കൊഴിഞ്ഞുവീണു. സമരം പുതിയ ദിശയിലെത്തി. ശിക്ഷ അനുഭവിച്ചെത്തിയവരെല്ലാം കൂടിയാലോചിച്ച് സമരം ശക്തമാക്കാൻ തീരുമാനിച്ചു. ഫ്രഞ്ചിന്ത്യയുടെ ഇതരഭാഗങ്ങളായ പുതുശേരി, യാനം, കാരിക്കൽ എന്നിവിടങ്ങളിൽ വിമോചന പോരാട്ടം മുന്നേറിക്കൊണ്ടിരുന്നു.

1954 മെയ് 14 മുതൽ ഇരു ഗവൺമെന്റുകളും ഫ്രാൻസിൽ ഫ്രഞ്ചിന്ത്യയുടെ ഭാവി സംബന്ധിച്ച് കൂടിയാലോചന നടത്താൻ ധാരണയായി. ഈ സംഭാഷണം പരാജയപ്പെട്ടതിനെ തുടർന്ന് വിമോചന സമരവുമായി മുന്നേറണമെന്ന് മഹാജനസഭ തീരുമാനിച്ചു. ഫ്രഞ്ചുകാർ ഇന്ത്യ വിട്ടുപോകണമെന്നാവശ്യപ്പെട്ട് ഏപ്രിൽ 9 ന് മാർച്ച് നടന്നു.

പിന്നെ ജൂലൈ 14 ന് കുമാരൻ മാസ്റ്ററുടെ നേതൃത്വത്തിൽ മയ്യഴിയിലേക്ക് മാർച്ച് ചെയ്യാൻ നിശ്ചയിച്ചു. ഈ തീരുമാനത്തെക്കുറിച്ച് കേളപ്പജി പറഞ്ഞു. "...നിങ്ങളെ ഫ്രഞ്ചുകാർ വെടിവെച്ച് കൊന്നാൽ

അതൊരു നല്ല കാര്യമാണ്. എന്റെ കണ്ണിൽനിന്ന് ഒരു തുള്ളി നീരൊഴുകുകയില്ല. പിന്നീടത്തെ കാര്യങ്ങൾ ഞങ്ങൾ നോക്കിക്കൊള്ളാം...” സത്യഗ്രഹത്തിന് ഒരുങ്ങി ആവേശഭരിതരായ ആയിരങ്ങൾ അതിന് പിന്തുണ നൽകി. വൈകിട്ട് മയ്യഴി പാലത്തിനപ്പുറം കേളപ്പജിയുടെ അധ്യക്ഷതയിൽ യോഗം ചേർന്നു. മാർച്ചിൽ 100 വളണ്ടിയർമാർ മാത്രം ആദ്യം പ്രവേശിച്ചാൽ മതിയെന്ന് തീരുമാനിച്ചു. ഫ്രഞ്ചുകാർ വിട്ടുപോകണമെന്ന മുദ്രാവാക്യമുയർത്തി ഇന്ത്യൻ പതാകയുമേന്തി മുന്നോട്ടു നീങ്ങി. അതേവരെ പാലത്തിനപ്പുറം പാറാവുനിന്ന സായുധ സേന പിന്മാറാൻ തുടങ്ങി. ഇന്ത്യൻ പതാകയുമേന്തി ജനങ്ങൾ മാർച്ചിൽ പങ്കാളികളായി. അവർ ഗവൺമെന്റ് ഹൗസിലേക്ക് നടന്നു. ഗെയിറ്റിന് മുന്നിൽ യോഗം. ഫ്രഞ്ചുകാർ അധികാരം കൈമാറിപ്പോകണമെന്നാവശ്യപ്പെട്ടു. പിന്നെ പതിനാറിന് ഫ്രഞ്ചുകാരിൽനിന്ന് അധികാരമേറ്റു. മയ്യഴിയുടെ വിമോചനം.

കേരളത്തിലെ നിരോധനം 1952 ൽ പിൻവലിച്ചതോടെയാണ് മയ്യഴിയിലെ ഫ്രഞ്ച് വിമോചന പോരാട്ടത്തിൽ കമ്യൂണിസ്റ്റ് പാർട്ടി സജീവമായി പങ്കെടുത്തുതുടങ്ങിയത്. സ്വാതന്ത്ര്യ സമര വേളയിൽ കമ്യൂണിസ്റ്റുകാർ മഹാജനസഭയിൽ ചേർന്നാണ് പ്രവർത്തിച്ചിരുന്നതും. 1954 ആകുമ്പോഴേക്കും മയ്യഴി ലോകശ്രദ്ധ പിടിച്ചുപറ്റി. മയ്യഴി ഉൾപ്പെടെയുള്ള പഴയ ഫ്രഞ്ച് ഇന്ത്യൻ പ്രദേശത്തെ ജനങ്ങളോട്, അന്തിമ സമരത്തിന് ഒരുങ്ങാനുള്ള പാർട്ടിയുടെ ആഹ്വാനവും വന്നു. നേതാക്കൾ പൊതുയോഗങ്ങളിൽ പാർട്ടി തീരുമാനം ജനങ്ങളെ അറിയിച്ചു. മയ്യഴി – നാലുതറ അതിർത്തിയിൽ പി വി കുഞ്ഞിരാമൻ ചെയ്ത ഉജ്വല പ്രസംഗങ്ങൾ സിരകളെ ചൂടുപിടിപ്പിക്കുന്നതായിരുന്നു.

ഹോ ചി മിന്റെ നേതൃത്വത്തിൽ ഇന്തോ ചീന ഉൾപ്പെടെയുള്ള ഫ്രഞ്ച് കോളനികളിലെ വിമോചന പോരാട്ടങ്ങൾ ശക്തിപ്രാപിച്ചുവന്നതും ഈ കാലഘട്ടത്തിൽ. യുദ്ധത്തിൽ മുറിവേറ്റ പട്ടാളക്കാരുടെ ക്ഷേമനിധി ഫണ്ട് പിരിവിന് ഫ്രഞ്ച് ഗവൺമെന്റ് ആഹ്വാനം ചെയ്തിരുന്നു. ഇതിനെ ചെറുത്ത് കമ്യൂണിസ്റ്റ് പ്രവർത്തകർ റാലിയും പ്രചാരവേലയും തെരുവുയോഗങ്ങളും നടത്തി. പല സ്ഥലങ്ങളിലും പൊലീസുമായി ഏറ്റുമുട്ടി. സഖാക്കളെ ശിക്ഷിക്കുകയും ജയിലിൽ അടയ്ക്കുകയും ചെയ്തു. പട്ടാണി പറമ്പത്ത് നാരായണനെയും അച്ഛൻ പരദേശി മരക്കാരനെയും ഒന്നിച്ചുചേർത്ത് കയ്യാമംവെച്ചു കോടതിയിൽ ഹാജരാക്കിയത് ജനങ്ങളെ ക്ഷുഭിതരാക്കി.

മയ്യഴി വിമോചന പോരാട്ടങ്ങളെക്കുറിച്ച് പ്രചാരണം നടത്തുക, പോസ്റ്ററുകൾ ഒട്ടിക്കുക, ലഘുലേഖകൾ വിതരണം ചെയ്യുക, അടിയന്തര സന്ദേശങ്ങൾ പാർട്ടി കേന്ദ്രത്തിലേക്ക് എത്തിക്കുക തുടങ്ങിയവയായിരുന്നു കമ്യൂണിസ്റ്റ് ഗ്രൂപ്പിന്റെ ചുമതല. കോട്ടായി നാരായണൻ, ആണിയിൽ അനന്തൻ, കോട്ടായി വാസു തുടങ്ങിയവരായിരുന്നു മുന്നിൽ. നിയമസഭാംഗവും ചീഫ് മെഡിക്കൽ ആപ്പീസറുമായ ഡോ. വി ശങ്കരനോടൊപ്പം ഒ പി രാഘവനും അഴിയൂരിലെ വിമോചന പാളയത്തിലേക്ക്

പോകുകയുണ്ടായി. അതോടെ സർക്കാർ ജീവനക്കാർ ഒന്നൊന്നായി പ്രസ്ഥാനത്തിൽ പങ്കാളികളാവാൻ തുടങ്ങി.

ഈ അവസരത്തിലാണ് മുച്ചിക്കൽ പത്മനാഭന്റെ സന്ദേശം ലഭിക്കുന്നത്. കേരളത്തിലെ അറിയപ്പെടുന്ന മാർക്സിയൻ ചിന്തകരിൽ ഒരാളും ഗ്രന്ഥകാരനുമായിരുന്നു മുച്ചിക്കൽ. ഫ്രഞ്ച് വിപ്ലവദിനമായ ജൂലൈ 14 ന് 5 മണിക്ക് മയ്യഴിക്ക് ഉള്ളിലേക്ക് മാർച്ച് ചെയ്യുമെന്നും പാർട്ടി പ്രവർത്തകർ ജാഥയായി അവരെ സ്വീകരിക്കണമെന്നുമായിരുന്നു സന്ദേശം. ദേശീയപതാക പിടിച്ചുകൊണ്ടായിരിക്കണം സ്വീകരിക്കേണ്ടതെന്നും എല്ലാവരും ചുകപ്പ് ബാഡ്ജ് ധരിക്കണമെന്നും വ്യക്തമാക്കിയിരുന്നു. സന്ദേശം എല്ലാ കേന്ദ്രങ്ങളിലും എത്തിച്ചു. നിരോധന ഉത്തരവുമൂലം അടച്ചിട്ടിരിക്കുന്ന മാഹി സ്പോർട്സ് ക്ലബ്ബിന്റെ പഴയ കെട്ടിടത്തിലെ മുകൾനിലയിൽ എല്ലാവരും ഒത്തുചേർന്നു. ദേശീയ പതാക എവിടെയും കിട്ടാനില്ല. അടുത്ത കെട്ടിടത്തിൽ ബേക്കറി നടത്തുന്ന അപ്പക്കൂട്ടിലെ കുഞ്ചിര ഏടത്തി ശബ്ദവും സംസാരവുമൊക്കെ കേട്ട് മുകളിലേക്ക് വന്നു. അപ്പക്കൂട്ടിൽ സൂക്ഷിച്ച പതാക അവർ നൽകി. മയ്യഴിപ്പുഴയുടെ തീരം ജനസമുദ്രമായി. സത്യഗ്രഹികളെ യാത്രയയച്ച് കെ കേളപ്പൻ പ്രസംഗിച്ചു. സർദാർ ചന്ദ്രോത്ത് കുഞ്ഞിരാമൻ നായരായിരുന്നു അധ്യക്ഷൻ.

സമീപത്തുള്ള പൊലീസ്സ്റ്റേഷനിൽനിന്നു വെള്ളക്കാരനായ കമാണ്ടറും ശിപ്പായികളും ഇതെല്ലാം കാണുന്നുണ്ടായിരുന്നു. മയ്യഴിക്കുള്ളിലേക്ക് ആയിരക്കണക്കിന് സത്യഗ്രഹികൾ പ്രവേശിക്കാൻ പോവുകയാണെന്നും ഏതാനും ദിവസങ്ങൾക്കകം ഫ്രഞ്ച് ഭരണം അവസാനിക്കുമെന്നുള്ള വിവരം പൊലീസുകാർ മനസിലാക്കി. ആയുധങ്ങൾ ഗവൺമെന്റ് മന്ദിരത്തിലേക്ക് മാറ്റുന്ന കാഴ്ചയായിരുന്നു പിന്നീട്. പുഴയ്ക്ക് അക്കരയിൽനിന്നുമുള്ള മുദ്രാവാക്യങ്ങളുടെ ശബ്ദം "ഫ്രാൻസെ കിത്തെലാന്റ്" മയ്യഴിക്കുള്ളിലും മാറ്റൊലികൊണ്ടു.

ആയിരക്കണക്കിന് സത്യഗ്രഹികൾ മാർച്ച് ചെയ്യുമെന്നാണ് ആഹ്വാനം ചെയ്തിരുന്നതെങ്കിലും നൂറുപേർ മാത്രം മതിയെന്ന് പിന്നീട് തീരുമാനിച്ചു. ക്യാമ്പ് ചെയ്ത എം എസ് പിക്കാരുടെ കർശന പരിശോധനക്ക് ശേഷമാണ് സത്യഗ്രഹികളെ കടത്തിവിട്ടത്. കമ്യൂണിസ്റ്റുകാരെ ബോധപൂർവം ഒഴിവാക്കുന്നതിനുള്ള തന്ത്രമായിരുന്നു അത്.

ഐ കെ കുമാരന്റെ നേതൃത്വത്തിൽ മയ്യഴിയിലേക്ക് കടന്ന സത്യഗ്രഹികൾ മാഹി പാലത്തിലൂടെ പഴയ പോസ്റ്റോപ്പീസ് റോഡ് വഴി പാലത്തായി റോഡും കടന്ന് റസിഡൻസി റോഡിലൂടെ അഡ്മിനിസ്ട്രേറ്ററുടെ ബംഗ്ലാവിലേക്കാണ് മാർച്ച് ചെയ്തത്. ചുകപ്പ് ബാഡ്ജ് ധരിച്ച നാൽപ്പതോളം കമ്യൂണിസ്റ്റ് പ്രവർത്തകരും പാലത്തിന് നടുവിൽവച്ച് ജാഥയായി ചെന്ന് അവരെ സ്വീകരിച്ചു. ആയിരക്കണക്കിന് വളണ്ടിയർമാർ നാലുഭാഗങ്ങളിൽനിന്നുമായി പ്രവഹിച്ചുകഴിഞ്ഞിരുന്നു. നിർഭയരായ ജനസമൂഹത്തെ സാക്ഷിനിർത്തി ഐ കെ കുമാരനും ഇ സി ഭരതനും മംഗലാട്ട് രാഘവനും പ്രസംഗിച്ചു.

മുൻകാലങ്ങളിൽനിന്നും തികച്ചും വ്യത്യസ്തനായി അക്ഷോഭ്യനും ശാന്തനുമായിട്ടാണ് അഡ്മിനിസ്ട്രേറ്റർ ദെഷാം സത്യാഗ്രഹികളുടെ ഇടയിലേക്ക് വന്നത്. പൂട്ടിയ ബംഗ്ലാവിന്റെ ഗെയ്റ്റ് തുറന്നുകൊടുത്തു. പോണ്ടിച്ചേരിയും ഫ്രാൻസുമായും താൻ ബന്ധപ്പെട്ടുവരികയാണെന്നും ഫ്രഞ്ച് ഭരണം മയ്യഴിയിൽ അവസാനിപ്പിക്കാൻ അധികാരകേന്ദ്രങ്ങളിൽ നിന്നും സന്ദേശം ലഭിച്ചിട്ടുണ്ടെന്നും ജനങ്ങളെ അറിയിച്ചു. ഔപചാരികമായ അധികാരക്കൈമാറ്റത്തിനുള്ള ഒരുക്കങ്ങൾ ചെയ്യാൻ അദ്ദേഹം നേതാക്കളെ ക്ഷണിച്ചു.

ജൂലൈ 16 ന് അഡ്മിനിസ്ട്രേറ്റർ ദെഷാം ഫ്രഞ്ചു പതാക താഴ്ത്തുകയും ഐ കെ കുമാരൻ ദേശീയ പതാക ഉയർത്തുകയും ചെയ്തു. അതോടെ രണ്ടരനൂറ്റാണ്ട് നിലനിന്ന ഫ്രഞ്ച് വാഴ്ച അവസാനിച്ചു. ഫ്രഞ്ച് ദേശീയഗാനമായ 'മാർസ്ലയ്യേർസ്റ്റ്' പാടിയശേഷം ദേശീയഗാനം ആലപിച്ചത് കളത്തിൽ കൃഷ്ണനായിരുന്നു. ഐ കെ കുമാരൻ സ്വതന്ത്ര മയ്യഴിയുടെ അഡ്മിനിസ്ട്രേറ്ററായി.

കോഴിക്കോട് ചേർന്നുകൊണ്ടിരുന്ന കമ്യൂണിസ്റ്റ് പാർട്ടി മലബാർ കമ്മിറ്റി നിർത്തി നേതാക്കൾ മയ്യഴിയിൽ എത്തി. കെ ദാമോദരൻ, സി എച്ച് കണാരൻ, എം കെ കേളു ഏട്ടൻ, എൻ സി ശേഖർ, ടി സി നാരായണൻ നമ്പ്യാർ, പി പി ശങ്കർ, കെ പി ഗോപാലൻ തുടങ്ങിയവർ അക്കൂട്ടത്തിലുണ്ടായിരുന്നു.

10

പറശ്ശിനിക്കടവിന്റെ പോറ്റുവീട്

പ്രകൃതിയുടെ കരവിരുതായി വർണിക്കപ്പെടുന്ന ഭൂമിശാസ്ത്ര പ്രത്യേകതകൾ ഓരോ പ്രദേശത്തെയും ചരിത്രം രൂപപ്പെടുത്തുന്ന ഘടകങ്ങളിലൊന്നാണ്. മൃദുലമായ ആന്തരികാവയവങ്ങൾക്ക് കവചമായി നിൽക്കുന്ന എല്ലിൻകൂടുകൾപോലെ. ചരിത്രം തുഴഞ്ഞുപോയ അരുവികളും പുഴകളും. ഒളിവിന്റെ രഹസ്യം കൈകൾപോലെ ചേർത്തു കാത്ത കുന്നിൻനിരകൾ. സാഹസികമായ ആലോചനാകേന്ദ്രങ്ങളെ പുറംലോകത്തുനിന്നു മറച്ചുപിടിച്ച വനകൗതുകങ്ങൾ. പോരാട്ടങ്ങൾക്കു കവചമായ ഭൂമിശാസ്ത്ര പ്രത്യേകതകളാൽ നിബിഡമായിരുന്നു പറശ്ശിനിക്കടവ്. ദേശീയ പ്രസ്ഥാനത്തിന്റെ രണ്ടാംഘട്ടം തൊട്ട് ഈ സവിശേഷതകൾ അതിനെ വ്യത്യസ്തമാക്കി. സമീപപ്രദേശങ്ങളുമായി പെട്ടെന്നുള്ള ബന്ധം അസാധ്യമാക്കുന്ന പുഴ. ഒളിത്താവളങ്ങളുടെ സുരക്ഷിതത്വം. ജലപാതയിലൂടെയുള്ള സമ്പർക്കങ്ങൾ. ക്ലാസുകൾക്കും കൂടിച്ചേരലുകൾക്കും സംശയമില്ലാത്ത വേദിയൊരുക്കിയ ഉൾനാടൻ പ്രദേശം. പറശ്ശിനിക്കടവിന്റെ ഈ ഭൂമിശാസ്ത്ര പ്രത്യേകതയ്ക്കു മേലും ആദ്യകാലത്തു തന്നെ പെൺകാവലുകൾ ഉണ്ടായി.

പറശിനിക്കടവിലേക്ക് രാഷ്ട്രീയമെത്തുന്നത് പുഴവഴിയാണെന്നു പറഞ്ഞാൽ തെറ്റുണ്ടാവില്ല. ഇരുപതുകളുടെ അവസാനം— വി എം വിഷ്ണു ഭാരതീയന്റെ ഇടപെടലുകളിലൂടെ. പ്രദേശത്തെ ഏക പോസ്റ്റോഫീസ് പറശ്ശിനി അമ്പലത്തിനടുത്തായിരുന്നു. പത്രങ്ങളും മറ്റു പ്രസിദ്ധീകരണങ്ങളും വിഷ്ണുനമ്പീശനു വന്നത് തപാൽമാർഗം. കോൺഗ്രസ് രേഖകളും ചില നേതാക്കളുടെ കത്തുകളും ഇതിൽപ്പെടും. കുറച്ചു തപാൽ ഉരുപ്പടികൾ ഒന്നിച്ചാകുമ്പോൾ ഒരു യാത്രയാണ് തോണിയിൽ. യാത്രാവേളയിൽ തുടങ്ങുന്ന നേരിയ രാഷ്ട്രീയ പരാമർശങ്ങൾ പോസ്റ്റോഫീസിലെത്തിയാലും തുടരും. ചില പ്രസിദ്ധീകരണങ്ങൾ പൊളിച്ച് ഗാ

സ്ഥിജിയുടെയും മറ്റും പ്രതികരണങ്ങൾ വായിക്കുകയും ചെയ്യുമായിരുന്നു. പറശ്ശിനി മടപ്പുര കുടുംബാംഗമായ പി എം കുഞ്ഞപ്പയെന്ന പോസ്റ്റ് മാസ്റ്റർ ആദ്യം ഇതെല്ലാം അവഗണിച്ചു. പിന്നെ പതുക്കെ ശ്രദ്ധിച്ചു. ചെവി കൊടുത്തു. ഭാരതീയനുമായി ചർച്ചകൾ നടത്തി. രാഷ്ട്രീയ കൗതുകങ്ങൾ പങ്കുവച്ചു. ഈ ബന്ധം കുഞ്ഞപ്പമാസ്റ്ററെ കോൺഗ്രസുകാരനാക്കി. പിന്നെ പി കൃഷ്ണപിള്ളയുടെയും കെ എ കേരളീയന്റെയും ബന്ധങ്ങൾ. അവരിലെ രാഷ്ട്രീയ പരിണാമങ്ങൾ കുഞ്ഞപ്പയിലും കണ്ടു. പലരെയും പോലെ പിന്നീടദ്ദേഹം കമ്യൂണിസ്റ്റുകാരനായി.

കോൺഗ്രസ് നേതൃത്വത്തിൽ നടന്ന നിയമലംഘന പ്രസ്ഥാനം. തുടർന്നുള്ള പൊലീസ് മർദനങ്ങൾ. ജയിൽ ജീവിതാനുഭവങ്ങൾ തുടങ്ങിയ കാര്യങ്ങളെല്ലാം നേതാക്കൾ പോസ്റ്റോഫീസിനു ചുറ്റും ചർച്ചയാക്കി. കുഞ്ഞപ്പ മാസ്റ്ററുടെ നേതൃത്വത്തിൽ മൂന്നു നാലു പേർ നാലണ വീതം അടച്ച് കോൺഗ്രസ് അംഗത്വമെടുത്തു. ഇവർ തക്ലിയിൽ നൂൽനൂൽക്കാനും ഖദർ ഉടുക്കാനും ഗ്രാമനിർമാണ പ്രവർത്തനങ്ങളിൽ മുഴുകാനും തുടങ്ങി. ഖദർ ധരിക്കുന്നതിൽനിന്നും പരസ്യപ്രവർത്തനങ്ങളിൽനിന്നും നേതാക്കളുടെ പ്രത്യേക നിർദേശപ്രകാരം കുഞ്ഞപ്പമാസ്റ്ററെ ഒഴിവാക്കിയിരുന്നു. 1933 ൽ മുതലക്കല്ലിനടുത്ത് ആരംഭിച്ച 'പറശിനിക്കടവ് യുവജനവായനശാല' മറ്റൊരു നാഴികക്കല്ലായി. രണ്ടു വർഷത്തിനുള്ളിൽ നൂറിലധികം അംഗങ്ങളുള്ള വില്ലേജ് കോൺഗ്രസ് കമ്മിറ്റിയായി പറശിനിക്കടവ് വളർന്നു. നണിയൂരിൽ രൂപീകൃതമായ കർഷകസംഘം. ഈ തുടക്കത്തെ ദൃഢമാക്കുന്നത് പറശിനിക്കടവ്. അതിന്റെ ചർച്ചാസ്വാധീനം. 1936 നവംബർ ഒന്നിന് ചിറയ്ക്കൽ താലൂക്ക് കർഷകസംഘം സമ്മേളനം ചേർന്നത് അവിടെ. മലബാറിലെ രാഷ്ട്രീയ ചലനങ്ങൾക്ക് ഗതിവേഗം നൽകിയ പോരാളികളുടെ കൂടിച്ചേരൽ.

ബാരിസ്റ്റർ എ കെ പിള്ളയുടെ അധ്യക്ഷതയിൽ ചേർന്ന സമ്മേളനത്തിന്റെ പ്രധാന സംഘാടകരിലൊരാൾ പി എം ഗോപാലനായിരുന്നു. കർഷക കൂടിച്ചേരലിനൊപ്പം യുവജനസമ്മേളനവും. എച്ച് മഞ്ജുനാഥറാവുവിന്റെ അധ്യക്ഷതയിൽ സാമ്രാജ്യത്വത്തിനും ജന്മിത്വത്തിനുമെതിരായ സമരപ്രതിജ്ഞകൾ മുഴുകിയ സമ്മേളനം നിരവധി സ്ത്രീകളെയും ആകർഷിച്ചു. ഈ മുന്നേറ്റത്തോടെ പ്രധാന ഇടതുപക്ഷ നേതാക്കളെല്ലാം പറശിനിക്കടവുമായി തുടർച്ചയായി ബന്ധപ്പെടാൻ തുടങ്ങി. കമ്യൂണിസ്റ്റ് പാർട്ടി രൂപീകരണത്തോടെ ഇവിടെ അഞ്ചംഗങ്ങളടങ്ങിയ സെൽ സ്ഥാപിതമായി. ഇതിനുശേഷമാണ് രാഷ്ട്രീയ പ്രക്ഷോഭങ്ങളിലേക്ക് സ്ത്രീകളെ നയിക്കുന്നത്. വിലക്കയറ്റത്തിന്റെയും ക്ഷാമത്തിന്റെയും കാലത്ത് സർക്കാർ കേന്ദ്രങ്ങളിലേക്ക് സ്ത്രീകൾ കാൽനടയായി ചെന്നു. തളിപ്പറമ്പ് ഡെപ്യൂട്ടി തഹസിൽദാരുടെ ആപ്പീസിലേക്കും ചിറക്കൽ താലൂക്ക് തഹസിൽദാരുടെ ആസ്ഥാനത്തേക്കും വൻ സ്ത്രീജാഥ നടന്നു. മൊറാഴ സംഘർഷങ്ങളെത്തുടർന്ന് പറശിനിക്കടവ് വീ

ണ്ടും പ്രധാന ഒളിത്താവളമായി. അവിടത്തെ സ്ത്രീകൾ ശ്രദ്ധേയമായ സാഹസിക പ്രവൃത്തികൾകൊണ്ട് നേതാക്കളെ വിസ്മയിപ്പിച്ചു.

ബ്രിട്ടീഷ് രഹസ്യപ്പൊലീസിന്റെ കഴുകൻകണ്ണുകൾക്കുപോലും പറശിനിക്കടവിലെ ഒളിത്താവളങ്ങൾ കണ്ടെത്താനായില്ല. കുപ്രസിദ്ധമായ ആ സേന അവിടെ നാണം കെടുകയായിരുന്നു. ദിവസങ്ങൾ നീണ്ട രഹസ്യക്യാമ്പുകൾ കമ്യൂണിസ്റ്റ് പാർട്ടി സംഘടിപ്പിച്ചു. ഇന്ത്യയൊട്ടാകെ രഹസ്യപ്പൊലീസുകാർ അരിച്ചുപെറുക്കാൻ ശ്രമിക്കുന്ന ദേശീയ നേതാക്കളുടെ സുരക്ഷ പല ഘട്ടങ്ങളിലും ഏറ്റെടുത്തത് സ്ത്രീകൾ.

പറശിനിക്കടവ് ക്ഷേത്രത്തിന്റെ ജനകീയതയും അതിനു നേതൃത്വം കൊടുത്ത കുടുംബങ്ങളും പ്രദേശത്തിന്റെ രാഷ്ട്രീയ മുന്നേറ്റങ്ങളെ ത്വരിതമാക്കിയ മറ്റു ഘടകങ്ങളാണ്. ക്ഷേത്രത്തിലെത്തുന്നവർക്കുള്ള സൗജന്യ ഭക്ഷണവും താമസ സൗകര്യങ്ങളും രാഷ്ട്രീയ പ്രവർത്തകർക്കും ചില ഘട്ടങ്ങളിൽ തുണയായി. യാഥാസ്ഥിതികത്വം കൊടികുത്തിവാണ കാലമായതിനാൽ ഉയർന്ന ജാതിക്കാർക്ക് നായന്മാർ ഭക്ഷണം തയാറാക്കുന്ന പതിവുണ്ടായി. ഈഴവരായ ക്ഷേത്രഭാരവാഹികൾ പാകപ്പെടുത്തുന്ന ഭക്ഷണം ദഹിക്കാത്തവർക്കാണ് ഈ ബദൽ ഏർപ്പാട്. ബ്രാഹ്മണർക്ക് ഇതിലും മുന്തിയ പരിഗ്ണന. അടുത്തുള്ള ബ്രാഹ്മണ ക്ഷേത്രത്തിൽ നിന്നായിരുന്നു ഈ വിഭാഗത്തിന് ഭക്ഷണമെത്തിച്ചിരുന്നത്. പിന്നീട് മടപ്പുര കുടുംബം കമ്യൂണിസ്റ്റ് – പുരോഗമന ധാരയുടെ പോറ്റു വീടുകൂടിയായി. വടക്കീൽ കണ്ണോത്ത് വീടുകളും പ്രധാനം.

1901 ൽ കല്യാശേരിയിൽ പെൺകുട്ടികൾക്കായി സ്വകാര്യ സ്കൂൾ ഉണ്ടായിരുന്നുവെന്നത് കൗതുകകരമായ വസ്തുതയാണ്. 1924 ൽ ചാലന്തയർ തറവാട്ടുകാരുടെ ഉത്സാഹമാണ് അവിടെ എലിമെന്ററി സ്കൂൾ തുറക്കുന്നത്. പറശിനിമടപ്പുരത്തറവാട്ടിലെ വലിയ കണ്ണൻ മടയന്റെ മാനേജ്മെന്റിൽ പ്രാഥമിക വിദ്യാലയം ആരംഭിച്ചത് ദരിദ്രർക്ക് തുണയായി. കർഷകസംഘം വായനശാലാ പ്രസ്ഥാനങ്ങളിൽക്കൂടി പുതിയ അവബോധ രൂപീകരണത്തിനു ശ്രമിച്ചു. നിശാപാഠശാലകളിൽ സ്ത്രീ സാന്നിധ്യമുണ്ടായി. കെ കെ കുഞ്ഞമ്പു, പി എം പവിത്രൻ തുടങ്ങിയവർ ചേർന്ന് 1946 ൽ സ്ഥാപിച്ച നിശാപാഠശാലയ്ക്ക് സ്ഥലം അനുവദിച്ചത് ചാക്കരവളപ്പിൽ മാണി. ഇതാണ് പിന്നീട് വലിയ കണ്ണൻ മടയൻ സ്മാരക വായനശാലയാകുന്നത്.

അയിത്തത്തിനെതിരായ പോരാട്ടങ്ങളിലേക്ക് സ്ത്രീകളെക്കൂടി ഭാഗഭാക്കാക്കുന്നതിന്റെ പല സാമൂഹിക പരീക്ഷണങ്ങളും അക്കാലത്തു നടന്നു. സ്വാമി ആനന്ദതീർത്ഥൻ ഹരിജനങ്ങളെ കൈപിടിച്ചുകൊണ്ടുവന്ന് വായനശാലയിൽ മറ്റുള്ളവർക്കൊപ്പം ഇടകലർത്തിയിരുത്തി.

പുരോഗമന ധാരയുടെ ത്വരിതഗതിയിലുള്ള മുന്നേറ്റത്തിൽ യാഥാസ്ഥിതികത്വത്തിന്റെ ചങ്കുറ്റങ്ങൾ പലതും തലകുനിഞ്ഞ നിലയിലായെങ്കിലും ചിലപ്പോഴെല്ലാം അത് ഒളികണ്ണോടെ നോക്കി. തക്കംകിട്ടുമ്പോഴെല്ലാം തലയുയർത്തി. ക്ഷേത്രം പിടിക്കാൻ ജന്മിത്വം നടത്തിയ നീക്കം അതി

ലൊന്ന്. 1946 ൽ കെ രാഘവൻ എന്ന ഹരിജൻ എം എൽ എ യെ പറശി നിക്കടവിലെ പ്രധാന വഴിയിലൂടെ കൊണ്ടുവരുന്നതിന് ചില യാഥാസ്ഥി തികർ തടസമുയർത്തി. എം എൽ എയ്ക്കുവേണ്ടി 'പ്രത്യേക വഴി' തങ്ങൾ ഉണ്ടാക്കാം എന്ന ഔദാര്യവും. വിഷ്ണുഭാരതീയൻ ഇത് പുച് ഛിച്ചുതള്ളി. പി എം ഗോപാലനും സി കോരൻ മാസ്റ്ററും അച്യുതൻ മാ സ്റ്ററും ചേർന്ന് ശുദ്ധവഴി അശുദ്ധമാക്കി. ഈ മുന്നേറ്റത്തിലും സ്ത്രീ കളുടെ പിന്തുണയുണ്ടായി. ജനങ്ങൾ ഒന്നടങ്കം ഇളകിയ മട്ടായിരുന്നു അന്ന്.

പാപ്പിനിശ്ശേരി ആറോൺമിൽ സമരം. നിരോധനത്തെ അവഗണി ച്ചു മുന്നേറിയ തൊഴിലാളിക്കരുത്ത്. പറശിനിക്കടവിലെ സ്ത്രീകൾ ഒളി വു സഹായികളായി. ക്ഷേത്രവും സമീപപ്രദേശങ്ങളും സാമുവൽ ആറോ ണിന്റെയും ഗുണ്ടാപ്പടയുടെയും കണ്ണിലെ കരടായിത്തീർന്നു. മടപ്പു രത്തറവാടിനു നേരെ പലവട്ടം ഭീഷണി. പി എം ഗോപാലനെ അറസ്റ്റ് ചെയ്യാനെന്നതിന്റെ പേരിൽ മടപ്പുരത്തറവാട് കൊള്ളയടിച്ചു. വർഷങ്ങളാ യി അരണ്ടു ജീവിച്ച് സ്വന്തമാക്കിയ അമ്മമാരുടെ സൂക്ഷിപ്പുകൾ എടു ത്തുകൊണ്ടുപോയി. ചപ്പില എന്ന സ്ത്രീയുടെ 32 പവൻ സ്വർണമാണ് അന്ന് നഷ്ടമായത്. അവരെ വിവാഹം കഴിച്ചത് വളപട്ടണത്തെ മാങ്കി അച്യുതനായിരുന്നു. വിവാഹവേളയിൽ കൊടുത്ത ആ സ്വർണം പി ന്നീട് പൊലീസിന് തിരിച്ചേൽപ്പിക്കേണ്ടിവന്നു.

സ്ത്രീകളെയടക്കം കലാ പ്രവർത്തനങ്ങളിലേക്ക് ആകർഷിച്ച നി മിഷകവിയായ സി കോരൻമാസ്റ്ററുടെ പ്രവർത്തനം പറശിനിക്കടവിന്റെ രാഷ്ട്രീയ ഭൂപടം രൂപപ്പെടുത്തിയ നിശ്ചയദാർഢ്യത്തിന്റെ വർണമായി രുന്നു. 1936 ലെ പറശിനിക്കടവ് കർഷക സമ്മേളനം– കമ്യൂണിസ്റ്റ് പാർ ട്ടിയുടെ കോഴിക്കോട് സംസ്ഥാന സമ്മേളനം തുടങ്ങിയവയിലെല്ലാം സ് ത്രീകൾ പങ്കെടുത്തു. കരിഞ്ചിയേടത്തി എന്ന പേരിലറിയപ്പെട്ട പി എം മാധവിയുടെ നേതൃത്വത്തിലായിരുന്നു കോഴിക്കോട് സമ്മേളനത്തിലേക്ക് പറശിനിക്കടവിൽനിന്ന് സ്ത്രീകൾ പങ്കെടുത്തത്. ചന്ദ്രോത്ത് മാധവി, പി പി മാധവി, ചന്ദൻ നാരായണി തുടങ്ങിയവരും പി പി അച്യുതൻ മാ സ്റ്ററുടെ അമ്മ മാണിക്കവും സംഘത്തിലുണ്ടായി. തിരക്കിൽ അവർ അവി ടെ ഒഴിഞ്ഞുപോയത് അന്നൊരു വാർത്തയായി. പിന്നെ സംഘാടകർ തിരിച്ചെത്തിക്കുകയായിരുന്നു. മലബാറിലെ ആദ്യ മഹിളാ സംഘടനയു ടെ സ്ഥാപക കരിഞ്ചിയേടത്തി. 1941ൽ അവർ കമ്യൂണിസ്റ്റ് പാർട്ടിയം ഗമായി. 1948 ലെ പൊലീസ് വേട്ടക്കാലത്ത് പിടിയിലായ കണിച്ചേരിയി ലെ വടക്കീൽ കല്യാണി കരിഞ്ചിയേടത്തിയുടെ കണ്ടെത്തലായിരുന്നു.

സി കോരൻമാസ്റ്ററുടെ സാഹിത്യാഭിരുചികളിലേക്ക് ആകർഷി ക്കപ്പെട്ട് വനിതാ നേതൃത്വത്തിലേക്ക് നടന്നു കയറിയവളായിരുന്നു ചന്ദ്രോ ത്ത് മാധവി. പറശിനിക്കടവ് യു പി സ്കൂളിൽ പഠിക്കുമ്പോൾ മാസ്റ്റർ അവൾക്ക് പ്രസംഗങ്ങൾ എഴുതിക്കൊടുക്കുമായിരുന്നു. കോഴിക്കോട് സമ്മേളന വനിതാ വളണ്ടിയർ കോറിലും മാധവി അണിചേർന്നു. പ്രത്യേ

ക വാടകവീട്ടിൽ സ്ത്രീകളെ താമസിപ്പിച്ചായിരുന്നു പരിശീലനം. ഇക്കാലയളവിൽ പി കൃഷ്ണപിള്ള, ഇ എം എസ്, കെ എ കേരളീയൻ തുടങ്ങിയവരുടെ ക്ലാസുകളിലും പങ്കെടുത്തു. കരിഞ്ചിയേടത്തിക്കൊപ്പം പറശിനിക്കടവ് മഹിളാസംഘത്തിന്റെ സെക്രട്ടറിയായത് മാധവി.

രാഷ്ട്രീയ പ്രവർത്തനം കാരണം വീട്ടിൽ പലവട്ടം പൊലീസ് വേട്ട നടന്നു. മാധവിയുടെ വീടാണെന്നു തെറ്റിദ്ധരിച്ച് മന്ദിവീട് തകർത്തു. ഒളിവുനേതാക്കളുടെ വസ്ത്രം കഴുകലും മറ്റും താൽപ്പര്യപൂർവമാണ് മാധവി ഏറ്റെടുത്തത്. കേരളീയൻ എഴുതിക്കൊടുത്ത പാട്ടുകളും ചില പ്രസംഗങ്ങളും അവർ പല സ്റ്റേജുകളിലും അവതരിപ്പിച്ചു. 1946 ലെ സംഘർഷദിനങ്ങൾക്കു നടുവിൽ കലാതൽപ്പരനും എഴുത്തുകാരനുമായ കുരികുഞ്ഞമ്പുവിന്റെ ജീവിതത്തിലെത്തി, നാടകം, കഥകളി, പാട്ട് തുടങ്ങിയ മേഖലകളിലെല്ലാം വ്യാപരിച്ച വ്യക്തിത്വമായിരുന്നു കുഞ്ഞമ്പുവിന്റേത്.

കോരൻമാസ്റ്റർ എഴുതിയ,
"...കറ്റ കളത്തിലേക്കെത്തിക്കുന്നു
അതിൽ പറ്റീടും നെല്ല് മെതിച്ചീടുന്നു
മെതിച്ചുണക്കി പൊടികളഞ്ഞ്
ജന്മിക്ക് വാരം അളക്കുവാനായി
അന്ത: കർമിക്ക് ഉപവസിച്ചീടുവാനായ്
പകലിരവും ദിനം പകലും
പണിയെടുത്ത പ്രതിഫലമായ്
പൊട്ടക്കിണറാം പറവഴിയായി
ജന്മി തട്ടിയെടുത്തീടുന്നു..." എന്ന ഗാനം മാധവി പലേടത്തും പാടി. പൂരക്കളിക്കുള്ളിലെ നാടകം എന്ന മട്ടിലായിരുന്നു ഇത് ചിട്ടപ്പെടുത്തിയിരുന്നത്. പത്തു വയസ്സ് കഴിഞ്ഞയുടൻ ഇത്തരം ഗാനരംഗങ്ങളിലേക്ക് ആകർഷിക്കപ്പെട്ട കോരൻമാസ്റ്ററുടെ സഹോദരി ചന്ദ്രോത്ത് വീട്ടിൽ യശോധയുടേത് മറ്റൊരു കഥ. കമ്യൂണിസ്റ്റ് പാർട്ടി ഒന്നാം കോൺഗ്രസിന് ബോംബെയിലെത്തിയ കലാട്രൂപ്പിലെ അംഗം.

11

കരിവെള്ളൂരിന്റെ പെൺകാവൽക്കാർ

ആണധികാരവ്യവസ്ഥയോടും ഭരണകൂട മർദന സംവിധാനങ്ങളോടും ഒരുപോലെ ചെറുത്തുനിന്ന് സഹനങ്ങളുടെയും ദുരിതങ്ങളുടെയും ചോരയും കണ്ണീരും നനഞ്ഞ വഴികളിലൂടെ അനുഭവങ്ങളുടെ കാരമുള്ളുകൾ തറച്ച കാലുകളുമായി അലഞ്ഞ പെൺജീവിതങ്ങൾക്ക് പലപ്പോഴും ചരിത്രത്തിൽ വേണ്ടത്ര ഇടം കിട്ടിയിട്ടില്ല. കരിവെള്ളൂർ സമരം ജന്മി നാടുവാഴിത്തത്തിന്റെയും ബ്രിട്ടീഷ് സാമ്രാജ്യത്വത്തിന്റെയും മർദകശക്തികളോട് നെഞ്ചോടുനെഞ്ചുനേരിട്ട് പൊരുതിയ സമാനതകളില്ലാത്ത വർഗയുദ്ധത്തിന്റെ ചരിത്രസാക്ഷ്യമാണ്. കുണിയനിലെ സമരഭൂമിയിൽ തീയുണ്ടകളുടെ മുന്നിലേക്ക് ഇരച്ചുകയറിയ ആ കർഷക മുന്നേറ്റത്തിൽ, സ്ത്രീകൾ എത്തിയിരുന്നില്ല. എന്നാൽ ജനങ്ങളെ പട്ടിണിക്കിട്ട്, അവരുണ്ടാക്കിയ നെല്ലു കടത്തിക്കൊണ്ടുപോകാൻ ചിറക്കൽ തമ്പുരാനും സിൽബന്ധികളും ബ്രിട്ടീഷ് സാമ്രാജ്യത്വത്തിന്റെ ചോറ്റുപട്ടാളത്തോടൊപ്പം എത്തിയാൽ ചെറുക്കാൻ സ്ത്രീകളും മുന്നിലുണ്ടാവണമെന്ന ആഹ്വാനം കേട്ട് ഇറങ്ങിപ്പുറപ്പെട്ടവർ ഏറെയാണ്. ആണായി ജനിച്ചവരെല്ലാം ജയിലിലോ ഒളിവിലോ നാടുവിട്ടോ പോയിരുന്ന കാലത്ത്, പൊലീസും ഗുണ്ടകളും വേട്ടനായ്ക്കൾ പോലെ ഒരു നാടിനെ കടിച്ചുകുടയാനിറങ്ങിയ നാളുകളിൽ, ഭീതിയുടെയും നിസ്സഹായതയുടെയും അരക്ഷിതത്വത്തിന്റെയും മുൾമുനയിൽനിന്ന് അനുഭവിച്ചുതീർത്ത പീഡനങ്ങളുടെയും ദുരിതങ്ങളുടെയും മർദനങ്ങളുടെയും ഉലയിൽ നീറിപ്പോയ ചരിത്രത്തിന്റെ പെൺകാവൽക്കാരുടെ എണ്ണം അതിലുമെത്രയോ ഇരട്ടിയാണ്.

ഇടവഴിയിലൂടെ പലരും തിരക്കിട്ട് കുണിയനിലേക്ക് പോകുന്നത് ഞാൻ കണ്ടു. വിവരമറിഞ്ഞ് പല ഭാഗത്തുനിന്നും എത്തിയ പു

> രുഷന്മാർ ചെറുസംഘങ്ങളായി അവിടേക്ക് പോയി. കുണിയനിലേക്ക് പോകാമെന്നു തന്നെ ഞാനും തീരുമാനിച്ചു. അപ്പോഴേക്കും കിഴക്കുനിന്ന് പെണ്ണുങ്ങളുടെ ഒരു സംഘം കയ്യിൽ ചിറാക്കത്തികളും മറ്റുമെടുത്ത് നടന്നുവരുന്നുണ്ടായിരുന്നു. ഞാൻ അവരുടെ സംഘത്തിൽ ചേർന്നു. ഏറ്റുമുട്ടലുണ്ടാവുകയാണെങ്കിൽ സ്ത്രീകളും പങ്കെടുക്കണമെന്ന എ വി യുടെ ആഹ്വാനം ചെവിക്കൊണ്ട് ഇറങ്ങിപ്പുറപ്പെട്ടവരാണവർ. വയൽവീട്ടിൽ ഉണ്ണാങ്ങമ്മ, ചെറിയമ്മ, വയൽവീട്ടിൽ മാണിയമ്മ, തേത്രവൻ വീട്ടിൽ പാട്ടിയമ്മ തുടങ്ങിയവരെല്ലാം കൂട്ടത്തിലുണ്ടായി. കരിവെള്ളൂർ മുച്ചിലോട്ടിന്റെ അടുത്തെത്തിയപ്പോൾ പലിയേരി രാഘവൻ നായരും സംഘവും മടങ്ങിവരുന്നു. "ആരും അങ്ങോട്ട് പോകരുത്. യന്ത്രത്തോക്ക് വെച്ച് വെടി തുടങ്ങി." രാഘവൻ നായർ ശബ്ദം താഴ്ത്തി എന്നോടു പറഞ്ഞു: "നിങ്ങളങ്ങോട്ടുപോകരുത്. എ വിയെ അവർ കെട്ടിയിട്ട് വെടിവെച്ചു കൊന്നു." എന്റെ കൂടെയുണ്ടായിരുന്ന പെണ്ണുങ്ങളെ രാഘവൻ നായരും മറ്റും ശാസിച്ച് തിരിച്ചയച്ചു (*ചോരയും കണ്ണീരും നനഞ്ഞ വഴികൾ* — കെ ദേവയാനി).

ഇതുപോലെ പല കോണുകളിൽനിന്നായി കുണിയനെ ലക്ഷ്യംവച്ച് ഇറങ്ങിപ്പുറപ്പെട്ടവർ പലരുമുണ്ട്. അവിടെയെത്തിയില്ലെങ്കിലും പിറ്റേന്നു മുതൽ ആണൊഴിഞ്ഞ കരിവെള്ളൂരിന് കാവൽ നിൽക്കേണ്ട ദൗത്യം അവരുടേതായി.

കരിവെള്ളൂർ സമരനായകൻ എ വി കുഞ്ഞമ്പുവിന്റെ സഹധർമിണി കെ ദേവയാനിയാണ് ദുരിതത്തിന്റെ കടുംകയ്പ് കുടിക്കേണ്ടിവന്നവരിലൊരാൾ. ഒരു പീഡനപർവത്തിനുശേഷമാണ് 1943 ജൂൺ 23 ന് എ വിയെ വിവാഹം ചെയ്ത അവർ കരിവെള്ളൂരിലെത്തുന്നത്.

നീണ്ട കാലത്തെ വേർപാടിനിടെ, പുന്നപ്രയിലെ വീട്ടിൽവച്ച് എ വി ഒരിക്കലും തിരിച്ചുവരില്ല എന്ന ബന്ധുക്കളുടെ പ്രതികരണത്തെ പ്രതീക്ഷയുടെ കാത്തിരിപ്പിലേക്ക് വിവർത്തനം ചെയ്യുകയായിരുന്നു ദേവയാനി.

വായനശാല തല്ലിപ്പൊളിച്ചെന്ന കേസിൽ എ വി യെ പൊലീസ് അറസ്റ്റു ചെയ്തുകൊണ്ടുപോയി. പത്തുമാസം മാത്രം പ്രായമുള്ള കുഞ്ഞിനെയും ഒക്കത്തെടുത്ത് ദേവയാനി സ്റ്റേഷനിലെത്തി. ഒറ്റുകാരും പൊലീസും നിറഞ്ഞുതുള്ളിയ നാളുകളിൽ അഭയം നൽകിയവർ പീഡിപ്പിക്കപ്പെട്ടത് മറ്റൊരു ചിത്രം. മുമ്പ് സ്വീകരിക്കുകയും സാന്ത്വനവും അഭയവുമായ വീടുകളും ഇടങ്ങളും ദയയില്ലാതെ കൊട്ടിയടയ്ക്കപ്പെട്ടു. അസ്ഥികൂടം പോലുള്ള കൂര. അസൗകര്യങ്ങൾ മാത്രം സൗകര്യമെന്ന സ്ഥിതി. ഭക്ഷണത്തെക്കുറിച്ചുള്ള സ്വപ്നങ്ങൾ വിദൂരമായി. പൊലീസ് പീഡനങ്ങളും ഭീഷണികളും ആവർത്തിക്കപ്പെട്ടപ്പോൾ വീടിന് വാതിൽ കൂട്ടാൻ പണിക്കാർ പോലും എത്തിയില്ല. എല്ലാ വഴികളും അടഞ്ഞപ്പോൾ

ദേവയാനി സ്വയം മുന്നിട്ടിറങ്ങി. വീടിന് വാതിൽ കൂട്ടിത്തരാനുള്ള ആവശ്യവുമായി മണ്ഡലം കോൺഗ്രസ് കമ്മിറ്റിക്ക് അപേക്ഷ നൽകി. ഭർത്താവ് ജയിലിലായ അശരണയായ എന്റെ വീടിന് രണ്ട് വാതിൽ പ്പലകകൾ കൂട്ടുന്നതിന് ആശാരിയെ അയച്ചുതരണമെന്നായിരുന്നു അപേക്ഷ. കോൺഗ്രസ് കമ്മിറ്റി പ്രതിനിധിസംഘം വീട്ടിലെത്തി ചുറ്റു പാടും പരിശോധിച്ച് അതിന് ഏർപ്പാടുണ്ടാക്കി. പട്ടിണിയായാലും മറ്റു ള്ളവരുടെമേൽ ഭീഷണിയുടെ നോട്ടവും മർദനത്തിന്റെ പാടും ഏൽപ്പി ക്കാതെ കുട്ടിയെയും കെട്ടിപ്പുണർന്ന് കഴിയാമല്ലോ എന്ന ചിന്തയിലാ യിരുന്നു ദേവയാനി. വീട് എന്ന സങ്കൽപ്പം ഇവിടെ ഒരു പോരാട്ടമുറിയാ വുകയായിരുന്നു. പ്രതിഷേധത്തിന്റെ പ്രതീകവും.

ജനിച്ചുവളർന്ന നാട്ടിൽനിന്നും നാഴികകൾക്കിപ്പുറത്ത് ഏറക്കുറെ അനാഥമായ ജീവിതം, പല വീടുകൾ മാറിയുള്ള പൊറുതി, സമരത്തി നുശേഷം മരണം എന്ന ഏക സാധ്യതയിലേക്ക് നെഞ്ചുവിരിച്ചുനടന്നു പോയ എ വിയുടെ യാത്രാമൊഴി, അഴികൾക്കപ്പുറത്ത് ബയനറ്റുകൾ കുത്തിക്കീറിയ ആഴമുള്ള പതിനൊന്ന് മുറിവുകളിൽ നിന്നൊഴുകിയ ചോ രവാർന്ന് വിളറിപ്പോയ എ വിയെ കാണുന്നത്, ഗർഭിണിയായിരിക്കേ പല വീടുകളിൽ മാറി മാറിത്താമസിച്ചിട്ടും രക്ഷയില്ലാതെ നീണ്ട ദിവസങ്ങളിൽ പലിയേരി കൊവ്വലിലെ ഹരിജനങ്ങളുടെ ശ്മശാനത്തിൽ ഒറ്റയ്ക്ക് ഒളി വിൽ കഴിയുന്നത്, വിശപ്പും ദാഹവും താങ്ങാനാവാതെ അവിടെ തളർ ന്നുവീഴുന്നത്, കുട്ടിയെ ഉറക്കിക്കിടത്തി വയലിലും കാട്ടിലും പണിക്കു പോകുന്നത്, തന്നെ സഹായിക്കുന്നതിന്റെ പേരിൽ അഭയം തന്നവരെല്ലാം ആക്രമിക്കപ്പെടുന്നത്, ഈ പീഡനകാലത്തും താൻ ചുമന്നുനടന്ന മകൾ രാധ ദാരിദ്ര്യത്തിന്റെയും വിശപ്പിന്റെയും അലച്ചിലുകളുടെയും ഇരയാ യി മരിച്ചുപോകുന്നത്, ഒടുവിൽ ഒരു വാക്കും പറയാനാവാതെ ജീവി തസഖാവായ എ വി തൊട്ടുമുന്നിൽ നിരുദ്ധകണ്ഠനായി കാത്തുനിൽ ക്കുന്നത്. ദേവയാനിയുടെ തീവ്രാനുഭവങ്ങൾ *ചോരയും കണ്ണീരും നനഞ്ഞ വഴികളി*ലൂടെ കേരളത്തിന് പരിചിതമാണ്. കരിവെള്ളൂർ സ മരത്തെ തുടർന്ന് ഒളിവിൽ പോയ പി കുഞ്ഞിരാമന്റെ സഹധർമിണി കുന്നുമ്മൽ ശ്രീദേവിക്ക് അനുഭവിക്കേണ്ടിവന്നത് നേരിട്ടുള്ള പൊലീസ് മർദനത്തിന്റെ പരമ്പര. അധികാരശക്തികളുടെ മാരക പ്രഹരം ആദ്യം കരിവെള്ളൂരിനെ ചിതറിത്തെറിപ്പിച്ചു. ഒളിവു പ്രവർത്തനങ്ങളുടെ ഇഴയടു പ്പങ്ങൾ പിന്നിപ്പോയ അതിന്റെ കെട്ടുറപ്പ് വീണ്ടുമുറപ്പിച്ചു. സ്ത്രീ മുന്നേറ്റങ്ങളുടെയും മുൻകൈകളുടെയും ചോരയോട്ടം ആ ഗ്രാമത്തിന് ജീവൻ നൽകി. തെരുവിൽ കുതിച്ചെത്തിയ കരിവെള്ളൂരിന്റെ ശ്വസനത്തി ന് കാവൽനിൽക്കാൻ സ്ത്രീ സഹനങ്ങളുടെ കണ്ണികൾ പിന്നെയും വളർ ന്നു. കുന്നുമ്മൽ ശ്രീദേവി, കെ ദേവയാനി, മുനയൻകുന്ന് രക്തസാക്ഷി കുന്നുമ്മൽ കുഞ്ഞിരാമന്റെ പെങ്ങൾ, കണ്ണൂർ സെൻട്രൽ ജയിലിലെ മർദനപരമ്പരകൾ മരണത്തിലേക്ക് നടത്തിച്ച കുന്നുമ്മൽ രാമന്റെ മരു മകൾ — കുന്നുമ്മൽ ശ്രീദേവി. ഒരു വർഷം നീണ്ട പൊലീസ് വേട്ടയാ

ടലുകളിൽ നൂറ്റാണ്ടിന്റെ വേദന തിന്നവൾ. ആൺതരിയുടെ കൈപിടിക്കാനില്ലാതെ സങ്കടക്കടലുകൾ ഒറ്റയ്ക്കു നീന്തിക്കയറിയവൾ. വേദനയുടെ തീയിൽ വെന്ത് വനിതാ പ്രവർത്തകർക്ക് വെളിച്ചമായവൾ.

പയങ്ങപ്പാടൻ എന്ന പി കുഞ്ഞിരാമന്റെ ജീവിതസഖിയായി പതിനാലാം വയസിലാണ് ശ്രീദേവി കരിവെള്ളൂരിലെത്തിയത്. കൂട്ടുജീവിതത്തിന്റെ പരസ്പര താങ്ങുകൾ എന്തെന്നറിയുംമുമ്പ് കടന്നുവന്നത് പരീക്ഷണങ്ങൾ. സാധാരണ മനുഷ്യരെല്ലാം ചുവടുതെറ്റുന്ന തീക്ഷ്ണ പരീക്ഷകൾ. ശ്രീദേവി പിടിച്ചുനിന്ന് പലർക്കും മാതൃകയായി.

കരിവെള്ളൂർ സംഭവത്തിനുശേഷം പിച്ചിച്ചീന്തപ്പെട്ട ഗ്രാമം. ആൺതുണകൾ ഊഹിക്കാൻപോലുമാവാത്തിടങ്ങളിലേക്ക് കൂട്ടപ്പലായനം ചെയ്തു. കൂരകളിൽ സ്ത്രീജിവിതം സുരക്ഷിതമല്ലാതായിത്തീർന്നു. ഈ ഘട്ടത്തിലാണ് ആലപ്പടമ്പിലെ സ്വന്തം വീട്ടിലേക്ക് പോകാൻ കർഷക സംഘം പ്രവർത്തകർ ശ്രീദേവിക്ക് നിർദേശം നൽകിയത്. തന്റേതുകുടിയായ കരിവെള്ളൂർ മണ്ണ് വിട്ടുപോകാൻ മടിയുണ്ടായിരുന്നു. എന്നാലും സംഘത്തിന്റെ നിർദേശം അനുസരിച്ചു.

നെല്ലെടുപ്പു സമരം

പ്രശ്നങ്ങൾ അവരെ വിടാതെ പിന്തുടരുകയായിരുന്നു. ആയിടയ്ക്ക് അമ്മാമൻ കുന്നുമ്മൽ രാമന്റെ നേതൃത്വത്തിൽ ആലപ്പടമ്പ് നമ്പീശന്റെ കളപ്പുരയ്ക്കൽ നെല്ലെടുപ്പു സമരം. ഇതിന്റെ പേരിൽ ശ്രീദേവിയുടെ വീട് എം എസ് പിക്കാർ വളഞ്ഞു. പി കുഞ്ഞിരാമന്റെ നേതൃത്വത്തിലാണ് നെല്ലെടുപ്പെന്നായിരുന്നു പൊലീസ് ഭാഷ്യം. അവർ കണക്കുതീർക്കാൻ ഒരുങ്ങിനിന്നു. അനുജത്തിയുമൊത്ത് വിറക് ശേഖരിക്കാൻ പോയ ശ്രീദേവിയെയും നോക്കി പൊലീസ് സംഘം വീട്ടിൽ കാത്തുകെട്ടിനിന്നു. ഭർത്താവ് എവിടെയാണെന്ന് പറഞ്ഞില്ലെങ്കിൽ കൊല്ലുമെന്ന് ആക്രോശിച്ച് ഏറ്റവും ക്രൂരമായ മർദനപരീക്ഷണങ്ങൾ പുറത്തെടുത്തു. ബൂട്ട്സുകൾ അവരുടെ തലയിലും ശരീരത്തിലും പതിഞ്ഞു. പിടിച്ചുനിന്ന ശ്രീദേവി ഒടുവിൽ ബോധരഹിതയായി. മോശപ്പെട്ട സൂചന നൽകിയ ചലനമറ്റ അവസ്ഥ. ശ്രീദേവിയെ പൊലീസ് അടിച്ചുകൊന്നു എന്ന വാർത്ത പ്രചരിച്ചു.

ചോരപുരണ്ട പൊലീസ് കൈകൾ പിഴുതെടുക്കാൻ ദൃഢനിശ്ചയം ചെയ്തമട്ടിൽ സമീപപ്രദേശങ്ങളെല്ലാം ഇളകിമറിഞ്ഞു. കെ സി കുഞ്ഞാപ്പുമാസ്റ്ററുടെയും സി പി നാരായണന്റെയും മറ്റും നേതൃത്വത്തിൽ എരമം കുറ്റൂരിൽനിന്നും കരയാപ്പള്ളി കണ്ണൻ, കെ വി കുഞ്ഞിക്കണ്ണൻ തുടങ്ങിയവരുടെ പ്രചോദനത്തിൽ കരിവെള്ളൂരിൽനിന്നും കർഷകസംഘം പ്രവർത്തകർ കുതിച്ചു. ആലപ്പടമ്പിലെ നമ്പീശന്റെ മഠത്തിലേക്ക്. ശ്രീദേവിയെ ദ്രോഹിച്ച എം എസ് പിക്കാരുടെ ധിക്കാരത്തിനെതിരെ സംഘം പ്രവർത്തകർ ശക്തമായി പ്രതികരിച്ചു. ഈ പ്രതിഷേധത്തിന്റെ പ്രതികാരവും ശ്രീദേവിയോടായിരുന്നു. അടുത്ത ദിവസം വീട്ടിലെത്തി

യ പൊലീസ് അവരെ വീണ്ടും മർദിച്ചു. ലാത്തിയടിയേൽക്കാത്ത ഒരിഞ്ചു സ്ഥലം പോലും ആ ശരീരത്തിലുണ്ടായിരുന്നില്ല.

പി കുഞ്ഞിരാമനെ തേടിയുള്ള തുടർച്ചയായ റെയ്ഡുകൾ മിക്കപ്പോഴും ശ്രീദേവിക്കുള്ള മർദനദിനങ്ങളായിരുന്നു. ഒരു ദിവസം കഴുത്തിൽ കത്തിയമർത്തി നടത്തിയ ഭീഷണികൾ. അതിന്റെ കൊടുംവേദനയും മുറിവും നീറ്റലും ശമിപ്പിച്ചത് പച്ചമരുന്ന് വെച്ചുകെട്ടിക്കൊണ്ടാണ്. കൈകൾ നിറയെ കുപ്പിവളയിട്ടുകൊണ്ടുള്ള ശ്രീദേവിയുടെ നിൽപ്പ് എം എസ് പിക്ക് പിടിച്ചില്ല. ഓരോ വളയായി ലാത്തികൊണ്ട് അടിച്ചുതകർത്ത ക്രൂരതയായിരുന്നു പ്രതികാരം. രണ്ടു കൈയും പൊട്ടിയൊലിച്ച് ഏറെ ചോര നഷ്ടമായി. ആ വേദനമൂലം ദിനചര്യകൾപോലും പല ദിവസവും നേരാംവണ്ണം ചെയ്യാനായില്ല.

ക്രൂരമർദനങ്ങൾ

മനുഷ്യത്വം തലകുനിക്കുന്ന മർദനമുറകൾ. സ്ത്രീയെന്ന നിലയിൽ കേരളത്തിൽ ഏറെപ്പേരൊന്നും അനുഭവിക്കാത്ത പീഡനപരമ്പരകൾ. ദയനിറഞ്ഞ നോട്ടം പോലും ലഭിക്കാത്ത അവസ്ഥ. ഒരിക്കലല്ല, പലവട്ടം മർദനത്തീഗോളങ്ങളിലൂടെയുള്ള യാത്രകൾ. ശരീരമാകെ ഇടിച്ചുനുറുക്കി അവശയാക്കി. നാടൻ ചികിത്സകൊണ്ടാണ് കുറച്ചെങ്കിലും പിടിച്ചുനിന്നത്. കോഴിമുട്ടയും ശർക്കരയും ചേർത്ത് കഴിക്കും. ചില പ്രത്യേക പച്ചമരുന്നുകൾ ഇടിച്ച് നീരിറ്റുന്ന പരുവത്തിൽ ശരീരമാകെ വെച്ചുകെട്ടും. മർദനത്തിന് കാരണങ്ങൾ കണ്ടെത്തുക കൂടി പൊലീസിന്റെ വിനോദമായിരുന്നു. നിറംപുറത്തുകാണാതിരിക്കാൻ ഭർത്താവ് രാത്രി ഒളിച്ചുവന്ന് കെട്ടിക്കൊടുക്കുന്നതാണെന്ന പേരിലായി പിന്നെ മർദനങ്ങൾ. "നാടുഭരിക്കുന്ന രാജാവിന്റെ റാണിയല്ലേ നീ" എന്നു പരിഹസിച്ചുകൊണ്ടായിരുന്നു പലപ്പോഴും അതിക്രമങ്ങൾ. മർദനമുറകൾക്കായി കെട്ടിയുണ്ടാക്കിയ താൽക്കാലിക ക്യാമ്പുകളിലേക്ക് ശ്രീദേവി വലിച്ചിഴയ്ക്കപ്പെട്ടു. വയറ്റിൽ കുഞ്ഞിരാമന്റെ കുഞ്ഞല്ലേ എന്ന് ആക്രോശിച്ച് പലവട്ടം ലാത്തിയും ബൂട്ടും പ്രയോഗിച്ചു.

പൊലീസിന്റെ നിരന്തര ശല്യം കാരണം ആഴ്ചകളോളം ഉറങ്ങാതെയിരുന്ന അനുഭവവും ശ്രീദേവിക്കുണ്ട്. അമ്മയെയും അനുജത്തിയെയും കൂട്ടി അവർ പൊരുതിനിൽക്കുകയായിരുന്നു. പറമ്പിലെ അനുഭവങ്ങൾ അരിഞ്ഞു നശിപ്പിക്കുക, കിണറ്റിൽ മണ്ണെണ്ണയൊഴിച്ച് വെള്ളം ഉപയോഗശൂന്യമാക്കുക തുടങ്ങിയ കാടത്തങ്ങളും അരങ്ങേറി. വേദനയുടെ തീമല തീറ്റിച്ച നാളുകൾ. ശ്രീദേവി ഉരുക്കുമനസിനുടമയാവുകയായിരുന്നു. അത് നിശ്ചയദാർഢ്യമായും സ്വയം പരിഭാഷപ്പെടുത്തി. പീഡനത്തിന്റെ ദുരന്തം നിറഞ്ഞ അറ്റം പലവട്ടം കണ്ടിട്ടും അവർ പതറിയില്ല. നേതാക്കളുടെ ഒളിത്താവളങ്ങളെ പറ്റിയോ അവരുടെ നീക്കങ്ങളെക്കുറിച്ചോ ഒന്നുമേ പുറത്തുവിട്ടില്ല.

രഹസ്യ പ്രവർത്തനം

കൊടുംയാതനകൾക്കു മുമ്പിൽ നഗ്നമായി നിൽക്കുമ്പോഴും ഒളിവുസഖാക്കൾക്ക് ഭക്ഷണമെത്തിക്കുന്നതിലും ശ്രീദേവി മുൻനിന്നു പ്രവർത്തിച്ചു. രഹസ്യകേന്ദ്രങ്ങളിൽനിന്നുള്ള കുട്ടികൾ ഭക്ഷണത്തിനു വരുമ്പോൾ കറിയുടെ ചില പ്രത്യേകതകളിലൂടെ അവർ ഭക്ഷണമാർക്കാണെന്ന് തിരിച്ചറിയും. മീൻ വേണ്ടാത്ത ഭക്ഷണമാണെങ്കിൽ അത് പയങ്ങപ്പാടനാണെന്ന് നിശ്ചയം. വെള്ളംപോലും കുടിക്കാതെയായിരുന്നു ഈ ഭക്ഷണവിതരണം. പലപ്പോഴും പൊലീസ് തേർവാഴ്ചക്കിടയിൽ പാതിവെന്ത ഭക്ഷണം വാരിവിഴുങ്ങിയ അനുഭവങ്ങളുമുണ്ട് ശ്രീദേവിക്ക്. അടുപ്പത്ത് ഭക്ഷണം വേവുന്നത് കണ്ടാൽ അതിന്റെ പേരിലാവും അസഭ്യങ്ങളും മർദനങ്ങളും. ചിലപ്പോഴാകട്ടെ അതിൽ മണ്ണു വാരിയിടുംവരെ പോയി പൊലീസ് പ്രാകൃതത്വം.

ശാരീരികാതിക്രമങ്ങൾക്കൊപ്പം മാനസികമായും സ്ത്രീകൾക്കുമേൽ കുരുക്കുകൾ തീർത്തു. സാമൂഹ്യ ബഹിഷ്കരണങ്ങൾക്കൊപ്പം അടിച്ചേൽപ്പിക്കുന്ന ഭർത്താക്കന്മാരും പീഡനത്തിന്റെ ഉപാധിയായി. പല സ്ത്രീകൾക്കും പുതിയ ഭർത്താക്കന്മാർ നിയോഗിക്കപ്പെട്ടു. പ്രതിഷേധങ്ങൾ ദുർബലമായിടങ്ങളിൽ യഥാർഥ വിവാഹക്കാരൻ പടിക്കുപുറത്തായ ഒറ്റപ്പെട്ട അനുഭവങ്ങളുമുണ്ടായി. ശ്രീദേവിക്കുനേരെയും ഈ നാണംകെട്ട തന്ത്രം തുറന്നുപിടിച്ചു. കുഴപ്പക്കാരനായ പയങ്ങപ്പാടനെ ഒഴിവാക്കി മറ്റൊരാളെ വരിക്കണമെന്നായിരുന്നു ഉപദേശം. കോൺഗ്രസുകാരനായ അമ്മാമനും ഈ ഉപദേശികൾക്കൊപ്പം നിന്നു. ഒടുവിൽ ഒരു കണ്ണൻ നായരെക്കൊണ്ട് പുടവ മുറിപ്പിച്ചു. പുടവ വീട്ടിൽ കൊണ്ടിടുകയായിരുന്നുവെന്ന് പറയുന്നതാവും കൂടുതൽ ശരി. കിടപ്പുസാമഗ്രികളുമായി വീട്ടിനടുത്ത് ചുറ്റിപ്പറ്റിനിൽക്കുക മാത്രമായിരുന്നു കണ്ണൻ നായർ. ശ്രീദേവി അയാളുടെ മുഖത്തുപോലും നോക്കിയില്ല. വാതിൽ തുറക്കാത്ത ശ്രീദേവിയുടെ 'ധിക്കാരം' പുതിയ ഭർത്താവ് പൊലീസിന്റെ ചെവിയിലെത്തിച്ചു. പുടവ മുറിച്ചിട്ടും അവൾക്ക് തന്നെ വേണ്ടെന്നതാണ് ഭാവം എന്ന നിലയിലായിരുന്നു പരാതി. പയങ്ങപ്പാടൻ രാത്രികാലങ്ങളിൽ വീട്ടിലെത്തുന്നുണ്ടെന്ന നുണയും അയാൾ തട്ടിവിട്ടു. പിന്നെ അതു പറഞ്ഞായിരുന്നു കശക്കിയെറിയലുകൾ.

യൗവനത്തിലെ വൈധവ്യം

മുപ്പതുവയസിനു മുമ്പ് വൈധവ്യത്തിന്റെ കണ്ണീരിലാണ്ട ജീവിതമായിരുന്നു തെക്കുമ്പാടൻ മാധവിയുടേത്. രക്തസാക്ഷി തിടിൽ കണ്ണന്റെ ഭാര്യ. ഒരു വയസ്സ് തികയാത്ത ഇളയകുട്ടിയെയും പോറ്റേണ്ടുന്ന ഭാരം അവർ ഒറ്റയ്ക്ക് താങ്ങി. ഡിസംബർ ഇരുപതിന് ഏറെ വൈകിയാണ് ഭർത്താവിന്റെ രക്തസാക്ഷിത്വം മാധവിയറിഞ്ഞത്. മൃതശരീരം കാണാൻ പോലും പൊലീസ് അനുവദിച്ചില്ല.

മൂന്നാമത്തെ കുട്ടിയെ ഗർഭം ധരിച്ചിരിക്കുമ്പോഴായിരുന്നു നീലിയം വീട്ടിൽ ചെറിയക്കുമേൽ പീഡനങ്ങൾ പെരുമഴയായി പെയ്തുരസിച്ചത്. എം എസ് പിയുടെയും നാടൻ ഗുണ്ടകളുടെയും കഴുകൻ കണ്ണുകൾ. കരിവെള്ളൂർ സമരത്തിലെ മൂന്നാംപ്രതി ഭർത്താവ് പുതിയടത്ത് രാമനെ തിരഞ്ഞെത്തിയവർ ആ ധീരതയെ അപഹസിക്കാൻ ഉറഞ്ഞുതുള്ളി.

വീട്ടിൽ ഒന്നുമില്ലാത്ത അവസ്ഥ. ഗർഭത്തിന്റെ ശാരീരികാസ്വാസ്ഥ്യങ്ങൾ. തളർച്ച. നിഴൽപോലെ പൊലീസ് സന്നാഹങ്ങൾ. അടുപ്പ് പുകഞ്ഞിട്ട് നാളുകൾ കഴിഞ്ഞു. രഹസ്യമായെത്തിച്ച അരി അടുപ്പത്ത് വേവുമ്പോഴേക്കും കഴുകന്മാർ എത്തും. പൊലീസ് അടുപ്പും കലവും അടിച്ചുതകർക്കും. പറക്കമുറ്റാത്ത മക്കളെ വാരിപ്പുണർന്ന് ആ ഗർഭിണി നിന്നു.

ഗർഭത്തിന്റെ അഞ്ചാം മാസത്തിലും ചെറിയ അപകടകരമായി പ്രവർത്തിച്ചു. കാട്ടിൽപ്പോയി തോൽ കൊണ്ടുവരാനെന്ന വ്യാജേന ഒളിവിലെ രഹസ്യകേന്ദ്രങ്ങളിൽ ഭക്ഷണപ്പൊതികൾ എത്തിച്ചു. പുത്തൂരും പരിസരത്തുമുള്ള കാടുകളും കാവുകളുമായിരുന്നു അന്നത്തെ പ്രധാന ഒളിത്താവളങ്ങൾ. പയങ്ങപ്പാടൻ കുഞ്ഞിരാമൻ, കോളിയാടൻ നാരായണൻ മാസ്റ്റർ, കെ വി സദാനന്ദപൈ തുടങ്ങിയവരെല്ലാം ഇവിടങ്ങളിലായിരുന്നു സുരക്ഷിതമായി കഴിഞ്ഞിരുന്നത്. "കാട്ടിൽ പുല്ലുപറിക്കാനെന്ന പേരിൽ പോകുമ്പോൾ പുല്ലുകെട്ടുന്ന കയറിനകത്ത് സഖാക്കൾക്കുള്ള ഭക്ഷണം ഭദ്രമായി സൂക്ഷിക്കും. അത് ഒരു സ്ഥലത്തുവച്ച് ഞാൻ ഒരടയാളം കാണിച്ച് മാറിനിൽക്കുമ്പോൾ അവർ വന്ന് അതു കഴിക്കും. ആ സമയം എന്റെ പണി അടുത്തുള്ള മരത്തിൽ കയറി പൊലീസും ഗുണ്ടകളും വരുന്നുണ്ടോ എന്നു നോക്കലാണ്..." എന്നതാണ് ചെറിയയുടെ ത്രസിപ്പിക്കുന്ന അനുഭവങ്ങൾ. സേലം ജയിലിൽ ഭർത്താവ് പുതിയടത്ത് രാമൻ കഴിഞ്ഞ കാലം. എ വി കുഞ്ഞമ്പുവിന്റെ വീട്ടഡ്രസ്സിലായിരുന്നു അന്ന് ജയിലിൽനിന്ന് കത്തുകൾ വന്നിരുന്നത്. അത് കൈപ്പറ്റാൻ പോകുമ്പോൾ പൊലീസ് ചെറിയയെ വാക്കുകൾകൊണ്ടും നോട്ടങ്ങൾ ഉതിർത്തും പീഡിപ്പിക്കുക പതിവായിരുന്നു. പോരാളിയായ ഭർത്താവിന്റെ കത്തുവാങ്ങാൻ തന്നെയാണ് പോകുന്നതെന്ന വിശദീകരണത്തോടെയാവും ചെറിയ പൊലീസിനെ നേരിടുക. ചെറുത്തുനിന്ന സമരധീരരെ ഡിസംബർ 20 ന് തല്ലിത്തകർത്ത് പച്ചയോലയിൽ ശവം കണക്കെ ചീനയിൽ പയ്യന്നൂരിലേക്ക് കൊണ്ടുപോയത്, അനീതിക്കെതിരെ ഒരു ഗ്രാമമാകെ ജ്വലിച്ചുനിന്നത് – ചെറിയയുടെ മനസുറപ്പിച്ച സംഭവങ്ങൾ.

കരിവെള്ളൂർ കേസിൽ പൊലീസിന് ആദ്യം അറസ്റ്റ് ചെയ്യാൻ കഴിയാതിരുന്ന 12 പ്രതികളിൽ ഒരാളാണ് കോളയാടൻ നാരായണൻ നായർ. കഠിനമായ ദാരിദ്ര്യവും കുടുംബപ്രാരബ്ധങ്ങളും മാത്രമല്ല, അദ്ദേഹത്തിന്റെ ഭാര്യ തളിയിൽ മാധവിയമ്മയ്ക്ക് നേരിടേണ്ടിവന്നത്. നാരായണൻ മാസ്റ്ററെ അന്വേഷിച്ചെത്തുന്ന പൊലീസിന്റെ പീഡനവും മർദനവും പലവട്ടം അനുഭവിക്കേണ്ടിവന്നു അവർക്ക്. എം പി കണ്ണനെ അന്വേഷിച്ചെത്തിയ പൊലീസ് അദ്ദേഹത്തിന്റെ ഭാര്യ കാര്യത്ത് കുമ്പയെയും പരമാ

വധി ഉപദ്രവിച്ചു. പിഞ്ചുകുഞ്ഞായിരുന്ന മകൻ നാരായണനെ കയ്യിലെടുത്താണ് അവർ ചെറുത്തുനിന്നത്. തോട്ടത്തിൽ കുഞ്ഞപ്പുവിന്റെ ഭാര്യ കതിരുമ്മൽ ചിരിയും കെ കെ വി രാമൻ നായരുടെ കുടുംബാംഗങ്ങളും ഇങ്ങനെ പീഡനമനുഭവിക്കേണ്ടിവന്നവരാണ്. തേത്രാൻ വീട്ടിൽ പാട്ടിയമ്മ, വി വിയുടെ ഭാര്യ വയൽവീട്ടിൽ മാണിയമ്മ, കൃഷ്ണൻമാസ്റ്ററുടെ ഭാര്യ ലക്ഷ്മിയമ്മ തുടങ്ങി നിരവധി അമ്മമാർ പൊലീസിന്റെയും ഗുണ്ടകളുടെയും ഭീഷണിയും തെറിവിളിയും കയ്യേറ്റങ്ങളും പലതവണ നേരിട്ടിരുന്നു.

ഉയരുന്ന ലാത്തികൾക്കും ചുഴിയുന്ന തുറുകണ്ണുകൾക്കും മുന്നിൽ ചൂളിപ്പോകാതെ, തീപിടിച്ച നാടിന് പിടയ്ക്കുന്ന മനസോടെ കാവിൽനിന്നവരാണ് കരിവെള്ളൂരിലെ അമ്മമാർ.

12

ജീവിതത്തിലെ അഗ്നിവീഥികൾ

ലോകത്തിലെ വിവിധ വിപ്ലവകാരികളെക്കുറിച്ച് യു എസ് എസ് ആർ അക്കാദമി ഓഫ് സയൻസസ് പുറത്തിറക്കിയ കൃതി (*Lives Given to freedom: Dedications to communist Fighters* - Nauka, Moscow, 1966) വികാരാവേശത്തോടെ മാത്രമേ വായിച്ചുവെക്കാനാവൂ. വിപ്ലവ പ്രക്രിയയിലേക്ക് സർവതും സമർപ്പിച്ച ഐതിഹാസിക ജീവിതങ്ങളെക്കുറിച്ചുള്ള ഇരമ്പുന്ന സ്മരണകൾ, കാലത്തെ വിസ്മയിപ്പിച്ച നിശ്ചയദാർഢ്യത്തിന്റെ പ്രതീകങ്ങളാണ് അവരെല്ലാം. ചരിത്രത്തിനു മുന്നിൽ നടന്ന സാഹസികരായ ആ പ്രതിഭകളുടെ അനുകരിക്കാൻ ബുദ്ധിമുട്ടുള്ള മാതൃക പോരാടുന്നവർക്കെല്ലാം ആവേശമാണ്; എന്നും എല്ലായിടത്തും.

ചരിത്രത്തിന്റെ ഉണർന്നിരിക്കുന്ന ഏടുകൾ തുറന്നുവെച്ച ആ കൃതിയുടെ ആമുഖം പീഡനമുറികളും തൂക്കുമരങ്ങളും വെടിയുണ്ടകളും ഒടുവിൽ മരണവും ഒന്നിച്ചുചേർന്ന് ഭീഷണിയുയർത്തിയിട്ടും അടിപതറാതെനിന്ന എത്രയോ വിപ്ലവകാരികളുടെ ത്രസിപ്പിക്കുന്ന അനുഭവങ്ങളിലേക്ക് കൈപിടിച്ചുകൊണ്ടുപോകുന്നുണ്ട്. മറ്റൊരാൾക്കു മുന്നിൽ മുട്ടുമടക്കി നിൽക്കുന്നതിനേക്കാൾ അഭികാമ്യം മരണമാണെന്ന് തുറന്നടിച്ച മെക്സിക്കൻ കമ്യൂണിസ്റ്റ് റൂബെൻ ജറാമില്ലോയും കമ്യൂണിസത്തിനായി പ്രവർത്തിക്കാൻ കഴിയില്ലെങ്കിൽ ഞാൻ ജീവിക്കാൻ ആഗ്രഹിക്കുന്നില്ലെന്ന് പറഞ്ഞ ജപ്പാൻ പോരാളി സെൻ കതായാമയും അപൂർവ വിസ്മയങ്ങൾ തന്നെ.

ക്യൂബൻ പോരാളികളെ സാമ്രാജ്യത്വം പീഡിപ്പിച്ചും വധിച്ചും ചിതറിയ അവസ്ഥയിൽ മുക്കാൻ നോക്കിയത് മറ്റൊരു കഥ. മൊൺകാദാ സൈനിക ക്യാമ്പ് ആക്രമണത്തിനുശേഷം ബാക്കിയായ പോരാളികളെ പ്രത്യേക വിചാരണയ്ക്ക് വിധേയമാക്കി. ലെനിൻ കൃതികളുടെ ഒരു

വാല്യം ജയിൽ മുറിയിൽ കണ്ടെത്തി. അത് ആരുടേതാണെന്ന ജഡ്ജിയുടെ ചോദ്യത്തിനുള്ള മറുപടിയും ആവേശം കത്തിപ്പടർത്തിയതായിരുന്നു. "അത് ഞങ്ങളുടേതാണ്. ഇത്തരമൊരു പുസ്തകം വായിക്കാത്തയാൾ നിരക്ഷരനാണ്" എന്ന പ്രതികരണം വിചാരണാമുറിയിൽ സ്ഫോടനം സൃഷ്ടിച്ചു. കമ്യൂണിസ്റ്റ് പാർട്ടി രൂപീകരണത്തിലേക്ക് വഴിതുറന്ന ആദ്യകാല രഹസ്യ സംഘടനകളുടെ വിശദചിത്രവും പിന്നീടുള്ള കുറിപ്പുകളിൽ തെളിയുന്നു.

കേരളത്തിലെ കമ്യൂണിസ്റ്റ് പ്രസ്ഥാനത്തിന്റെ സ്ഥാപക നേതാക്കളുടെ പരീക്ഷണങ്ങൾ നിറഞ്ഞ ജീവിതവും ആദ്യകാല സംഘടനകളും അവയുടെ സംഘാടനവും പൊള്ളുന്ന കാലത്തിന്റെ തുടിപ്പുകളാണ്. ഇവയിലേക്കെല്ലാം എത്രയോ അന്വേഷണ യാത്രകൾ ഉണ്ടായിട്ടുണ്ട്. വിശകലനങ്ങൾ ഏറെ പുറത്തുവന്നു. നേതാക്കളുടെ ഓർമക്കുറിപ്പുകൾ നിരവധി. എത്രയും എഴുതപ്പെട്ടിട്ടും അതിന്റെ പതിന്മടങ്ങ് വായിക്കപ്പെട്ടിട്ടും ചരിത്രത്തിന്റെ കൗതുകം അവസാനിച്ചിട്ടില്ല. അവിടെയാണ് എൻ സി ശേഖറിനെപ്പോലൊരു ആദ്യപഥികന്റെ ഓർമകൾ വീണ്ടും നമ്മെ തേടിയെത്തുന്നത്. കാലം വിലക്കിയ ചോദ്യങ്ങൾ ഉയർത്തിയ ബാല്യം. മാറ്റം കൊതിച്ച് വിശ്രമരഹിതനായി ഇറങ്ങിത്തിരിച്ച കൗമാരം. ആ ജീവിതം ഒരു കാലഘട്ടത്തിന്റേതു കൂടിയായിരുന്നു.

ഉച്ചനീചത്വങ്ങളും അസ്പൃശ്യതയും അയിത്തവും അന്ധവിശ്വാസങ്ങളും അനാചാരങ്ങളും ഇരുട്ടിലാഴ്ത്തിയ ഗ്രാമം എങ്ങനെയാണ് ഉണർന്നെണീറ്റത് എന്നതിന്റെ കൂടി ചരിത്രമാണ് എൻ സിയുടെ ആദ്യകാലം.

പ്രതാപൈശ്വര്യങ്ങളുടെ നടുവിലായിരുന്നു എൻ സിയുടെ ജനനം; 1904 ജൂലായ് രണ്ടിന്. അയ്യങ്കാളിയുടെ ഗ്രാമമായ വെങ്ങാനൂരിലെ യാഥാസ്ഥിതിക കുടുംബത്തിൽ നാരായണപിള്ളയുടെയും ജാനകിയമ്മയുടെയും മകനായി പിറന്ന നാരായണപിള്ള ചന്ദ്രശേഖര പിള്ളയാണ് പിന്നീട് എൻ സി ശേഖറായത്. അച്ഛന്റെയും അമ്മയുടെയും തറവാടുകൾ സമ്പന്നമായിരുന്നു. നാലുകെട്ട്. സന്ദർശകരെ സ്വീകരിക്കുന്ന പടിപ്പുര, ബംഗ്ലാവ്, നൂറുകണക്കിന് പറ നിലം ഒന്നിച്ച് കൊയ്തിട്ട് മെതിക്കാവുന്ന മുറ്റം. വൻ പത്തായങ്ങൾ, സ്ത്രീകൾ നാലുകെട്ടിനുള്ളിൽ ഒതുങ്ങിക്കഴിയേണ്ടിവന്നതും ആഢ്യത്തത്തിന്റെ മറ്റൊരു തൂവൽ.

പ്രതാപിയായ അപ്പൂപ്പന്റെ ഓർമകളും നടപ്പുംപോലും ആ ബാലനെ ആഴത്തിൽ സ്വാധീനിച്ചു. അരോഗദൃഢഗാത്രനും ശക്തനുമായിരുന്ന അദ്ദേഹം പ്രത്യേക വേഷത്തിലും ഭാവത്തിലുമാണ് പുറത്തിറങ്ങാറുള്ളത്. ഒരു പരാക്രമശാലിയായാണ് നാട്ടുകാർ അപ്പൂപ്പനെ വീക്ഷിക്കാറ്. അദ്ദേഹത്തെ എല്ലാവർക്കും ഭയവുമായിരുന്നു.

ഇത്തരം പരാക്രമശൈലിക്ക് ഉപരിയായ സാമൂഹ്യവ്യക്തിത്വത്തിന്റെ ചില സൂചനകൾ അദ്ദേഹം പ്രദർശിപ്പിച്ചു. പൂജകളിലും വിഗ്രഹാരാധനയിലും താൽപ്പര്യം കാട്ടാതിരുന്നത് അതിന്റെ ഉദാഹരണം. *ഖുർ ആൻ*

ചെലുത്തിയ സ്വാധീനമായിരുന്നു അതിന്റെ പിന്നിൽ. ബാലരാമപുരത്തെ മുസ്ലീം പണ്ഡിതൻ സമ്മാനിച്ച *ഖുർആൻ* അപ്പൂപ്പന് മനഃപാഠവുമായിരുന്നു.

പേരക്കിടാവിന് പേരിടേണ്ട സമയത്തും അപ്പൂപ്പൻ വഴിമാറിനിന്നു. 'മാർക്കണ്ഡേയൻ' എന്ന പേരിൽ അദ്ദേഹം നിർബന്ധം പിടിക്കുകയും ചെയ്തു. ചന്ദ്രശേഖരൻ എന്ന് വിളിക്കാനാണ് അച്ഛൻ നിശ്ചയിച്ചിരുന്നത്. "ചുണക്കുട്ടികൾക്ക് ചുണയുള്ള പേരിടണം. അല്ലാതെ എന്തെങ്കിലും ചത്തപേര് വിളിക്ക്യല്ല വേണ്ടത്" എന്നതായിരുന്നു അപ്പൂപ്പന്റെ വിശദീകരണം. അതിനുനേരെ ആരുടെയും നാവു പൊങ്ങിയില്ല. എന്നാലും അച്ഛൻ രഹസ്യമായി ചന്ദ്രശേഖരൻ എന്നു വിളിച്ച് തൃപ്തിയടഞ്ഞു. എൻ സിക്ക് എട്ടുവയസായപ്പോൾ അപ്പൂപ്പൻ മരിച്ചു. അതിനുശേഷം സ്ഥിരം ചന്ദ്രശേഖരനായി മാറി. എതിർപ്പ് കാട്ടി ബഹളം കൂട്ടാൻ അപ്പൂപ്പനില്ലല്ലോ. നല്ലൊരു പേര് സ്വന്തമായി കിട്ടിയെങ്കിലും അപ്പൂപ്പന്റെ വിയോഗം ചന്ദ്രശേഖരനിൽ നീറ്റലും നൊമ്പരങ്ങളുമുണ്ടാക്കി.

II

നാടുവാഴി–ജന്മിത്വ പാരമ്പര്യത്തിന്റെ ജീർണവഴികളിലൂടെ നടന്ന കാലഘട്ടത്തിലായിരുന്നു ചന്ദ്രശേഖരന്റെ ബാല്യം. അടിമത്തവും ജാതി കാർക്കശ്യങ്ങളും ഏറ്റവും വികൃതരൂപം പൂണ്ട അവസ്ഥ. കൃഷിയുമായും മറ്റും ബന്ധപ്പെട്ടുനിൽക്കുന്ന താഴ്ന്ന ജാതിയിൽപ്പെട്ടവരുടെ ജീവിതം മൃഗതുല്യമായിരുന്നു. കരുണാപൂർണമായ നോട്ടംപോലും അവരുടെ നേരെയുണ്ടാവാറില്ല. രാവന്തിയോളം പണി ചെയ്ത് എല്ലുകൾ തേഞ്ഞാലും പഴി ബാക്കി. എന്തിനുമേതിനും ശകാരം കേൾക്കേണ്ടിവരുന്ന ഏഴകൾ. എല്ലാവരും ചവിട്ടിത്തേക്കുന്ന കാട്ടുചെടികൾ. തൂമ്പ ഉപയോഗിച്ചുള്ള നിലമൊരുക്കൽ ശരിയായില്ലെന്ന് പറഞ്ഞും പീഡനങ്ങൾ. വിളവ് കുറഞ്ഞാലും സ്ഥിതി ഇതുതന്നെ. പാടവരമ്പത്ത് കർഷകത്തൊഴിലാളികളെകൊന്ന് രക്തം കുതിർത്തതിന്റെയും അനുഭവങ്ങൾ നിരവധി. *കുട്ടനാടും കർഷകത്തൊഴിലാളി പ്രസ്ഥാനവും* എന്ന കൃതിയിൽ എൻ കെ കമലാസനൻ ഇങ്ങനെ കുറേ കഥകൾ പറഞ്ഞു പോകുന്നുണ്ട്.

''.... ഒട്ടനേകരെ പൊട്ടക്കിണറ്റിലിട്ട് മൂടിയതും നികത്തി തോട്ടിലും ചിറകെട്ടിലും ഇട്ടുമൂടി ജീവനോടെ...'' എന്നാണ് പൊയ്കയിൽ യോഹന്നാൻ പാടിയത്. അത്തരം ക്രൂരകാഴ്ചകൾ ചന്ദ്രശേഖരന്റെയും ചുറ്റുവട്ടത്തുണ്ടായി.

ജാതിയുടെ പേരിൽ മനുഷ്യരെ പകർച്ചവ്യാധിക്കാരെപ്പോലെ അകറ്റിനിർത്തിയ സന്ദർഭങ്ങളും ഏറെ. തലപ്പറയനായ അച്ചിയുടെ അവസ്ഥ ആ ബാലനിൽ നൊമ്പരങ്ങളുണ്ടാക്കി. കുത്തുപാളയിൽ കഞ്ഞികുടിക്കുകയായിരുന്ന അച്ചിയുടെ അടുത്തേക്ക് അവൻ ഓടിച്ചെന്നു. ചന്ദ്രശേഖരന്റെ നിൽപ്പുകണ്ട് അയാൾക്ക് പേടിയായി. തമ്പ്രാന്മാർക്ക് അതുമതി കുഴപ്പങ്ങളുടെ കെട്ടഴിക്കാൻ.

ഈ കാഴ്ച കണ്ട ആശാന്റെ സഹോദരി പടിവാതിൽക്കൽനിന്ന് ബഹളം കൂട്ടി. തീണ്ടലിന്റെ അപരാധം കുട്ടിയിൽ ആരോപിച്ചു. തറവാടിന്റെ യശസ്സിന് കളങ്കമേറ്റ പ്രതീതി. കിണറ്റിനരികിലേക്ക് മാറ്റി ചന്ദ്രശേഖരന്റെ മേൽ വെള്ളം കോരിയൊഴിക്കാൻ തുടങ്ങി. നിർത്താതെ തുടർന്നു. അവന് ശ്വാസംമുട്ടി. വീർപ്പുമുട്ടൽ കണ്ട അമ്മയുടെ വാക്കുകളാണ് സാന്ത്വനമായത്. അച്ചിപ്പറയനും മനുഷ്യനല്ലേ എന്നതായിരുന്നു അത്. അമ്മയുടെ ഈ പരാമർശം ചന്ദ്രശേഖരനെ അച്ചിയോടടുപ്പിച്ചു. കാലമൊക്കെ മാറിവരികയാണെന്നും പണ്ടത്തേതൊന്നും ഇനിയും നടക്കുകയില്ലെന്നുമുള്ള അവരുടെ തിരിച്ചറിവും മകന്റെ മനസിലെ പ്രകാശബിന്ദുവായി.

പുതിയ ലോകത്തിലേക്കുള്ള മറ്റൊരു വാതിൽ കുടിപള്ളിക്കൂടമായിരുന്നു. വ്യത്യസ്തമായ വേഷങ്ങൾ. പല തട്ടിൽനിന്നുള്ള സഹപാഠികൾ. അധ്യാപകരുടെ പ്രത്യേകത. പള്ളിക്കൂടത്തിന്റെ നിഷ്ഠകളും ചിട്ടകളും പരമ്പരാഗത ഘടനയും. മണലിൽ വിരൽ ബലമായി പിടിച്ചുരച്ചുകൊണ്ടുള്ള വാധ്യാന്മാരുടെ ശിക്ഷണം. ഇതിൽ നൊന്ത് ഒരിക്കൽ ചന്ദ്രശേഖരൻ ഓടി വീട്ടിലെത്തുകയും ചെയ്തു.

പിന്നീടാണ് ബാലരാമപുരം സെന്റ് ജോസഫ്സ് പ്രൈമറി സ്കൂളിലെ ഒന്നാം ക്ലാസിൽ ചേരുന്നത്. അതൊരു നരകമായിട്ടാണ് അവന് തോന്നിയതും. എന്നാലും ചില സവിശേഷാനുഭവങ്ങൾ ആ സ്കൂളിനും സമ്മാനിക്കാനുണ്ടായി.

നാലാം ക്ലാസിൽ പഠിക്കുമ്പോൾ ചന്ദ്രശേഖരന് ഇംഗ്ലീഷ് വിദ്യാഭ്യാസത്തിന്റെ കൗതുകങ്ങളിലേക്ക് താൽപ്പര്യം ജനിച്ചു. അവൻ ഈ ആഗ്രഹത്തോട് അനുകൂലമായി പ്രതികരിക്കുകയും ചെയ്തു. അവന്റെ സഹോദരിയുടെ മകൻ കുട്ടപ്പൻ മെട്രിക്കുലേഷന് പഠിക്കുകയായിരുന്നു, തിരുവനന്തപുരം മോഡൽ സ്കൂളിൽ. കുട്ടപ്പന്റെ അച്ഛൻ അവിടെ അധ്യാപകനായിരുന്നു. ഇരുവരും ഇംഗ്ലീഷിലേ സംസാരിക്കൂ. അത് നാട്ടിൻപുറത്ത് കൗതുകത്തിന്റെയും ആശ്ചര്യത്തിന്റെയും കാഴ്ചകളിലൊന്നായി. പഴയ സ്കൂളിൽ ചന്ദ്രശേഖരൻ വിടുതൽ സർട്ടിഫിക്കറ്റ് വാങ്ങാൻ പോയപ്പോൾ ഹെഡ്മാസ്റ്റർ വി ആർ പരമേശ്വരപിള്ള ഇംഗ്ലീഷ് പഠനാഗ്രഹത്തെ നന്നായി പ്രോത്സാഹിപ്പിച്ചു. ആഖ്യായികാകാരനും മലയാളത്തിലും സംസ്കൃതത്തിലും നല്ല പാണ്ഡിത്യവുമുണ്ടായിരുന്ന പിള്ള സാർ ആശ്ലേഷിച്ചാണ് വിടുതൽ സർട്ടിഫിക്കറ്റ് നൽകിയത്.

ഇംഗ്ലീഷ് സ്കൂളിലേക്കുള്ള പ്രവേശനം ചന്ദ്രശേഖരന്റെ വേഷത്തിയും നടപ്പിലും മാറ്റങ്ങൾ വരുത്തി. കാതിലെ കടുക്കൻ ഒഴിവാക്കി. തലമുടി പറ്റേ വെട്ടി. ഒന്നാം ക്ലാസിൽനിന്നുതന്നെ കാലിലെ തളകൾ നീക്കിയിരുന്നു. മേൽമുണ്ടും ഷർട്ടും മേലെ കോട്ടും എന്നതായി വസ്ത്രരീതി. പുറമെയൊരു ശീലക്കുടയും. ഓലക്കുട വീട്ടിൻ ചുമരിലെ കൊളുത്തിൽ വിശ്രമിച്ചു.

ചന്ദ്രശേഖരന്റെ വേഷത്തിലെ മാറ്റം നാട്ടിൽ നിലവിൽ വരാൻ തുടങ്ങിയ വ്യത്യാസങ്ങളുടെ കൂടി സൂചനകളിലൊന്നായിരുന്നു. ശരീരം കാണിച്ചോ ചെറുമുണ്ട് പുതച്ചോ നടന്നതിനു പകരം ഷർട്ടും ബനിയനും. പതുക്കെ ഓലക്കുടകളും തൊപ്പിക്കുടകളും മാറി. വരേണ്യ വിഭാഗങ്ങളുടെ ചിഹ്നങ്ങളായിരുന്ന പല നാട്ടുനടപ്പും ക്രമേണ സാധാരണക്കാരുടെ കൂടി ജീവിതത്തിന്റെ ഭാഗമായിത്തീരുകയായിരുന്നു.

പല ആത്മകഥകളിലും വിവരിച്ചിട്ടുള്ളതുപോലെ സ്കൂളുകൾ പുതിയ മാറ്റങ്ങളുടെ സൂചക സ്ഥാപനങ്ങൾ എന്നപോലെ ഇവയും ചില സ്വാധീനങ്ങളുണ്ടാക്കി. ചന്ദ്രശേഖരൻ സ്കൂളുകൾ മാറിയതും ഇങ്ങനെയാണ് കാണേണ്ടത്. സ്കൂളുകൾ മാറുകയും ക്ലാസുകൾ കയറുകയും ചെയ്യുന്നതോടുകൂടി എന്റെ പരിചയ രംഗങ്ങൾ വിപുലമാക്കപ്പെട്ടുകൊണ്ടിരിക്കുന്നതായി എനിക്കുതോന്നി. വിവിധങ്ങളും വ്യത്യസ്തങ്ങളുമായ സ്വഭാവങ്ങളുമായി ഇടപഴകാനും സൗകര്യം ലഭിച്ചു. ഇംഗ്ലീഷ് മിഡിൽ സ്കൂൾ അന്ന് ബാലരാമപുരം മെയിൻ റോഡിലായിരുന്നു. ബാലരാമപുരം ചെറിയൊരു ഗ്രാമാന്തര നഗരമാണ്. ടൗൺ ജീവിതത്തോട് ഞാനടുക്കുന്നതുപോലുള്ള പ്രതീതി എന്നിലുളവാക്കി...

(*അഗ്നിവീഥികൾ*)

എന്നാണ് ആ ഓർമ. ശൃംഗാര തൽപ്പരനും ലോലനുമായ ഡ്രിൽ അധ്യാപകനെതിരെ ചന്ദ്രശേഖരൻ ഉയർത്തിയ പ്രതിഷേധം സ്കൂളിൽ വലിയ ഒച്ചപ്പാടുണ്ടാക്കി. ഹെഡ്മാസ്റ്ററിൽ നിന്നൊക്കെ ശകാരം നേരിടേണ്ടിവന്നെങ്കിലും അത് ചില ചലനങ്ങൾക്ക് നാന്ദിയായി. മിടുക്കനായ വിദ്യാർഥിയിൽ വളർന്ന അനീതിക്കെതിരായ രോഷമായിട്ടാണ് ഇതിനെ കാണേണ്ടത്. "....എന്റെ കുസൃതിത്തരങ്ങളും അഹങ്കാരപരമായ പെരുമാറ്റങ്ങളും കേവലം ബാല്യസഹജമെന്ന് പറഞ്ഞ് തള്ളാൻ ഒരുക്കമല്ല. സ്നേഹിക്കുകയും സ്നേഹിക്കപ്പെടുകയും ചെയ്യുന്ന എല്ലാവരെക്കൊണ്ടും മിഡിൽ സ്കൂളിൽ പഠിക്കുന്ന ഒരു പന്ത്രണ്ടുവയസുകാരനെ ചൂണ്ടി അതാ പോകുന്നു ഒരു ധിക്കാരി എന്ന് പറയിപ്പിക്കുമാറ് ഞാൻ പെരുമാറി എങ്കിൽ അതിനുകാരണം ജനനം കൊണ്ടും കുടുംബസാഹചര്യം കൊണ്ടും മറ്റുള്ളവരിൽനിന്ന് വ്യത്യസ്തനാണെന്ന ധാരണയോ തെറ്റിദ്ധാരണയോ അഹന്തയോ ആയിരിക്കണം. അത് മറച്ചുപിടിക്കുന്നില്ല....." എന്നു പറഞ്ഞ ചന്ദ്രശേഖരൻ നെയ്യാറ്റിൻകര ഇംഗ്ലീഷ് ഹൈസ്കൂളിലെത്തിയപ്പോൾ 'ദുശ്ശീലങ്ങൾ' മാറ്റിവെക്കാൻ ശ്രദ്ധിച്ചു.

III

ചരിത്രഘട്ടത്തിലെ വ്യത്യസ്തരായ വിദ്യാർഥികളെല്ലാം കലാലയ ചുവരുകൾക്കപ്പുറത്തേക്ക് കണ്ണും കാതും പായിച്ചവരായിരുന്നു. സാമൂഹ്യ ചലനങ്ങളും രാഷ്ട്രീയ മുന്നേറ്റങ്ങളും അവർ ശ്രദ്ധാപൂർവം വീക്ഷിച്ചു. ചരിത്ര കൃതികളിലേക്കും സർഗാത്മക രചനകളിലേക്കും മഹാന്മാരുടെ ജീവിതചരിത്രങ്ങളിലേക്കും അനുഭവസാക്ഷ്യങ്ങളിലേക്കും ആ

തലമുറ കാതുകൂർപ്പിച്ചു. വായന ഒരു അനുഭൂതി എന്നതുപോലെ പോരാട്ടത്തിന്റെ ഉണർവുകളുമായി. അത്രയധികം പ്രചാരണമില്ലാതിരുന്ന വർത്തമാന പത്രങ്ങളും മാസികകളും തേടി അവർ അലഞ്ഞു. അപ്പോഴും ഒരു വിഭാഗം വിദ്യാർഥികൾ പാഠ്യവിഷയങ്ങൾക്കു പുറത്ത് കണ്ണുപായിച്ചതുപോലുമില്ല.

നേതാക്കളുടെ പ്രസ്താവനകളിലെ മുഴങ്ങുന്ന ആവശ്യങ്ങൾ എവിടെയും ആവേശമുണ്ടാക്കി. അത് ആൾക്കൂട്ടങ്ങൾക്കിടയിൽ തീർത്ത പ്രതിധ്വനികൾ നിസാരമായിരുന്നില്ല. നേർത്ത രാഷ്ട്രീയ ചർച്ചകളുടെ മറ്റൊരു വേദി വായനശാലകളും ഗ്രന്ഥപ്പുരകളുമായിരുന്നു. ഇത്തരം പശ്ചാത്തലങ്ങൾ ചന്ദ്രശേഖറിന്റെ ഹൈസ്കൂൾ വിദ്യാർഥി ജീവിതത്തിന് അതിൽക്കവിഞ്ഞ അർഥവും വ്യാപ്തിയും ഗൗരവവും നൽകി.

ക്ലാസ്മുറിക്കു പുറത്തുള്ള വിജ്ഞാന സമ്പാദനമായിരുന്നു എന്റെ പൊതുജീവിതം കരുപ്പിടിപ്പിച്ചതെന്ന് പറയാം. എന്തുകൊണ്ടെന്നാൽ ഹൈസ്കൂൾ വിദ്യാർഥിയായിരിക്കുമ്പോൾ തന്നെ ദേശീയ സ്വാതന്ത്ര്യ പ്രസ്ഥാനവും ഇന്ത്യൻ നാഷണൽ കോൺഗ്രസും മഹാത്മാഗാന്ധിയും ഖാദിയും സ്വരാജ്യശ്രമവും എന്നെ വല്ലാതെ ആകർഷിച്ചുകഴിഞ്ഞിരുന്നു. കോളേജ് വിദ്യാഭ്യാസം നടത്തുന്ന കൂട്ടുകാരിൽനിന്ന് പലതും ഞാൻ മനസിലാക്കി. നെയ്യാറ്റിൻകരയിലും ബാലരാമപുരത്തുമുള്ള വായനശാലകളും ഗ്രന്ഥാലയങ്ങളും സ്കൂൾ വിട്ടാലുള്ള എന്റെ പഠന സങ്കേതങ്ങളായി...

ബാലരാമപുരം ദേശീയ സമരത്തിന്റെ നിഴലുകൾ പതിഞ്ഞ പ്രദേശമായിരുന്നു. അവിടത്തെ 'സ്വരാജ് ആശ്രമം' കൂടിച്ചേരലിന്റെയും ചർച്ചകളുടെയും വേദിയായി. നൂൽനൂൽപ്പും സ്വദേശി പ്രമാണവും. അവിടത്തെ പ്രത്യേകത എന്താണെന്ന് രക്ഷിതാക്കൾ ചോദിക്കുന്നുവെങ്കിൽ ചന്ദ്രശേഖരന്റെ മനസിൽ ഉത്തരം തയാറായിരുന്നു. സ്വരാജ്യാശ്രമത്തിൽ ചേരണം എന്നതായിരുന്നു അത്. ഇംഗ്ലീഷ് സ്കൂൾ പഠനം അവസാനിപ്പിക്കുംമുമ്പ് ആ വിദ്യാർഥി ആശ്രമത്തിൽ അംഗമായി ചേർന്നു. രഹസ്യമായിരുന്നു ആ അംഗത്വം. അന്നവന് പതിനേഴ് വയസ്സ് തികഞ്ഞിരുന്നില്ല. ഹൈസ്കൂൾ പഠനത്തിന്റെ തുടർച്ചയായി ഒന്നര വർഷക്കാലം തിരുവനന്തപുരത്തെ സാങ്കേതിക സ്ഥാപനത്തിൽ ചേർന്ന് പഠിച്ചെങ്കിലും കോളേജിലേക്ക് പോയില്ല. ആ നഷ്ടത്തെ ചന്ദ്രശേഖരൻ രാഷ്ട്രീയമായാണ് സ്ഥാനപ്പെടുത്തിയത്. ദേശീയ പ്രബുദ്ധതയുടെ കുത്തൊഴുക്കിൽ ബിരുദ സമ്പാദന മോഹങ്ങൾ ഇടയ്ക്കുവെച്ച് സന്തോഷപൂർവം ഉപേക്ഷിച്ച നൂറുകണക്കിന് യുവാക്കൾക്കൊപ്പമാണ് തന്റെയും അനുഭവമെന്ന് അവൻ കൂട്ടിച്ചേർത്തു.

നിശ്ചയദാർഢ്യത്തിന്റെയും ഉറച്ച തീരുമാനത്തിന്റെയും ഫലമായി വന്ന 'നഷ്ടങ്ങൾ' മനസിൽ പതറിച്ചകളല്ല ഉണ്ടാക്കിയത്. മറിച്ച് പുതിയ ലോകം സ്വപ്നം കണ്ടുകൊണ്ടുള്ള യാത്രകൾക്ക് അത് വേഗം പകർന്നു. സാധ്യതകളുണ്ടായിട്ടും വിദ്യാഭ്യാസം തുടരാൻ കഴിയാതിരുന്ന

അവസ്ഥ. സമൃദ്ധമായ ജീവിതം പാഴിലകണക്കെ ഊതിക്കളഞ്ഞ് ആശ്രമത്തിന്റെ നിഷ്ഠകളിലേക്കും ശുഷ്ക ജീവിതത്തിലേക്കും കാലെടുത്തുവെച്ചു. അവിടത്തെ അന്തേവാസിയായതുമുതൽ വീടിനെയും വീടുകാരെയും ഉറ്റബന്ധുക്കളെയും ഏറെ നാൾ വിട്ടുനിൽക്കേണ്ടിവന്നു. അതിലും ആ യുവാവ് ദുഃഖിച്ചില്ല. നാടുമുഴുവൻ ബന്ധുക്കളാണെന്ന വലിയ ബോധം വളരുകയായിരുന്നു.

ബാലനായിരിക്കെ താഴ്ന്ന ജാതിയിൽപ്പെട്ട അച്ചിയുമായുള്ള സമ്പർക്കം. പ്രതാപത്തിന്റെയും സവർണ പ്രാമാണികതയുടെയും ചിഹ്നങ്ങൾ ചൂണ്ടി നെറ്റിചുളിച്ചവരോട് കയർത്തുകൊണ്ടായിരുന്നു അത്. സ്കൂൾ കാലഘട്ടത്തിലെ വ്യത്യസ്തമായ ചിന്തകൾ. അരുതെന്ന് വിലക്കിയ അന്വേഷണങ്ങൾ. വായനശാലകളിലേക്കും ഗ്രന്ഥപ്പുരകളിലേക്കുമുള്ള സന്ദർശനങ്ങൾ. അക്ഷരങ്ങളിലെ ജീവനും സമരത്തുടിപ്പുകളും തേടിയുള്ള ആ യാത്ര അവനെ രാഷ്ട്രീയ തൽപ്പരനാക്കി. പൊതുജനപ്രവർത്തനം ജീവിതലക്ഷ്യമായി സ്വീകരിച്ചതിനാൽ അതിനുള്ള ഒരു സന്ദർഭവും ചെറുപ്പം തൊട്ട് ചന്ദ്രശേഖരൻ വിട്ടുകളഞ്ഞില്ല. വെങ്ങാന്നൂരെ 'സഹോദര സംഘ'മായിരുന്നു അടുത്ത കളരി. അവിടെയും വായനയും അന്വേഷണവും ചിന്തകൾക്ക് ചില കൃത്യതകൾ വരുത്തി. പ്രവർത്തനങ്ങൾക്ക് ദിശാബോധം നൽകി.

IV

ചന്ദ്രശേഖരൻ വിദ്യാർഥിയായിരുന്ന കാലത്ത് തിരുവിതാംകൂർ രാഷ്ട്രീയ സമരങ്ങളാൽ തിളച്ചുമറിയാൻ തുടങ്ങിയിരുന്നു. ഗാന്ധിയൻ സമരപദ്ധതികളും കോൺഗ്രസ് സന്ദേശങ്ങളും ചലനങ്ങളുണ്ടാക്കി. അഖിലേന്ത്യാ തലത്തിൽ കോൺഗ്രസ് രൂപീകരിച്ച് ഏറെ കഴിഞ്ഞാണ് തിരുവിതാംകൂറിലും മറ്റും അതിന്റെ സാന്നിധ്യമുണ്ടായതെന്നതു മറ്റൊരു വസ്തുത.

ബഹുജനസംഘടനകൾ കാര്യമായി ഇല്ലാതിരുന്ന കാലത്ത് വിദ്യാർഥികൾ തിരുവിതാംകൂറിൽ ചരിത്രം സൃഷ്ടിച്ചിരുന്നു. ശ്രീമൂലം തിരുനാൾ മഹാരാജാവിന്റെയും ദിവാൻ രാഘവയ്യയുടെയും കാലത്ത് 1921 ൽ ആയിരുന്നു അത്. ഫീസ് വർധനക്കെതിരെ ആ വർഷം വിദ്യാർഥികൾ ആദ്യമായി തെരുവിലിറങ്ങി. കെ സി ജോർജ് എഴുതിയത് നോക്കുക:

> ഇന്ത്യയിലെ പ്രധാന കേന്ദ്രങ്ങളിലെല്ലാം വിദ്യാർഥികൾ പ്രക്ഷോഭങ്ങളിലും സമരങ്ങളിലും ആവേശഭരിതരായി പങ്കെടുത്ത കാലഘട്ടം കൂടിയായിരുന്നു അത്. നാട്ടുരാജ്യങ്ങളുടെ അതിർത്തിക്കുള്ളിൽ തടഞ്ഞുനിർത്താൻ കഴിഞ്ഞില്ല എന്നുള്ളതാണ് പരമാർഥം. അങ്ങനെയാണ് 1921 ൽ യാതൊരു സംഘടനയുമില്ലാതിരുന്ന തിരുവിതാംകൂറിലെ വിദ്യാർഥികൾ അവരുടെ ആദ്യത്തെ സംഘടിത സമരം നടത്തിയത്... (*എന്റെ ജീവിതയാത്ര*)

ദക്ഷിണാഫ്രിക്കൻ ജീവിതാനുഭവങ്ങൾക്കും സമരപരീക്ഷണങ്ങൾക്കും ശേഷം ഗാന്ധിജി ഇന്ത്യൻ സ്വാതന്ത്ര്യ സമരത്തിന്റെ നേതൃത്വമേറ്റെടുത്തു. കേരളത്തിൽപ്പോലും പൂജിക്കേണ്ട ഏക വിഗ്രഹമായി അദ്ദേഹം മാറി. 1921 ലെ നിസ്സഹകരണ പ്രസ്ഥാനവും 1930 ലെ നിയമലംഘന സമരങ്ങളും ഇവിടെയും പ്രതികരണങ്ങളുണ്ടാക്കി. ഫെബ്രുവരി 27 ന് പ്രഖ്യാപിച്ച ഗാന്ധിജിയുടെ സമരപദ്ധതി എങ്ങും അലകളുയർത്തുകയും ചെയ്തു. പൊതുജനങ്ങളെ അടിച്ചമർത്തുന്ന കാലാവസ്ഥ നിലനിന്ന തിരുവിതാംകൂറിലും.

ഗാന്ധിജി വൈസ്രോയിക്ക് അയച്ച കത്തിന് അനുകൂല മറുപടി ലഭിക്കാതിരുന്നതിനാൽ സിവിൽ നിയമ ലംഘനത്തിന് ആഹ്വാനം നൽകി. അദ്ദേഹം സ്വയം നിയമലംഘന മാതൃക പ്രഖ്യാപിക്കുകയും ചെയ്തു. വികാരനിർഭരമായ പ്രസ്താവനക്കൊപ്പമായിരുന്നു അത്. ദണ്ഡിമാർച്ച് അങ്ങനെ മറ്റൊരു വഴിത്തിരിവായി. സബർമതി ആശ്രമത്തിൽനിന്ന് 78 അനുയായികൾക്കൊപ്പം ഉപ്പ് നിയമം ലംഘിക്കാൻ ദണ്ഡി കടപ്പുറത്തേക്ക് കാൽനടയായി പുറപ്പെട്ടു. സ്വരാജ് എന്ന ലക്ഷ്യം സാധ്യമാക്കാതെ ആശ്രമത്തിലേക്ക് തിരിക്കില്ലെന്ന പ്രഖ്യാപനവും അദ്ദേഹത്തിൽനിന്നുണ്ടായി.

ഇത്തരം വാർത്തകൾ രാഷ്ട്രീയാന്തരീക്ഷത്തെ ചൂടുപിടിപ്പിച്ചു; പ്രവർത്തകരെ ഉശിരുകൊള്ളിച്ചു. ഗാന്ധിജിയുടെ ദണ്ഡിമാർച്ച് ആരംഭിച്ച് ഒരു മാസത്തിനുശേഷം ഏപ്രിൽ 13 ന് കോഴിക്കോട്ടുനിന്ന് പയ്യന്നൂരിലേക്ക് വളണ്ടിയർമാർ കാൽനടയായി പുറപ്പെട്ടു. കെ കേളപ്പന്റെ നേതൃത്വത്തിൽ. 'കേരളത്തിന്റെ ദണ്ഡിമാർച്ച്' എന്ന് വിളിക്കാവുന്ന ഈ സമര പ്രഖ്യാപനം യുവാക്കളെ ആവേശം കൊള്ളിച്ചു. മലബാറിൽ വനിതാ പോരാളികൾ പോലും മുന്നിട്ടിറങ്ങി.

പയ്യന്നൂർ ഉപ്പു സത്യഗ്രഹത്തിൽ പങ്കെടുക്കാൻ തിരുവനന്തപുരത്തുനിന്ന് 25 പേരടങ്ങുന്ന സംഘം പുറപ്പെടുകയാണെന്ന് അറിയിപ്പുണ്ടായി. അതിൽ താൽപ്പര്യമുള്ളവർ തൈക്കാട് കോൺഗ്രസ് ആപ്പീസിൽ പേരു നൽകണമെന്നും പ്രസ്താവന വന്നു.

ദണ്ഡിമാർച്ച് തുടങ്ങിയതുമുതൽ പത്രങ്ങളിൽ നിറഞ്ഞ വാർത്തകൾ ചന്ദ്രശേഖരനെ സമരസജ്ജനാക്കി. യൗവന സഹജമായ പ്രസരിപ്പോടെ അവൻ കോൺഗ്രസ് ആപ്പീസിലേക്ക്. ഗാന്ധിജിയും അദ്ദേഹത്തിന്റെ സമരമുറകളും മാത്രം തലയ്ക്കുപിടിച്ച അവസ്ഥ.

അപേക്ഷയുടെയും നിബന്ധനകളുടെയും വിശദാംശങ്ങൾ മനസിൽ വച്ച് രണ്ടു ദിവസം കഴിഞ്ഞ് ചെന്നപ്പോഴുള്ള കാഴ്ച ആവേശോജ്വലമായിരുന്നു. ആപ്പീസ് നിറയെ യുവാക്കൾ. ഞാൻ മുന്നിൽ എന്ന മട്ടിൽ അവരിൽപ്പലരും അസ്വസ്ഥചിത്തരായി തിങ്ങിക്കൂടുന്നു. ആൾക്കൂട്ടത്തിലേക്ക് നുഴഞ്ഞുകയറിയപ്പോൾ കണ്ട കാഴ്ച അതിലും വിസ്മയമുണ്ടാക്കി. ചെറുപ്പക്കാരുടെ നടുവിൽ കറുത്തനായ ഒരു യുവാവ് ഇരുന്ന് ഗാന്ധിജിയുടെ സത്യഗ്രഹതീരുമാനത്തെപ്പറ്റി ആവേശം മുറ്റിനിൽക്കുന്ന

ഭാഷയിൽ സംസാരിക്കുന്നു. പൊന്നറ ശ്രീധറായിരുന്നു അത്. സമീപം എം പി കുരിക്കളും. ആദ്യകാഴ്ച ചന്ദ്രശേഖരന് എന്തെന്നില്ലാത്ത സംതൃപ്തി നൽകി.

സത്യഗ്രഹ ജാഥയിൽ പങ്കെടുക്കാൻ സന്നദ്ധത അറിയിച്ച് തിരുവിതാംകൂറിന്റെ ഒട്ടുമിക്ക ഭാഗത്തുനിന്നും കോൺഗ്രസ് ഓഫീസിലേക്ക് യുവാക്കളുടെ കത്തുകൾ പ്രവഹിച്ചുകൊണ്ടിരുന്നു.

> കൂട്ടത്തിൽ എറണാകുളത്തുനിന്ന് അപേക്ഷിച്ച കത്തുകളും ഉണ്ടായിരുന്നു. ഒരു കത്തിൽ നിങ്ങളുടെ ഒന്നാമത്തെ വളണ്ടിയർ സംഘത്തിൽ അംഗമായി ചേർക്കണമെന്നും എപ്പോഴാണ് തിരുവനന്തപുരത്ത് എത്തേണ്ടതെന്ന് അറിയിക്കണമെന്നും ആവശ്യപ്പെട്ടുകൊണ്ട് ഒരാൾ എഴുതിയിരുന്നു. എറണാകുളത്തെ ഹിന്ദി പ്രചാരകനായിരുന്ന പി കൃഷ്ണപിള്ളയുടേതായിരുന്നു കത്ത്. എന്നാൽ ഏപ്രിൽ 30 വരെ കാത്തുനിൽക്കാനുള്ള സഹിഷ്ണുത കൃഷ്ണപിള്ളക്കില്ലാതിരുന്നതുകൊണ്ട് നേരത്തെ തന്നെ കോഴിക്കോട്ടുനിന്ന് പുറപ്പെടുന്ന കേളപ്പന്റെ ജാഥയിൽ പങ്കെടുക്കാൻ കോഴിക്കോട്ടേക്ക് പുറപ്പെടുന്നു എന്ന് പിന്നീട് ഞങ്ങളെ അറിയിക്കുകയുണ്ടായി... (*അഗ്നിവീഥികൾ*)

കോഴിക്കോട്ടുനിന്ന് പയ്യന്നൂരിലേക്ക് പുറപ്പെടുന്ന ജാഥയിലെ അംഗങ്ങളുടെ പേരുവിവരം പത്രങ്ങളിൽ കണ്ടപ്പോൾ കൃഷ്ണപിള്ള അവിടെ എത്തിയതായി ചന്ദ്രശേഖരൻ മനസിലാക്കി. തിരുവനന്തപുരത്തുനിന്നുള്ള 25 അംഗ ജാഥയിൽ അവനും അണിചേർന്നു. ജാഥയുടെ പ്രയാണം ജ്വലിപ്പിച്ച സമരാവേശംപോലെ പ്രധാനമായിരുന്നു അനുബന്ധ സ്മരണകളും. അംശി പി നാരായണപിള്ള സത്യഗ്രഹ സമരഭടനല്ലാതിരുന്നിട്ടും ജാഥയോടൊപ്പം മലബാറിലേക്ക് കാൽനടയായി അനുഗമിച്ചു. 1930 ൽ *മഹാത്മാ* എന്നൊരു വാരിക നടത്തിയിരുന്നു അംശി. കോൺഗ്രസുകാർക്കെല്ലാം സുപരിചിതമായ വ്യക്തിത്വം. ജാഥയിലെ ആ സാമീപ്യം ചന്ദ്രശേഖരനും മറ്റും പുതിയ പാഠങ്ങൾ നൽകി.

ചിറയൻകീഴ് ശാർക്കര മൈതാനിയിലെ സ്വീകരണ പൊതുയോഗം. അതിനുശേഷം ജാഥാക്യാപ്റ്റൻ ജാഥയെ ഒരു വീട്ടിലേക്ക് നയിച്ചു. അവിടെ നരച്ച നീണ്ട താടിയോടുകൂടിയ വയോധികൻ ആശിർവദിച്ചു. അത് സ്വദേശാഭിമാനി രാമകൃഷ്ണപിള്ളയായിരുന്നു. ആദ്യം ആളെ മനസിലായില്ലെങ്കിലും സംസാരത്തിനിടെ കാര്യം തെളിഞ്ഞു. ആരാണെന്നറിഞ്ഞപ്പോൾ ജാഥാംഗങ്ങളുടെ മനസിൽ ആ പ്രക്ഷോഭകാരിയുടെ എത്രയോ പ്രവർത്തനങ്ങൾ മിന്നിമറഞ്ഞു. രാജഭരണത്തെയും ഉദ്യോഗസ്ഥ ദുഷ്പ്രഭുത്വത്തെയും കുടഞ്ഞെറിഞ്ഞ ധീരതകൾ. അധഃസ്ഥിതരുടെ അവകാശങ്ങൾക്കായി പേനയിൽ ജീവിതം നിറച്ചെഴുതിയ പത്രപ്രവർത്തന മാതൃകകൾ. തെറ്റുചെയ്താൽ ദൈവത്തെപ്പോലും വിടില്ലെന്ന് തുറന്നടിച്ച അനുരഞ്ജനമില്ലാത്ത പ്രഖ്യാപനം. ഈ ധീരതകൾക്ക് കാവൽനിന്ന വക്കം അബ്ദുൾഖാദർ മൗലവി മറ്റൊരു ഓർമ.

സത്യഗ്രഹ ജാഥക്ക് വഴിനീളെ ലഭിച്ച ഹൃദയാടുപ്പമുള്ള സ്വീകരണങ്ങൾ. നിറഞ്ഞ ജനപങ്കാളിത്തം. ശാരീരിക തളർച്ചയെ അപ്രസക്തമാക്കിയ നിമിഷങ്ങൾ. പലേടത്തും യുവാക്കളും സ്ത്രീകളും തിങ്ങിക്കൂടി. എറണാകുളം ബോട്ടുജട്ടിയിലെ സ്വീകരണം മറക്കാനാവാത്തത്.

1930 മെയ് അവസാനം തിരുവിതാംകൂർ ജാഥാംഗങ്ങൾ പയ്യന്നൂർ ക്യാമ്പ് വിട്ടു. പനിപിടിച്ച് തളർന്ന ചന്ദ്രശേഖരനെ കോഴിക്കോട്ടെ സത്യഗ്രഹ ക്യാമ്പിലെത്തിച്ചു. ദേശീയവാദിയും പ്രശസ്തനുമായ ഡോക്ടർ മഞ്ചേരി സുന്ദരമാണ് ചികിത്സിച്ചത്. അച്ഛനെയും വീടിനെയും കുറിച്ചുള്ള ചിന്തകൾ തികട്ടിവന്നപ്പോൾ ക്യാമ്പ് മേധാവി മൊയ്തു മൗലവിയുടെ അനുവാദം വാങ്ങി വീട്ടിലേക്ക് പോയി. അസുഖം ഭേദമായ ശേഷം വീണ്ടും മലബാറിലെ സത്യഗ്രഹ സമരവേദികളിലേക്ക്. വിദേശ വസ്ത്രാലയങ്ങളും മദ്യഷാപ്പുകളും പിക്കറ്റ് ചെയ്യുന്ന സമരമുറ അന്ന് അവിടെ പ്രബലമായിരുന്നു. കോഴിക്കോടായിരുന്നു പ്രധാന കേന്ദ്രം.

V

നിയമലംഘന പ്രസ്ഥാനം ശക്തിപ്രാപിച്ച ഘട്ടം. ഉപ്പു സത്യഗ്രഹത്തിനൊപ്പം വിദേശ വസ്ത്രബഹിഷ്കരണവും കള്ളുഷാപ്പ് പിക്കറ്റിങ്ങും അതിലെ സമരമുറകൾ. ഇത്തരം പ്രക്ഷോഭരീതികളോട് ഭരണസംവിധാനം ക്രൂരമായാണ് പെരുമാറിയത്. നിരോധനാജ്ഞ പ്രഖ്യാപിച്ചും വളണ്ടിയർമാരെ തല്ലിച്ചതച്ചും അറസ്റ്റ് ഭീഷണി മുഴക്കിയും ജയിൽ പീഡനങ്ങൾ ചൂണ്ടിയും പലരുടെയും മനോവീര്യം തകർക്കാൻ ശ്രമം നടന്നു. ഇത്തരം വെല്ലുവിളികളെല്ലാം അതിജീവിച്ച് സമരം കൂടുതൽ കരുത്താർജിച്ചു.

മർദനമേറ്റ വളണ്ടിയർമാർക്ക് ആത്മവിശ്വാസവും ധൈര്യവും പകർന്നു നൽകുന്നതിൽ വീഴ്ചപറ്റിയ നേതൃത്വത്തെ എൻ സി പരുഷമായ ഭാഷയിലാണ് വിമർശിച്ചത്.

സത്യഗ്രഹ സമരത്തിന്റെ ഒരു ഘട്ടത്തിലാണ് എൻ സി ആദ്യമായി ജയിലിലാകുന്നത്. അറസ്റ്റ് ചെയ്ത് സബ്കളക്ടറുടെ ചേംബറിൽ ഹാജരാക്കിയപ്പോൾ അദ്ദേഹവും സമര സഖാക്കളും ചില പ്രതികരണങ്ങൾ നടത്തി. തങ്ങളുടെ കുറ്റമെന്താണെന്ന് ആരാഞ്ഞു. അതിന് പരിഹാസം നിറഞ്ഞ വാക്കുകളായിരുന്നു മറുപടി. ഇത് കേട്ടയുടൻ മഹാത്മാഗാന്ധിക്കും ഭാരതത്തിനും ജയ് വിളികൾ ഉയർത്തി. ഉടൻ ശിക്ഷ പ്രഖ്യാപിക്കപ്പെട്ടു. ആറു മാസം വെറുംതടവ്. കണ്ണൂർ സെൻട്രൽ ജയിലിലേക്ക്.

ജയിലും സംവാദത്തിന്റെയും പ്രക്ഷോഭത്തിന്റെയും വേദിയാക്കി മാറ്റി. ഭീകര പ്രസ്ഥാനക്കാരെന്ന് മുദ്രകുത്തപ്പെട്ട ദേശീയ വിപ്ലവകാരികൾ അക്കാലത്ത് ജയിലിലുണ്ടായിരുന്നു. ഗദർപാർട്ടി, ഹിന്ദുസ്ഥാൻ സോഷ്യലിസ്റ്റ് ആർമി, അനുശീലൻ ഗ്രൂപ്പ് തുടങ്ങിയ വിഭാഗങ്ങളിൽനിന്നുള്ളവർ. മോട്ടാസിങ്, ശരത് ചന്ദ്രബോസ്, ബാവ കേസരി സിങ് തുടങ്ങി

യവരടക്കം കേരളത്തിലെ പ്രവർത്തകർക്ക് ആവേശത്തിന്റെ അനുഭവങ്ങൾ പകുത്തുനൽകി. അവരുടെ സത്യസന്ധതയും അർപ്പണബോധവും സാഹസികതയും എൻ സിയിലും മറ്റും വലിയ സ്വാധീനമുണ്ടാക്കി. ഉത്തരേന്ത്യൻ വിപ്ലവകാരികളുടെ ത്രസിപ്പിക്കുന്ന സമരാനുഭവങ്ങൾ പഴയ തടവുകാരാണ് പറഞ്ഞുകൊടുത്തത്.

മറ്റ് 'ഭീകര' സംഘടനാ നേതാക്കളുമായുള്ള സമ്പർക്കം രാഷ്ട്രീയ വീക്ഷണങ്ങളെ പൊളിച്ചെഴുതി. ബ്രിട്ടീഷ് ഭരണത്തിന്റെ ബഹുമുഖമായ ചൂഷണങ്ങൾ അവർ ശാസ്ത്രീയമായി അവതരിപ്പിക്കുകയുണ്ടായി. ചൂഷിതരായ ഇടത്തരക്കാർക്കൊപ്പം ദേശീയ സമരത്തിൽ തൊഴിലാളികളെയും കൃഷിക്കാരെയും വലിയതോതിൽ ഭാഗഭാക്കാക്കേണ്ടതിന്റെ ആവശ്യം അവർ അടിവരയിട്ടു. അക്കാലത്ത് ഈ വിഭാഗങ്ങൾ സ്വാതന്ത്ര്യ സമര പ്രസ്ഥാനത്തിനു പുറത്തായിരുന്നുവല്ലോ.

സ്വത്തുടമാവകാശം, കാർഷിക മേഖലയിലെ ചൂഷണം, ജാതി ഉപയോഗിച്ചുള്ള അടിച്ചമർത്തലുകൾ ഇവയെക്കുറിച്ചെല്ലാം പുതിയ ചിന്തയുടെ പ്രകാശം പരന്നു. ഇതിന്റെ വെളിച്ചത്തിൽ എൻ സിയും മറ്റും ദിവസങ്ങളോളം ആലോചിച്ചു. ബോൾഷെവിക് വിപ്ലവത്തിന്റെ സമാനതകളില്ലാത്ത പാഠങ്ങളും ചർച്ചകളിൽ പടർന്നു. "ഞങ്ങൾ ആവേശഭരിതമായി ആലോചിക്കാൻ തുടങ്ങി. പുതിയൊരു രാഷ്ട്രീയ ശ്രേണിയിൽ എത്തിയ പ്രതീതി ഉണ്ടായി. അവരിലൊരാൾ ഞങ്ങളോട് തുറന്നു പറഞ്ഞു. ഞാൻ ഒരു കമ്യൂണിസ്റ്റാണ്..." എന്നാണ് എൻ സി എഴുതിയത്.

ഈ പ്രഖ്യാപനം ബദൽ ചിന്തയുടെയും പുതിയ അന്വേഷണങ്ങളുടെയും രാഷ്ട്രീയ വ്യക്തതയുടെയും മുകുളങ്ങൾ അങ്കുരിപ്പിക്കാനും സഹായകമായി. ഉള്ളവനും ഇല്ലാത്തവനും എന്ന യഥാർഥമായ വിഭജനം വേദാന്തത്തിൽ നിന്നായിരുന്നു എൻ സി മനസിലാക്കിയത്. അതിന് മാർക്സിസ്റ്റ് പദാവലിയുടെ കണിശത കൈവന്നു. പ്രോലിട്ടേറിയറ്റ് എന്ന പദത്തിന്റെ അർഥതലങ്ങളും അന്വേഷിച്ചു. സോഷ്യലിസ്റ്റ് കമ്യൂണിസ്റ്റ് സാഹിത്യങ്ങളുമായി ഇടപഴകാൻ കഴിയാതിരുന്നതിനാൽ പുതിയ ചിന്തകൾ കൗതുകകരവുമായിരുന്നു. കോളേജ് വിദ്യാർഥികളായ സുഹൃത്തുക്കളിൽനിന്ന് ലഭിച്ച രാഷ്ട്രമീമാംസയെയും തത്വചിന്തയെയും സാമ്പത്തിക ശാസ്ത്രത്തെയും കുറിച്ചുള്ള കൃതികൾ പലതും പാഠപുസ്തക ശൈലിയിലുള്ളവയായിരുന്നു. ബൂർഷ്വാ വീക്ഷണത്തിന്റെ ബാലപാഠങ്ങൾ. ഈ വൃത്തത്തിനപ്പുറത്തെ സോഷ്യലിസത്തെക്കുറിച്ച് അതിനാൽ വലിയ ഗ്രാഹ്യവുമില്ലായിരുന്നു.

ഉത്തരേന്ത്യൻ വിപ്ലവകാരികളുമായുള്ള സമ്പർക്കം കമ്യൂണിസത്തെപ്പറ്റിയും മാർക്സിനെയും എംഗൽസിനെയും ലെനിനെയും കുറിച്ചും കൂടുതൽ മനസിലാക്കാൻ പ്രേരണയായി. ഗാന്ധിജിയുടെ വ്യക്തി സവിശേഷതയും ആത്മാർഥതയും സമര ജീവിതവും ആവേശം കൊള്ളിച്ചപ്പോൾ തന്നെ ചിന്തകൾ അദ്ദേഹത്തിനും മുന്നിൽ നടന്നു.

യർവാദാ ജയിലിൽനിന്ന് മറ്റൊരു ശിക്ഷപോലെ കണ്ണൂരിലേക്ക് മാറ്റപ്പെട്ട ബാട്‌ലിവാലയുമായുള്ള സഹവാസവും എൻ സിയെപ്പോലുള്ളവരെ ഊർജസ്വലരാക്കി. ബോംബെയിൽ നിരോധന ഉത്തരവ് ലംഘിച്ചതിനായിരുന്നു അദ്ദേഹത്തിന്റെ അറസ്റ്റ്, ജയിലധികൃതരുടെ ചില നടപടികൾക്കെതിരെ പ്രതിഷേധമുയർത്തിയതിനാണ് കണ്ണൂരിലേക്ക് മാറ്റിയത്. ബാട്‌ലിവാല എൻ സിയും മറ്റുമായും നിരന്തരം രാഷ്ട്രീയ കാര്യങ്ങൾ ചർച്ച ചെയ്തുവെന്നതുപോലെ ചില പഠന ഗ്രന്ഥങ്ങൾ കൈമാറുകയും ചെയ്തു. ഇതിൽ ഫാസിസത്തിന്റെ അടിസ്ഥാന പ്രമാണങ്ങൾ വിശദീകരിക്കുന്ന ചില പുസ്തകങ്ങളുമുണ്ടായി. മുസോളിനിയുടെ *മേക്കിങ് ഓഫ് ഫാസിസം* പ്രധാനം.

മുസോളിനിയുടെ കൃതി ലോക രാഷ്ട്രീയ പ്രവണതകൾ ആഴത്തിൽ ചർച്ച ചെയ്യാനും നിമിത്തമായി. ലോകയുദ്ധത്തിന്റെ രാഷ്ട്രീയവും സമ്പദ്ശാസ്ത്രവും മുതൽ സോവിയറ്റ് ബദൽ കാഴ്ചപ്പാടും ആലോചനകളിലെത്തി. തിരുവിതാംകൂർ വിട്ടുപോയിട്ടില്ലാത്ത, ശാസ്ത്രീയ ചിന്തകളും രാഷ്ട്രീയ കാഴ്ചപ്പാടുകളും ശരിയായി വിവരിക്കുന്ന പുസ്തകങ്ങൾ പരിചയിച്ചിട്ടില്ലാത്ത, കോൺഗ്രസ് ചലനങ്ങൾക്കപ്പുറം കേട്ടിട്ടില്ലാത്ത എൻ സിക്ക് പുതിയ ലോകം തുറന്നുകിട്ടിയ പ്രതീതിയായിരുന്നു ജയിലിൽ.

പുതിയ വിപ്ലവാവേശം നട്ടെല്ലുയർത്തി ചോദ്യങ്ങൾ ഉയർത്താൻ തടവുകാരെ പ്രാപ്തമാക്കി. ഇതിന്റെ സാക്ഷ്യങ്ങൾ ജയിലിലുമുണ്ടായി. ചില പ്രശ്നങ്ങളിൽ എൻ സി ശക്തമായ നിലപാടെടുത്തിന്റെ വിരോധം ക്രൂര മർദനത്തിന് വിധേയമാക്കിയാണ് അധികൃതർ തീർത്തത്. കാര്യമായ പരിക്കേൽക്കുകയും ചെയ്തു. ബൂട്ട്സിട്ട കാലുകൊണ്ടുള്ള ചവിട്ടും ലാത്തിച്ചാർജും പട്ടിണിക്കിടയിലും ശകാരങ്ങളുമായിരുന്നു ശിക്ഷാവിധികൾ. നിരാഹാര സത്യഗ്രഹമടക്കം നടത്തി തടവുകാർ വീണ്ടും പ്രതിഷേധത്തിന്റെ കൊടികളുയർത്തി.

> ... ജയിലിൽ പലേ സ്നേഹിതന്മാർക്കും സത്യഗ്രഹ തടവുകാരുമായി അഭിപ്രായ വ്യത്യാസം മൂലം പിണങ്ങുകയും ഇണങ്ങുകയും ചെയ്യേണ്ടിവന്നു. ഇവരിലധികംപേരും പിന്നീട് എന്റെ സഹപ്രവർത്തകരും രാഷ്ട്രീയ സ്നേഹിതരും സഖാക്കളുമായി തീർന്നു. ഇണക്കവും പിണക്കവും വ്യക്തിപരമായുണ്ടായതല്ല. രാഷ്ട്രീയവും പ്രത്യയശാസ്ത്രപരവുമായ അഭിപ്രായവ്യത്യാസങ്ങളിൽ നിന്നുൽഭൂതമായ പിണക്കങ്ങൾ, ഇണക്കങ്ങൾ...

എന്ന് എൻ സി കുറിക്കുമ്പോൾ പുതിയ രാഷ്ട്രീയ വഴികളാണ് തെളിഞ്ഞത്. ജയിലിൽ നിന്നിറങ്ങുമ്പോൾ തിളയ്ക്കുന്ന ആവേശവും തെളിഞ്ഞ ചിന്തയുമാണ് കൂട്ടിനുണ്ടായിരുന്നത്. 1931 ജനുവരിയിൽ എൻ സി മോചിതനായി. ഒപ്പം തിരുവിതാംകൂറിലെയും കൊച്ചിയിലെയും മലബാറിലെയും ഇരുപതോളം പ്രവർത്തകരും നേതാക്കളും. എൻ പി കുരിക്കൾ അതിൽ പ്രധാനി.

വിട്ടയച്ച സത്യഗ്രഹികൾക്കുവേണ്ട സഹായങ്ങളുമായി കണ്ണൂർ കോൺഗ്രസ് കമ്മിറ്റി പ്രവർത്തകർ ജയിൽ മുറ്റത്ത് തയാറായിരുന്നു. കെ കേളപ്പനെ എൻ സി ആദ്യമായി പരിചയപ്പെടുന്നത് അവിടെവെച്ച്, ജയിലനുഭവങ്ങൾ അദ്ദേഹവുമായി പങ്കുവെച്ചു. ഈ ബന്ധം പിന്നീട് ഏറെ വിസ്തൃതമായി. തിരുവനന്തപുരത്ത് തിരിച്ചെത്തിയ എൻ സി തൈക്കാട് കോൺഗ്രസ് ഓഫീസ് കേന്ദ്രമാക്കി പ്രവർത്തനം ശക്തമാക്കി. ഒപ്പം പൊന്നറ ശ്രീധറും എൻ പി കുരിക്കളും.

VI

ബദൽ ലോകവീക്ഷണം ഉണ്ടാക്കിത്തീർത്ത ജയിൽ അനുഭവങ്ങൾ. അവയെല്ലാം കൃത്യതയാർന്ന സംഘടനാ രൂപീകരണത്തിനും നാന്ദിയായി. ജയിൽ മോചിതനായ ശേഷം തിരുവനന്തപുരത്ത് തിരിച്ചെത്തിയ എൻ സിയുടെ സഹപ്രവർത്തകരും വലിയ പിന്തുണയും സംഭാവനയും നൽകി. പൊന്നറ ശ്രീധറിനൊപ്പം ചേർന്ന് ബാലരാമപുരത്ത് യൂത്ത് ലീഗ് സ്ഥാപിച്ചതായിരുന്നു തടുക്കം. നാൽപ്പതിലധികം അംഗങ്ങൾ അതിൽ ചേർന്നു. ജയിൽ ജീവിതത്തിന്റെ പാഠങ്ങൾ അവർക്കു മുന്നിലും തുറന്നുവെച്ചു.

തുടർന്നാണ് കമ്യൂണിസ്റ്റ് ലീഗിന്റെ രൂപീകരണം. 1931 ഏപ്രിൽ ആദ്യം. തൈക്കാട്ടെ രഹസ്യകേന്ദ്രത്തിലായിരുന്നു യോഗം. എൻ സിക്കൊപ്പം പൊന്നറ ശ്രീധർ, എൻ പി കുരിക്കൾ, തിരുവട്ടാർ താണുപിള്ള, ശിവശങ്കരപ്പിള്ള, ആർ പി അയ്യർ, തൈക്കാട്ടു ഭാസ്കരൻ തുടങ്ങിയ ആറുപേരായിരുന്നു കമ്യൂണിസ്റ്റ് ലീഗിന്റെ സ്ഥാപകർ. ബോൾഷെവിക് ചിന്തകളായിരുന്നു പ്രധാന പ്രചോദനം. "ഇന്ത്യയിൽ കമ്യൂണിസം നിയമവിരുദ്ധമാണെന്നും പരസ്യമായാൽ ചിലപ്പോൾ ജീവപര്യന്തം തടവുശിക്ഷയായിരിക്കും അനുഭവിക്കേണ്ടിവരികയെന്നും അറിഞ്ഞുകൊണ്ടുതന്നെയാണ് കമ്യൂണിസ്റ്റുകാർ എന്ന് ഞങ്ങൾ പ്രഖ്യാപിച്ചത്..." എന്നാണ് എൻ സിയുടെ വിശദീകരണം.

ജോഗ്ലേക്കറിൽനിന്ന് ലഭിച്ച പ്രഖ്യാപനം അച്ചടിച്ച് പരസ്യപ്പെടുത്തി. "ഇന്ത്യയിൽ പൂർണ സ്വാതന്ത്ര്യം സ്ഥാപിക്കുക, ഉൽപ്പാദനവും വിതരണവും പൊതുവുടമയിലാക്കി സമൂഹത്തെ പുന:സംഘടിപ്പിക്കുക" (പുതുപ്പള്ളി രാഘവൻ, *വിപ്ലവ സ്മരണകൾ*, മൂന്നാം ഭാഗം) എന്നിങ്ങനെ ലക്ഷ്യപ്രഖ്യാപനവും. ആ വിജ്ഞാപനം 1931 ഏപ്രിൽ 8 നാണ് പ്രസിദ്ധീകരിച്ചത്. 10–ാം തീയതി നിരോധനവും വന്നു. അന്നത്തെ കമ്യൂണിസ്റ്റ് ലീഗാണ് പിന്നീട് അഖില തിരുവിതാംകൂർ യൂത്ത് ലീഗ് ആയിത്തീർന്നത്.

ഉജ്വലമായ സമരാനുഭവങ്ങളുമായാണ് കമ്യൂണിസ്റ്റ് ലീഗിന്റെ സ്ഥാപകരായ പോരാളികൾ ഒത്തുചേർന്നത്. 1930 ലെ ദേര സേനാ ഡിപ്പോ ആക്രമണത്തിൽ പങ്കെടുത്ത് കൊടിയ പീഡനങ്ങൾ ഏറ്റുവാങ്ങി ശിക്ഷയും കഴിഞ്ഞാണ് പൊന്നറ എത്തിയത്. ഇന്ത്യൻ കമ്യൂണിസ്റ്റ് പാർ

ട്ടിയുടെ ഉദ്ദേശ്യലക്ഷ്യങ്ങളും പ്രവർത്തനങ്ങളും പ്രതിപാദിക്കുന്ന പ്രഖ്യാപനം കൈയിലുണ്ടായിരുന്നു. മീറത്ത് ഗൂഢാലോചനക്കേസിലെ പ്രതികൾ കോടതിയിൽ നൽകിയ പ്രസ്താവനയിലെ ഒരു ഭാഗമായിരുന്നു അത്. ജോഗ്ലേക്കറാണ് രേഖ നൽകിയത്. "ഇന്ത്യൻ കമ്യൂണിസ്റ്റ് പാർട്ടി എന്തിനുവേണ്ടി നിലകൊള്ളുന്നു" എന്നതിന്റെ വിശദീകരണം.

ഇങ്ങനെ നിശിതമായ രാഷ്ട്രീയ ഉൾക്കാഴ്ച തിളച്ചുമറിയാൻ തുടങ്ങിയതിന് തിരുവിതാംകൂറിൽ ചില പശ്ചാത്തലങ്ങളുമുണ്ടായി. സോവിയറ്റ് വിപ്ലവം സൃഷ്ടിച്ച പ്രത്യാശ മാത്രമായിരുന്നില്ല അതിൽ. മറിച്ച് സമത്വാദർശത്തെക്കുറിച്ചുള്ള പ്രതീക്ഷകൾ എങ്ങും പൂത്തുനിന്നു.

നവോത്ഥാന പ്രസ്ഥാനം. ജാതീയതക്കും ഉച്ചനീചത്വങ്ങൾക്കുമെതിരായ ആദ്യകാല ഉണർവുകൾ. അതിലെ മനുഷ്യാവകാശ പ്രഖ്യാപനങ്ങളും വ്യാഖ്യാനങ്ങളും. ശ്രീനാരായണഗുരു, കുമാരനാശാൻ, അയ്യങ്കാളി, സഹോദരൻ അയ്യപ്പൻ, ഡോക്ടർ പൽപ്പു തൊട്ട് ആ പേരുകൾ നീണ്ടു. വിദ്യാലയ പ്രവേശനത്തിനും ജോലിക്കും വേണ്ടി നടത്തിയ കനത്ത ആഹ്വാനങ്ങൾ. തിരുവിതാംകൂറിലെ ആദ്യ കർഷകത്തൊഴിലാളി സമരം അയ്യങ്കാളിയുടെ നേതൃത്വത്തിലായിരുന്നല്ലോ.

പിന്നീട് സോഷ്യലിസത്തെക്കുറിച്ചുള്ള നേർത്ത ചിന്തകൾ. 1906 ഒക്ടോബർ 12 ന് ബാരിസ്റ്റർ എം കെ നാരായണപിള്ളക്ക് തിരുവനന്തപുരത്ത് സ്വീകരണം നൽകുകയുണ്ടായി. തിരുവിതാംകൂർ വിദ്യാഭിവർധിനി മഹാസഭയുടെ വകയായിരുന്നു അത്. സ്വീകരണത്തിന് മറുപടി പറയവേ അദ്ദേഹം സമഷ്ടിവാദത്തെക്കുറിച്ച് ചില സൂചനകൾ നൽകി. ഈ പ്രസംഗം സ്വദേശാഭിമാനി രാമകൃഷ്ണപിള്ള *കേരളൻ* മാസികയിൽ പ്രസിദ്ധീകരിച്ചു. കേരളം സമഷ്ടിവാദത്തെക്കുറിച്ച് കണ്ട ആദ്യത്തെ മലയാള രേഖയായിട്ടാണ് ഇതിനെ പുതുപ്പള്ളി രാഘവൻ വിശേഷിപ്പിച്ചത്.

ബാരിസ്റ്റർ നാരായണൻപിള്ളയുമായുള്ള ബന്ധമാണ് പിന്നീട് രാമകൃഷ്ണപിള്ളയുടെ ചിന്തകളെയും വികസിപ്പിച്ചത്. തിരുവിതാംകൂറിന്റെ രാഷ്ട്രീയ ചരിത്രത്തിൽ സ്വദേശാഭിമാനി രാമകൃഷ്ണപിള്ള വഹിച്ച പങ്ക് ചരിത്രപരമാണ്. ജനപക്ഷത്തുനിന്ന സാഹിത്യകാരൻ, പ്രക്ഷോഭകാരിയായ പത്രപ്രവർത്തകൻ, ജനാധിപത്യവാദി, പൗരാവകാശ പ്രചാരകൻ എന്നെല്ലാമുള്ള നിലയിൽ അദ്ദേഹം സാന്നിധ്യമറിയിച്ചു. രാഷ്ട്രീയ പ്രക്ഷോഭത്തെ കരുത്താർജിപ്പിക്കുംവിധം ഭരണാധികാരികൾക്കെതിരെ തുറന്നെഴുതി. ഇക്കാരണങ്ങൾകൊണ്ടെല്ലാം അദ്ദേഹത്തെ നിരന്തരം വേട്ടയാടിക്കൊണ്ടിരുന്നു. 1910 സപ്തംബർ 26 ന് തിരുവിതാംകൂറിൽനിന്ന് നാടുകടത്തപ്പെട്ടു. ദിവാൻ ഭരണത്തെ ആദ്യമായി എതിർത്ത തിരുവിതാംകൂറുകാരനായിരുന്നു അദ്ദേഹം.

രാജ്യഭ്രഷ്ടനാക്കുന്നതിന് ഒരാഴ്ചമുമ്പ് ദിവാനെപ്പറ്റി രാമകൃഷ്ണപിള്ളയെഴുതിയ കുറിപ്പ് പ്രക്ഷുബ്ധമായിരുന്നു.

> മിസ്റ്റർ ആചാരി (ടി രാജഗോപാലാചാരി)യെപ്പോലെ ഉത്താനബുദ്ധികളായവർ ചെറുകാറ്റിലുലയുന്ന പുൽക്കൊടികൾക്കൊപ്പം ആടിപ്പോകുന്നു. അപ്പോഴാണ് അവർ ആശ്രയത്തിനായി ജനസ്വാതന്ത്ര്യത്തെ കുറയ്ക്കുന്ന വ്യവസ്ഥകൾക്ക് ഒരുങ്ങുന്നത്. എന്നാൽ ഇത്തരം ഭരണകർത്താക്കന്മാരുടെ ധൂർത്തിനെ ജനങ്ങളുടെ അക്ഷീണമായ പ്രതിഷേധവാദം കൊണ്ടുള്ള പ്രചണ്ഡവാദത്താൽ അടിച്ചുമറിക്കുവാൻ സാധിക്കുന്നതാണ്.

എന്ന പ്രഖ്യാപനം ഉജ്വലമായിരുന്നു. *സ്വദേശാഭിമാനി*യുടെ 1910 സപ്തംബർ 19 ന്റെ പതിപ്പിലാണ് ഇത് പ്രത്യക്ഷപ്പെട്ടത്. സപ്തംബർ 26 ന് നാടുകടത്തുകയും ചെയ്തു.

ഇത്തരം പ്രക്ഷോഭാഹ്വാനങ്ങളേക്കാൾ ശ്രദ്ധേയമായ മറ്റൊരു സംഭാവന രാമകൃഷ്ണപിള്ള എഴുതിയ *കാൾ മാർക്സിന്റെ ജീവചരിത്രമാണ്.* റഷ്യൻ വിപ്ലവത്തിനും അഞ്ചുവർഷം മുമ്പായിരുന്നു അത്. 1912 ആഗസ്ത് ആദ്യവാരത്തിലാണ് ആ ലഘു ജീവചരിത്രം പുറത്തിറങ്ങിയത്. ഇന്ത്യൻ ഭാഷയിലെ ആദ്യത്തെ മാർക്സ് ഗ്രന്ഥം.

മാർക്സിന്റെ ത്യാഗനിർഭരമായ ജീവിതവും അനുരഞ്ജന രഹിത നിലപാടുകളും വൈകാരികമായി വിവരിക്കുന്ന രാമകൃഷ്ണപിള്ളയുടെ കൃതി മാർക്സിന്റെ സിദ്ധാന്തങ്ങൾ ലളിതമായി പ്രതിപാദിക്കുകയും ചെയ്തു. ആ സിദ്ധാന്തങ്ങൾ ഈ നാട്ടിലെ തൊഴിലാളികൾക്കിടയിൽ വേരുറപ്പിക്കണമെന്ന താൽപ്പര്യത്തോടെ മിച്ചമൂല്യത്തെയും വർഗസമരത്തെയും ചരിത്രപരമായ ഭൗതികവാദത്തെയും ലളിതമായ നിലയിലാണ് പറഞ്ഞുപോകുന്നത്.

> റഷ്യൻ വിപ്ലവം പൊട്ടിപ്പുറപ്പെടുന്നതിന് അഞ്ചുകൊല്ലം മുമ്പ് ഇന്ത്യയിൽ മാർക്സിസ്റ്റുകാരുടെ പ്രക്ഷോഭങ്ങളോ സംഘടനാ പരിശ്രമങ്ങളോ ആരംഭിക്കും മുമ്പ് ഇങ്ങനെയൊരു പുസ്തകം എഴുതാൻ ദീർഘദർശനവും വിപ്ലവ മനഃസ്ഥിതിയും കൂടിയേ കഴിയൂ

എന്നാണ് 1946 ൽ കെ ദാമോദരൻ എഴുതിയ അവതാരികയിൽ പറഞ്ഞത്.

1917 ലെ റഷ്യൻ വിപ്ലവം കേരളീയ ചിന്തകളിലും സാഹിത്യത്തിലും സാമൂഹ്യജീവിതത്തിലും വലിയ ചലനങ്ങളുണ്ടാക്കി. *മിതവാദി* പത്രാധിപർ സി കൃഷ്ണനും കെ അയ്യപ്പനും മറ്റും അതിന്റെ ആഹ്വാനം പങ്കുവച്ചു. സഹോദരൻ പത്രം സോവിയറ്റ് ആശയങ്ങളുടെ ചില പ്രധാന സൂചനകൾ മലയാളിക്കു മുന്നിൽ കൊണ്ടുവരികയും ചെയ്തു.

സഹോദരൻ അയ്യപ്പന്റെ ചിന്തകൾക്ക് പിന്നീട് ഏറെ തുടർച്ചകളുണ്ടായി. *വേലക്കാരൻ, തൊഴിലാളി* തുടങ്ങിയ പ്രസിദ്ധീകരണങ്ങളും ഇതിന്റെ അനുബന്ധം. സഹോദരൻ ഒക്ടോബർ വിപ്ലവത്തെക്കുറിച്ചെഴുതിയ കവിത അക്കാലത്തെ പുരോഗമനേച്ഛുക്കളായ യുവാക്കളിലെന്നപോലെ

എൻ സിയിലും അഗാധമായ ചലനങ്ങളുണ്ടാക്കി. രാഷ്ട്രീയ ദിശാബോധം നൽകിയതോടൊപ്പം അനാചാരങ്ങൾക്കെതിരായ പ്രതികരണത്തിനും അയ്യപ്പൻ പ്രചോദനമായിരുന്നു. നിരീശ്വരവാദം, ജാതിവിരുദ്ധ സമരം, ജനാധിപത്യാവബോധ രൂപീകരണം തുടങ്ങിയ കാര്യങ്ങളിലേക്ക് വൻ സംഭാവന നൽകിയ സഹോദര സമാജത്തിലേക്ക് 1926 ൽ തന്നെ എൻ സി ആകർഷിക്കപ്പെട്ടു.

VII

സാമൂഹ്യ പരിഷ്കരണത്തിന്റെ ധാരകൾ. ഗ്രന്ഥശാലകളുടെ സാമൂഹ്യ പ്രയോഗം. കോൺഗ്രസ് ആഭിമുഖ്യം. ജയിൽ അനുഭവങ്ങൾ. യുത്ത്- കമ്യൂണിസ്റ്റ് ലീഗുകളുടെ രൂപീകരണം. തിരുവിതാംകൂർ സ്റ്റേറ്റ് കോൺഗ്രസിന്റെ പ്രവർത്തനം — എൻ സിയുടെ രാഷ്ട്രീയ വളർച്ച ഇങ്ങനെ പഠിക്കാം.

തിരുവിതാംകൂർ കേന്ദ്രീകരിച്ചുള്ള അസംഖ്യം സമര മുന്നേറ്റങ്ങൾ. തൊഴിലാളികൾക്കിടയിലെ ചെറുചലനങ്ങളും സംഘാടനവും പ്രതിഷേധങ്ങളും. ഭഗത്സിങ്ങിനെയും രാജഗുരുവിനെയും സുഖ്ദേവിനെയും ബ്രിട്ടീഷുകാർ വധിച്ചതിനെതിരായ പ്രതിഷേധങ്ങളിൽ എൻ സിയുടെ നേതൃത്വത്തിൽ തിരുവനന്തപുരവും അലിഞ്ഞുചേർന്നു.

ബാലരാമപുരം യൂത്ത്ലീഗിന്റെ വാർഷികം പുതിയ രാഷ്ട്രീയത്തിലേക്കുള്ള ചുവടുകളിലൊന്നായി. സമ്മേളനത്തിലെ പ്രസംഗങ്ങളും പ്രമേയങ്ങളും നിലനിന്ന രീതികളോട് ഏറ്റുമുട്ടാൻ മടിച്ചില്ല. ഗവൺമെന്റ് വിരുദ്ധ രാഷ്ട്രീയത്തിന് അടിവരയിടപ്പെട്ടു.

1932 ൽ തിരുവിതാംകൂർ ഗവൺമെന്റ് ഭരണഘടനാ പരിഷ്കാരം നടത്തിയെന്ന തോന്നലുളവാക്കി. യഥാർഥത്തിൽ അത് പഴയതിന്റെ പതിപ്പുതന്നെയായിരുന്നു. സംയുക്ത രാഷ്ട്രീയ സഭയുടെ നേതൃത്വത്തിലുള്ള പ്രക്ഷോഭം ഈ തിരിച്ചറിവിന്റെ കൂടി ഉൽപ്പന്നമായി. യൂത്ത് – കമ്യൂണിസ്റ്റ് ലീഗുകൾ ഈ പ്രസ്ഥാനത്തെ കലവറയില്ലാതെ പിന്തുണച്ചു. ചില ഉത്തരേന്ത്യൻ നഗരങ്ങളിൽ നടന്ന തൊഴിലാളി പണിമുടക്കിന്റെ അലയൊലി മലബാർ, കൊച്ചി, തിരുവിതാംകൂർ ഭാഗങ്ങളിലും കാണാനായി.

1932–34 കാലഘട്ടം സ്വാതന്ത്ര്യ സമര പ്രസ്ഥാനത്തിൽ തിരിച്ചറിയാനാവാത്ത മാറ്റം വരുത്തി. കോൺഗ്രസ് സോഷ്യലിസ്റ്റ് പാർട്ടിയുടെ ഉദയം ശക്തമായ രാഷ്ട്രീയ വിയോജനത്തിന്റെ നടുവിലാണുണ്ടായത്. *Why Socialism* പോലുള്ള കൃതികൾ കേരളത്തിലും സ്വാധീനമുണ്ടാക്കി. അത്തരമൊരു മാറ്റത്തെ ത്വരിതഗതിയിലാക്കിയ സംഭവഗതികളാണ് അരങ്ങേറിക്കൊണ്ടിരുന്നത്. ലോകവീക്ഷണങ്ങൾക്കൊപ്പം സമരരീതികളെക്കുറിച്ചും ശക്തമായ വിമർശനമുണ്ടായ ഘട്ടം.

1934 ൽ രൂപീകരിക്കപ്പെട്ട കോൺഗ്രസ് സോഷ്യലിസ്റ്റ് പാർട്ടി. അതിലേക്ക് കേരളത്തെ കൈപിടിച്ചെത്തിച്ചവരിൽ പ്രധാനിയായിരുന്നു എൻ

സി. വ്യത്യസ്തമായ പാർട്ടി രൂപീകരണം സംബന്ധിച്ച് പി കൃഷ്ണപിള്ള അതിനു മുമ്പ് അദ്ദേഹവുമായി പലവട്ടം ചർച്ച നടത്തിയിരുന്നു.

അക്കാലത്ത് ആലപ്പുഴയിൽ കർഷകത്തൊഴിലാളികളുടെ സമ്മേളനം ചേരുകയുണ്ടായി. അതിൽ ട്രേഡ് യൂണിയൻ പ്രമേയം അവതരിപ്പിച്ചത് എൻ സി. പുതിയ കാഴ്ചപ്പാടിൽ ഊന്നിയ അത് എതിർപ്പിനും ഇടയാക്കി.

കോൺഗ്രസ് സോഷ്യലിസ്റ്റ് പാർട്ടിയുടെ പ്രത്യയശാസ്ത്രവും ലക്ഷ്യവും മീറത്ത് സമ്മേളനത്തിൽ അർഥശങ്കക്കിടയില്ലാത്ത വിധം പ്രഖ്യാപിക്കപ്പെട്ടു — മാർക്സിസം. കോൺഗ്രസ് ഉള്ളപ്പോൾ അതിനുള്ളിൽ ഇങ്ങനെയൊരു ധാര എന്തിനെന്ന സംശയം ചിലർ ഉന്നയിച്ചു. ബഹുജനങ്ങളിൽനിന്നു വിട്ടുനിന്ന്, അവരെ പങ്കാളികളാക്കാതെ പോകുന്ന ഏത് സമരവും പരിപൂർണ സ്വാതന്ത്ര്യത്തിനുവേണ്ടിയുള്ളതാകില്ലെന്ന വ്യക്തമായ മറുപടിയും ഉയരാതിരുന്നില്ല. തൊഴിലാളികളുടെയും കർഷകരുടെയും ശക്തമായ സംഘടനകൾക്ക് ഊന്നൽ നൽകിയതും ഈ മറുപടി മുന്നോട്ടുവച്ചവരാണ്. കർഷകസംഘവും തൊഴിലാളി പ്രസ്ഥാനവും ജനങ്ങളുടെ ആശ്രയങ്ങളായി. സോഷ്യലിസ്റ്റ് - കമ്യൂണിസ്റ്റ് ആശയപ്രചാരണത്തിന് *പ്രഭാതം* വാരിക പുറത്തിറക്കി. ലോക സംഭവവികാസങ്ങൾ, ഇന്ത്യൻ സ്ഥിതിഗതികൾ, വിപ്ലവ ചരിത്രത്തിലെ ഏടുകളും ഉജ്വല വ്യക്തിത്വങ്ങളും — *പ്രഭാതം* മറ്റൊരു പത്രപ്രവർത്തന രീതിയാണ് പരിചയപ്പെടുത്തിയത്. പുരോഗമനാശയങ്ങളോട് കൂറുപ്രഖ്യാപിച്ച എത്രയോ സാഹിത്യകൃതികളുമുണ്ടായി. ഇന്ത്യൻ കമ്യൂണിസ്റ്റ് പാർട്ടിയുടെ ഘടകം 1937 ൽ ഇവിടെയും സ്ഥാപിച്ചു. ആ പ്രവർത്തനങ്ങളിലും എൻ സി നേതൃപരമായ പങ്കുവഹിച്ചിരുന്നു. എസ് വി ഘാട്ടെയുടെ സാന്നിധ്യത്തിലായിരുന്നു അത്.

കോൺഗ്രസ് സോഷ്യലിസ്റ്റ് പാർട്ടിയാകെ കമ്യൂണിസ്റ്റ് പാർട്ടിയായി മാറിയ പിണറായി പാറപ്രത്തെ ചരിത്രപരമായ കൂടിച്ചേരലിനും പി കൃഷ്ണപിള്ളക്കും ഇ എം എസിനുമൊപ്പം എൻ സിയും നേതൃത്വം നൽകി. വർഗ സംഘടനകളുടെയും മറ്റും മുൻനിരയിൽ നിന്ന അദ്ദേഹം അപ്പോഴേക്കും കേരളമാകെ ശ്രദ്ധിക്കുന്ന നേതാക്കളിലൊരാളായി മാറിക്കഴിഞ്ഞിരുന്നു. പഠനത്തിന്റെയും ആശയ വിപുലീകരണത്തിന്റെയും ഊർജസ്വലമായ തുടർച്ചകളിലൂടെ എൻ സി അക്കാലത്തെ നേതൃത്വത്തിലെ മാതൃകകളിൽ ഒന്നായി.

പാറപ്രം സമ്മേളനം കമ്യൂണിസ്റ്റ് പാർട്ടി രൂപീകരണം പരസ്യമായി പ്രഖ്യാപിച്ചു. അരിവാൾ ചുറ്റിക ആലേഖനം ചെയ്ത് 'കമ്യൂണിസ്റ്റ് പാർട്ടി സിന്ദാബാദ്' എന്ന് വിളിച്ചുപറഞ്ഞ ചുവരെഴുത്തുകൾ പലേടത്തും പ്രത്യക്ഷപ്പെട്ടു. കോൺഗ്രസിൽനിന്ന് കോൺഗ്രസ് സോഷ്യലിസ്റ്റ് പാർട്ടിയിലേക്കും അവിടെനിന്ന് കമ്യൂണിസ്റ്റ് പ്രസ്ഥാനത്തിലേക്കുമുള്ള മാറ്റം ഒരു കാലഘട്ടത്തിന്റെ രൂപാന്തരം കൂടിയായിരുന്നു. ഇവയിലെല്ലാം

നേതൃത്വപരമായ പങ്കുവഹിക്കാൻ എൻ സിയെ പ്രാപ്തനാക്കിയത് ട്രേഡ് യൂണിയൻ അനുഭവങ്ങൾ കൂടിയാണ്.

തലോടലിന്റെയും മധുരവാക്കുകളുടെയും രാഷ്ട്രീയ രീതിക്ക് ഉപരിയായി വർഗാഭിമുഖ്യത്തിന്റെ കൃത്യതകൾ. ഞായറാഴ്ച ഒഴിവുവിനോദങ്ങൾക്കിടയിൽ രാഷ്ട്രീയ പ്രവർത്തനം എന്നതിനുപകരം സമരങ്ങൾ നിറഞ്ഞ മുഴുനീള ജീവിതം — ഇതാണ് എൻ സിയെയും വ്യത്യസ്തനാക്കിയത്.

VIII

സമൂഹവൈരുധ്യങ്ങളെക്കുറിച്ചുള്ള ശരിയും ശാസ്ത്രീയവുമായ കാഴ്ചപ്പാടും മൂലധനത്തെപ്പറ്റിയുള്ള നിശിതമായ ഉൾക്കാഴ്ചയുമാണ് ട്രേഡ് യൂണിയൻ പ്രസ്ഥാനത്തെ മുന്നോട്ടു നയിച്ചത്. ബ്രിട്ടീഷ് ചൂഷണത്തിന്റെ ബഹുമുഖമായ വശങ്ങൾ ഈ ധാര തുറന്നുകാട്ടി. വൈരുധ്യങ്ങൾ നിർധാരണം ചെയ്തു, സ്വാതന്ത്ര്യ സമരത്തിന്റെ ഓരോ ഘട്ടത്തിലും ഇന്ത്യൻ ബൂർഷ്വാസി സ്വന്തം താൽപ്പര്യസംരക്ഷണത്തിനുവേണ്ടി മൂലധന ശക്തികളുമായി സന്ധികൾ ചെയ്തു. പിൻവലിയലുകൾ ഏറെ കാണാനുമായി. തങ്ങളുടെ നിശ്ചിതവൃത്തത്തിനപ്പുറം സമരങ്ങൾ കുതിച്ചുമുന്നേറുമ്പോൾ അവർ മൂക്കുകയറിട്ടു.

ഒന്നാം ലോകമഹായുദ്ധവും 1930 കളിലെ സാമ്പത്തിക മാന്ദ്യവും ഇന്ത്യയിലും സാമ്രാജ്യവിരുദ്ധ മനോഭാവത്തെ തീക്ഷ്ണമാക്കി. ഈ സങ്കീർണതയിലും മുതലാളിവർഗം സ്വന്തം സൗകര്യങ്ങളിലാണ് ഒട്ടിനിന്നത്. എന്നാൽ 1930 കൾ കേരളം അസംഖ്യ തൊഴിലാളി മുന്നേറ്റങ്ങൾ കണ്ട് ആവേശം കൊണ്ടു. കണ്ണൂരിലും കോഴിക്കോട്ടും തൃശൂരിലും ആലപ്പുഴയിലും ഇത് ദൃശ്യമായി. പഴയകാല തൊഴിലാളി കൂട്ടായ്മകളെ ഘടനയിലും ദിശാബോധത്തിലും പുതിയ സമരങ്ങൾ ഏറെ പിന്തള്ളി.

നവോത്ഥാന പ്രസ്ഥാനത്തിന്റെ ഭാഗമായി ഉന്നയിക്കപ്പെട്ട തൊഴിലാളികളുടെ ആവശ്യങ്ങൾ. പിന്നീട് ജീവകാരുണ്യവാദപരമായി സംഘടിപ്പിക്കപ്പെട്ട യൂണിയനുകൾ — അതിലൊന്ന് വാടപ്പുറം ബാവ 1922 ൽ സ്ഥാപിച്ചതാണ് — തിരുവിതാംകൂർ ലേബർ അസോസിയേഷൻ. 'തൊഴിലാളികൾക്കൊരു പത്രവും അവർക്കൊരു സഹകരണ സംഘവും' എന്ന മുദ്രാവാക്യവും ബാവ ഉയർത്തി. (സജീവ് ജനാർദനൻ എഴുതിയ *വാടപ്പുറം ബാവ: കേരളത്തിലെ തൊഴിലാളി പ്രസ്ഥാനത്തിന്റെ പിതാവ്* എന്ന കൃതി കാണുക) കാലഘട്ടത്തിന്റെ പരിമിതി ആ സംഘടനയിലും മുദ്രിതമായിരുന്നു. പുതിയ കാലത്തിന്റെ ആവശ്യമനുസരിച്ചുള്ള വിപുലീകരണവും ദിശാമാറ്റവും അതിലുണ്ടായില്ലെന്നത് ചരിത്ര വസ്തുത.

തൊഴിലാളികളെ പുഴുക്കളെപ്പോലെ ചവിട്ടിയരച്ച കാലം. തൊഴിൽ സമയത്തിനോ വേതനത്തിനോ നിശ്ചയങ്ങളില്ല. പിരിച്ചുവിടലിന്റെ ഭീ

ഷണി എപ്പോഴും തലയ്ക്കുമീതെ. രാഷ്ട്രീയ മുദ്രാവാക്യങ്ങൾക്കൊപ്പം തങ്ങളുടെ കഷ്ടജീവിതത്തിന്റെ വേദനകളും അവർ തുന്നിച്ചേർത്തു. കേരളമാകെ ഉണർന്നെണീറ്റ പ്രതീതി. 1934 ൽ പോത്തേരി മാധവന്റെ നേതൃത്വത്തിൽ ബീഡി തൊഴിലാളി സംഘടനയുടെ പിറവി മുതൽ അത് കാണാനാവും.

കോൺഗ്രസ് സംഘാടനത്തിന്റെ അവസാന ഘട്ടത്തിൽ തൊഴിലാളി പ്രവർത്തനങ്ങളിലേക്കും എൻ സി ശ്രദ്ധയൂന്നി. സോഷ്യലിസ്റ്റ് – കമ്യൂണിസ്റ്റ് ആശയങ്ങളുടെ അടിത്തറയിൽനിന്ന് കൂടുതൽ ഇളകി പ്രവർത്തിച്ചു. ആ യാത്രകളാണ് വീണ്ടും മലബാറിലേക്ക് എത്തിച്ചത്. കോമൺവെൽത്ത് തൊഴിലാളി സമരം, തൃശൂരിലെ സീതാറാം മിൽ പണിമുടക്ക്, കൊല്ലത്തെ എ ഡി കോട്ടൺമിൽ ചെറുത്തുനിൽപ്പ്, ആലപ്പുഴയിലെ കയർ മേഖലയിലെ മുന്നേറ്റങ്ങൾ — സമരങ്ങൾ നിറഞ്ഞു മറിയുകയായിരുന്നു. നിലയ്ക്കാത്ത ഈ പ്രതിഷേധങ്ങളെ തുടർന്ന് തൊഴിൽ സമയം ആഴ്ചയിൽ അറുപതിൽനിന്ന് 59 മണിക്കൂറാക്കി.

ഫറോക്കിലെ ഓട്ടുകമ്പനി മുറ്റത്ത് പി കൃഷ്ണപിള്ള നടത്തിയ സാഹസികമായ പ്രവർത്തനങ്ങൾ. ആദ്യം കൈവിരലിലെണ്ണാവുന്ന തൊഴിലാളികൾ മാത്രമാണ് അദ്ദേഹത്തിന്റെ സംഭാഷണങ്ങൾക്ക് ചെവികൊടുത്തത്. ക്ഷമയും നിശ്ചയദാർഢ്യവും സംയോജിപ്പിച്ച് സഖാവ് നിരന്തരം ഇടപെട്ടു. അതിന്റെ മാറ്റവും കാണാനുണ്ടായി. യൂണിയൻ ശക്തിപ്രാപിച്ചു. ഇതിന്റെ തുടർച്ചകളുണ്ടാക്കിയത് എൻ സിയും മറ്റും. അസംഘടിതമായ പല മേഖലകളിലും അദ്ദേഹം സംഘടനാബോധത്തിന്റെ വിത്തുകൾ പാകി. "ഫാക്ടറികൾക്കുള്ളിലും പുറമെയും നിരന്തര മർദനങ്ങൾക്കും ചൂഷണത്തിനും അവഹേളനങ്ങൾക്കും ഇരയാകുന്ന തൊഴിലാളി വർഗത്തിന് അവരുടെ സ്വന്തം ശക്തിയിന്മേൽ ഉറച്ചുനിൽക്കാമെന്നുള്ള സന്ദേശമാണ് പ്രക്ഷോഭങ്ങൾ നൽകിയത്." കോട്ടൺ മില്ലിൽ തുടർച്ചയായി നടന്ന സമരങ്ങളിലെല്ലാം എൻ സി ഓടിയെത്തി. തലശ്ശേരിയിലെ ബീഡി തൊഴിലാളി പണിമുടക്കിലും കണ്ണൂരിലെ കൈത്തറി – നെയ്ത്തു തൊഴിലാളികൾ നടത്തിയ സമരത്തിലും ഈ ഐക്യദാർഢ്യമുണ്ടായി.

പിന്നീട് എൻ സിയുടെ പ്രവർത്തനത്തിന്റെ പ്രധാന കേന്ദ്രം വീണ്ടും തിരുവിതാംകൂറിലായി. ആമ്പല്ലൂരിലും കൊച്ചിയിലും ഇടക്കിടെ ബന്ധപ്പെടേണ്ടിയുംവന്നു. സംഘടനാബോധത്തിന്റെയും അവകാശ പ്രഖ്യാപനത്തിന്റെയും ഒരു പ്രകാശവും വീഴാത്ത പല മേഖലയിലും എൻ സി ട്രേഡ് യൂണിയൻ പ്രവർത്തനത്തിന്റെ ബാലപാഠങ്ങൾ മുതൽ കാണിച്ചുകൊടുത്തു. കുട – സോപ്പ് നിർമാണ മേഖലയിലും പീടികത്തൊഴിലാളി രംഗത്തും മോട്ടോർ വിഭാഗത്തിലുമടക്കം.

1937 മുതൽ 1939 വരെ നടന്ന മൂന്ന് പ്രധാന തൊഴിലാളി സമ്മേളനങ്ങളുടെ സംഘാടകരിലൊരാളെന്ന നിലയിലും എൻ സിയെ ഓർ

ക്കേണ്ടതുണ്ട്. മണിബെൻകാരയും ബാട്‌ലിവാലയും മറ്റും ഇവയിൽ സംബന്ധിച്ചു. തൊഴിലാളി പ്രവർത്തനത്തെ സംയോജിപ്പിക്കുന്നതിന് തെരഞ്ഞെടുത്ത ആദ്യ കമ്മിറ്റിയിലും അദ്ദേഹം അംഗമായിരുന്നു. പി കൃഷ്ണപിള്ളയായിരുന്നു സെക്രട്ടറി. പിന്നീട് ഈ ചുമതല എൻ സിക്കായി. കേരളത്തിലെ ട്രേഡ് യൂണിയൻ അനുഭവങ്ങൾ അദ്ദേഹം പല അഖിലേന്ത്യാ സമ്മേളനങ്ങളിലും അവതരിപ്പിച്ച് ശ്രദ്ധ നേടിയത് മറ്റൊരു പ്രധാന കാര്യം. 1936 ലെ ബോംബെ എ ഐ ടി യു സി സമ്മേളനത്തിൽ കേരളത്തിന്റെ പ്രാതിനിധ്യം എൻ സിയിലൊതുങ്ങി. തിരുവണ്ണൂർ കോട്ടൺമിൽ തൊഴിലാളി യൂണിയന്റെ നേതാവെന്ന നിലയിലായിരുന്നു അത്. പല സമ്മേളനങ്ങളിലും ട്രേഡ് യൂണിയൻ രേഖകൾ അവതരിപ്പിക്കാനുള്ള അവസരവും അദ്ദേഹത്തിനുണ്ടായി.

തൊഴിലാളി സമരകാലത്ത് കർഷകരുടെയും ഇതര ജനവിഭാഗങ്ങളുടെയും പിന്തുണ നേടി പ്രക്ഷോഭം വിപുലമാക്കുന്നതിൽ പി കൃഷ്ണപിള്ളയും എൻ സിയും എ കെ ജിയും മറ്റും ആവേശകരമായി പ്രവർത്തിച്ചു. തലശേരിയിലെ ബീഡിത്തൊഴിലാളികൾ പണിമുടക്കിയപ്പോൾ പിണറായിയിലെയും എരഞ്ഞോളിയിലെയും കൃഷിക്കാർ സഹായിക്കുകയുണ്ടായി. അവർ ചക്ക, മാങ്ങ, തേങ്ങ, ഏത്തയ്ക്ക എന്നിവ ധാരാളമായി എത്തിച്ചു. എ കെ ജി പ്രസംഗിച്ച ഒരു യോഗത്തിൽ ഇങ്ങനെയുള്ള ഉൽപ്പന്നങ്ങൾ വഹിച്ചുകൊണ്ട് കൃഷിക്കാർ ജാഥയായിട്ടാണ് വന്നെത്തിയത്. തലശേരിയിലെ യോഗങ്ങളിൽ തൊഴിലാളികളും കൃഷിക്കാരും ഒരുപോലെ പങ്കെടുത്തിരുന്നു (ആർ പ്രകാശം, *കേരളത്തിലെ ട്രേഡ് യൂണിയൻ പ്രസ്ഥാനത്തിന്റെ ചരിത്രം*) എന്ന അനുഭവം തൊഴിലാളി–കർഷക ഐക്യത്തിന്റെ ആദ്യ പാഠങ്ങളിലൊന്നായിരുന്നു. ഈയൊരു ഐക്യദാർഢ്യത്തിന്റെ പ്രധാന സംഘാടകരിലൊരാൾ എൻ സി.

IX

കമ്യൂണിസ്റ്റ് പാർട്ടി നിരോധിച്ച കാലത്തെ സാഹസികമായ പ്രവർത്തനങ്ങൾ. പരസ്യ ചലനത്തിന്മേലുണ്ടായ വിലക്കുകൾ നീങ്ങിയ ഘട്ടത്തിലെ സംഘാടനം. ഒളിവിലും തെളിവിലും ജയിലിലും നൽകിയ നേതൃത്വം. കേരളത്തിലെ ഒട്ടുമിക്ക കുഗ്രാമങ്ങളെയും സ്പർശിച്ച സഞ്ചാരങ്ങൾ. അവഗണിക്കപ്പെട്ട ജനവിഭാഗങ്ങൾക്കിടയിൽ അവരുടെ ശുഷ്കജീവിതത്തിനൊപ്പം നിന്നുകൊണ്ടുള്ള പ്രവർത്തനം. മലബാറിലേക്കുള്ള ആദ്യയാത്രയെ രാഷ്ട്രീയ കുടിയേറ്റമായാണ് എൻ സി വിശേഷിപ്പിച്ചത്.

> പിന്നിട്ട ദശകങ്ങളിലുടനീളം പതിഞ്ഞും തെളിഞ്ഞും കിടക്കുന്ന സംഭവപരമ്പരകളുടെ സ്രോതസായി വരുന്നതും നിലകൊള്ളുന്നതും തിരുവിതാംകൂറിൽനിന്നും മലബാറിലേക്കുള്ള എന്റെ രാഷ്ട്രീയ കുടിയേറ്റമാണ്... (*അഗ്നിവീഥികൾ*, പേജ് 299).

തിരുവിതാംകൂറിൽ എന്നപോലെ മലബാറിലും പി കൃഷ്ണപിള്ളക്കൊപ്പം എൻ സി ട്രേഡ് യൂണിയൻ പ്രവർത്തനത്തിന്റെ ആദ്യസംഘാടകരിലൊരാളായത് അങ്ങനെ. കൃഷ്ണപിള്ളയെയും രാഷ്ട്രീയ കുടിയേറ്റക്കാരനെന്ന നിലയിലാണ് അദ്ദേഹം വിശദീകരിച്ചിട്ടുള്ളത്.

മലബാറുമായി പ്രത്യേകിച്ച് കണ്ണൂരുമായി വളരെ വൈകാരികമായ ബന്ധമാണ് എൻ സിക്കുണ്ടായിരുന്നത്. അതാവാം കണ്ണൂരിലെ എടയത്ത് ജാനകിയെ ജീവിതത്തിലേക്ക് സ്വീകരിച്ചതിൽപ്പോലും തെളിഞ്ഞതും. അമ്പതുകളുടെ ആദ്യമായിരുന്നു അത്.

അമ്പതുകളുടെ അവസാനം എൻ സി രാജ്യസഭാംഗമായി. എന്നാൽ അറുപതുകളുടെ അവസാനത്തിൽ പാർട്ടിയുമായുള്ള ബന്ധം അറ്റു. വൈകാരികമായ സമീപനങ്ങൾ എടുത്ത ആ ഘട്ടത്തിൽ നേതൃത്വവുമായി പലപ്പോഴും അദ്ദേഹം ഇടയുകയും ചെയ്തു. പാർട്ടിയിൽനിന്ന് എൻ സി പോകാനുണ്ടായ സാഹചര്യം വിശദീകരിച്ച് ഇ എം എസ് പരസ്യപ്രസ്താവന നടത്തിയതും ശ്രദ്ധേയമാണ്.

പാർട്ടിയുമായുള്ള ബന്ധത്തിൽ ഉടലെടുത്ത ശൈഥില്യങ്ങളും കയറ്റിറക്കങ്ങളും എന്തുതന്നെയായാലും അവയെയെല്ലാം അപ്രസക്തമാക്കിയ ചരിത്ര സംഭാവനയായിരുന്നു എൻ സിയുടേത്. വ്യക്തികൾ എത്ര ആഗ്രഹിച്ചാലും ചില കൂട്ടിയോജിപ്പിക്കലുകൾ ഉണ്ടാക്കിയെടുക്കാൻ അനുഭവപ്പെടുന്ന ബുദ്ധിമുട്ടുകൾ നമുക്കു ചുറ്റും എത്രയോ ഉണ്ട്. വികാരത്തിന്റെ ഭാഷയിലും ക്ഷോഭം കലർത്തിയും പ്രതികരിച്ചപ്പോഴും എൻ സി അടിസ്ഥാനപരമായി കമ്യൂണിസ്റ്റായിരുന്നു. അതാണ് ആ ജീവിതത്തിന്റെ വലിയ പ്രത്യേകതകളിലൊന്ന്.

വായനശാലാ പ്രവർത്തനവും ജയിൽ അനുഭവങ്ങളും വായനയുടെ പരന്ന ലോകത്തേക്ക് എൻ സിയെ നയിച്ചിരുന്നു. ഈ പശ്ചാത്തലം പിന്നീട് ട്രേഡ് യൂണിയൻ പ്രവർത്തന ഘട്ടത്തിലും ദിശാബോധം നൽകി. എഴുത്തിനോടും വായനയോടും എന്നും അദ്ദേഹം കൗതുകത്തോടെ ഒട്ടിനിന്നു. ഒരു വിദ്യാർഥിയുടെ വിനയത്തോടും ജിജ്ഞാസയോടും പുതിയ കാര്യങ്ങൾ അന്വേഷിച്ചുപോകുമായിരുന്നു. ആദ്യകാല ട്രേഡ് യൂണിയൻ സമ്മേളനങ്ങളിൽ പല രേഖകളും പ്രമേയങ്ങളും എഴുതിയിരുന്നത് എൻ സിയായിരുന്നു. അത് പിന്നീട് കുറിപ്പുകളിലേക്കും ലേഖനങ്ങളിലേക്കും വളർന്നു. *പതിനായിരം തൊഴിലാളി കുടുംബങ്ങൾ പെരുവഴിയിൽ, കേരളത്തിൽ വിദേശ മൂലധനം* തുടങ്ങിയ ലഘുലേഖകൾ പ്രസിദ്ധമാണ്. 'മാർക്സും ട്രേഡ് യൂണിയനുകളും' എന്ന കുറിപ്പ് പരിഭാഷപ്പെടുത്തിയത് എൻ സിയാണ്. കൈത്തറി, ടെക്സ്റ്റൈൽ, കയർ വ്യവസായങ്ങളിലെ പ്രശ്നങ്ങളും സങ്കീർണതകളും മുൻനിർത്തിയെഴുതിയ ഒട്ടേറെ കുറിപ്പുകൾ ആ മേഖലകളിലെ പഠനാന്വേഷണം തന്നെയാണ്. സാമ്പത്തിക ശാസ്ത്ര ഗവേഷകരും ചരിത്രവിദ്യാർഥികളും അവയിൽ പലതിനെയും ഇപ്പോഴും അടിസ്ഥാനമാക്കാറുണ്ട്.

എൻ സി എന്ന എഴുത്തുകാരന്റെ മികവ് തെളിയിക്കുന്നതാണ് ആത്മകഥയായ *അഗ്നിവീഥികൾ*. എഴുതി പൂർത്തിയാക്കി ഏറെക്കഴിഞ്ഞ് 1987 ഡിസംബറിലാണ് അത് പുറത്തിറങ്ങിയത്. ഞാൻ എന്ന ഭാവം കയറിവരാതെ കേരളത്തിലെ കമ്യൂണിസ്റ്റ് പ്രസ്ഥാനത്തിന്റെയും തൊഴിലാളി മുന്നേറ്റങ്ങളുടെയും കഥ പറയുകയാണതിൽ. സംഭവങ്ങളുടെ ആധികാരിക വിവരണങ്ങൾക്കൊപ്പം അഗാധമായ ചരിത്രബോധത്തിന്റെ സ്പർശം പല ഭാഗങ്ങളെയും ജീവനുള്ളതാക്കുന്നു. ചെറിയ സംഭവങ്ങൾപോലും അവയുടെ സാമൂഹ്യ പ്രത്യേകതകളിലൂന്നിയാണ് ഇവിടെ വിശദമാക്കുന്നത്. കാര്യമായ ആമുഖമില്ലാതെയാണ് *അഗ്നിവീഥികൾ* അച്ചടിമഷി പുരണ്ടത്. ഈ ആത്മകഥക്ക് ആമുഖമെന്ന അലങ്കാരം ആവശ്യമില്ലെന്നും എൻ സിയുടെ *അഗ്നിവീഥികൾ*ക്ക് അതൊരു അധികപ്പറ്റായിരിക്കുമെന്നുമാണ് ആമുഖമായി 'അൽപ്പം' എന്ന പ്രവേശികയിൽ പ്രശസ്ത പത്രപ്രവർത്തകൻ ടി വി കൃഷ്ണൻ (ടി വി കെ) കുറിച്ചിട്ടത്. ഈ ആത്മകഥക്ക് പേരിട്ടത് എൻ സി തന്നെയാണെന്നും തുടർന്ന് ടി വി കെ വെളിപ്പെടുത്തിയിട്ടുണ്ട്.

പലവട്ടം ജയിലിലും ഒളിവിലും നരകിച്ച് പ്രസ്ഥാനത്തെ മുന്നോട്ടു നയിച്ച എൻ സി 1986 ഡിസംബർ 3 നാണ് അന്ത്യശ്വാസം വലിച്ചത്; സജീവ രാഷ്ട്രീയത്തിൽനിന്ന് ഉൾവലിഞ്ഞ ഘട്ടത്തിൽ. അതുകഴിഞ്ഞ് ഒരു വർഷം തികയുമ്പോഴാണ് ആത്മകഥ പുറത്തിറങ്ങിയതും.

13

നമ്പൂതിരിയെ മനുഷ്യനാക്കിയപ്പോൾ

കാലദൗത്യം ഏറ്റെടുത്ത മനുഷ്യൻ നടത്തുന്ന ഒത്തുതീർപ്പില്ലാത്ത സമരങ്ങളിലൊഴുകിവീണ ചോരകൊണ്ടാണ് ചരിത്രം രചിക്കപ്പെട്ടിരിക്കുന്നത്. അതിന്റെ വഴിയോരങ്ങളിൽ മോചനപ്പോരാട്ടത്തിലെ പങ്കാളിത്തം സ്വന്തം രക്തവും ജീവിതവും കൊണ്ട് സാക്ഷ്യപ്പെടുത്തുന്നവരാണ് വിപ്ലവകാരികൾ. പശ്ചാത്തല പരിമിതികൾ കടന്നുവെക്കുകയും കാലത്തിന് മുമ്പേ നടക്കുകയും ചെയ്തുകൊണ്ടാണ് അവർ മാതൃകകളാവുന്നത്.

വെറും ജീവിതം നയിക്കുകയും സ്വാഭാവികമായി ഇടപെടുകയും മാത്രം ചെയ്ത മലയാളിയുടെ ചലനങ്ങളെ ചരിത്രവുമായും സമകാലീനാവസ്ഥകളുമായും സംവാദം നടത്തി സ്ഥാനപ്പെടുത്തിയത് ഇ എം എസ് ആയിരുന്നു.

വ്യക്തികളുടെ ചിന്തകൾക്കും പ്രവർത്തനങ്ങൾക്കും ചരിത്രത്തെ പിറകിലാക്കാൻ കഴിയുകയെന്നത് സാധാരണവും സ്വാഭാവികവുമല്ല. എന്നാൽ ആധുനിക കേരള ചരിത്രം ഒരാളുടെ മുന്നിൽ കിതച്ചുനിന്നു –ഇ എം എസിന്റെ.

ദൈവങ്ങളുടെയും പിശാചുകളുടെയും ദയാ–കാരുണ്യപരമോ കോപവൈരാഗ്യ പൂർണമോ ആയ പരാക്രമങ്ങൾക്കിടയിൽ മാമൂലുകളുടെ നടുവിൽനിന്ന് പുറംലോകത്തിന്റെ നിഴലുകൾ മാത്രം കണ്ട ബാലൻ. സമുദായ പരിഷ്കരണ പ്രവർത്തനങ്ങളിൽ പങ്കുകൊണ്ട യുവാവ്. ഒടുവിൽ വിപ്ലവരാഷ്ട്രീയത്തിലെ ലോകശ്രദ്ധേയനായ നക്ഷത്രമായി ജ്വലിച്ചുയർന്നു.

പൂജകർമാദികൾ, ഉഗ്രമൂർത്തികളായ ദൈവസങ്കൽപ്പങ്ങൾ, ആചാരമര്യാദകൾ ലംഘിച്ചവർക്കും ആരാധനാലയങ്ങൾ അശുദ്ധമാക്കിയവർക്കും ദൈവങ്ങൾ വിധിച്ച ശിക്ഷകൾ — ഈ കഥകൾ കേട്ടാണ് ശങ്കരൻ

വളർന്നത്. മനുഷ്യരെ പേടിപ്പെടുത്തുന്ന പ്രേതങ്ങളുടെയും പിതൃക്കളുടെയും പിശാചുകളുടെയും ഉപകഥകൾ. വിശ്വാസങ്ങളിൽ അവ വീണ്ടും കറുപ്പടിപ്പിച്ചു ദൈവകോപവും ഭൂതപ്രേതപിശാച് ബാധയും ആ ബാലന്റെ മനസിൽ താക്കീതിന്റെ സ്വരത്തിൽ കുടിയിരുന്നു.

ഏലംകുളം മനയ്ക്കൽ പരമേശ്വരൻ നമ്പൂതിരിപ്പാടിന്റെയും വിഷ്ണുദത്തയുടെയും മകനായി 1909 ജൂൺ 13 നായിരുന്നു ശങ്കരൻ ജനിച്ചത്. പ്രതാപൈശ്വര്യങ്ങളുടെ നടുവിലായിരുന്നു ഏലംകുളം മന. ഇ എം എസിന്റെ കുട്ടിക്കാലത്ത് അമ്പതിനായിരം പറ നെല്ല് പാട്ടമായി എത്തുമായിരുന്നു. ഇല്ലത്തിന്റെ പഴക്കവും പ്രതാപവും ആ ഗ്രാമങ്ങൾ ചേർന്ന ദേശത്തിന്റെ തന്നെ വിളിപ്പേരായി.

ശങ്കരൻ 'കുഞ്ഞു' എന്ന ഓമനപ്പേരിലാണറിയപ്പെട്ടത്. മൂഢവിശ്വാസങ്ങളുടെയും ആചാരാനുഷ്ഠാനങ്ങളുടെയും കരിമ്പടത്തിനുള്ളിൽ വിങ്ങിനിൽക്കുകയായിരുന്നു മന. അവിടുത്തെ പ്രസവം പാടില്ലെന്ന ഭഗവതിയുടെ ഉപദേശം അതിലൊന്ന്. അവിടുത്തെ അന്തർജനങ്ങൾ പ്രസവിക്കാൻ പടിക്കലെ വാരിയത്താണ് പോയത്. കുഞ്ഞു പിറന്നതും അവിടെ.

കുഞ്ഞുവിന്റെ വേഷത്തിൽപ്പോലും ആചാരവിശ്വാസങ്ങളുടെയും പ്രതാപൈശ്വര്യങ്ങളുടെയും മുദ്രകൾ. അരയിൽ മിന്നുന്ന വെളുത്ത ചരട്, സ്വർണ ഏലസ്, കൈയിലും കഴുത്തിലും പുലിനഖമോതിരം. വാഴയില കോട്ടി ഉടുത്ത കോണകം. പാവുമുണ്ട്. ദേഹം മുഴുവൻ ഭസ്മം കൊണ്ടുള്ള വരകൾ. തലയിൽ കൊച്ചു കുടുമ. ദേശമാകെ കുഞ്ഞുവിനെ വിളിച്ചിരുന്നത് നാലമ്പ്രാൻ എന്ന്. നാലു വയസ്സ് കഴിഞ്ഞപ്പോൾ മുതൽ വിക്കിന്റെ ലക്ഷങ്ങൾ.

അന്തർജനങ്ങളുടെ ലോകം മനയുടെ അകത്തളങ്ങളിൽ ഒതുങ്ങി. അവിടത്തെ ഇരുളും നിശ്വാസങ്ങളും മാത്രം അവരുടെ ലോകപരിചയത്തിൽ. അവർക്ക് പുരുഷദർശനം പാടില്ല. അമ്മപോലും നേരിട്ടൊന്നും പറയരുതെന്നായിരുന്നു നിഷ്ഠ. ഭർത്താവിന്റെ ജ്യേഷ്ഠാനുജന്മാരെ സ്ത്രീകൾ കാണരുത്. വിധവകൾക്ക് അതേക്കാൾ വിലക്ക്. പുരുഷന്മാരുടെ ദൃഷ്ടിയുടെ നിഴൽ പരക്കുന്നിടത്തുപോലും അവർ നിൽക്കരുത്. ഇരുട്ടും മ്ലാനതയും തളംകെട്ടിയ മനകളിൽ വിലക്കുകളില്ലാതെ ഓടി നടന്നതും തുള്ളിക്കളിച്ചതും ഉണ്ണികൾ മാത്രം.

ഈ അടഞ്ഞ ലോകത്ത് കുടുമയും സ്വർണ ഏലസുമായി ചാടിമറിഞ്ഞു കുഞ്ഞു. ആ കുരുന്നു മനസിൽ നേർത്ത പ്രകാശങ്ങൾ. മനയ്ക്കലെ നിഷ്ഠകളും വിഭജനങ്ങളും. അകത്തളങ്ങളിലെ ദൈന്യത. അധഃസ്ഥിതരോടുള്ള അവജ്ഞ — കുഞ്ഞു പതുക്കെ അതെല്ലാം തിരിച്ചറിയുകയായിരുന്നു.

പത്തായപ്പുരകൾ നിറയ്ക്കുന്ന നെല്ല് വിളയുന്നത് ആരുടെ വിയർപ്പിൽ? കുടിവെപ്പിനും വേളിക്കും പിറന്നാളിനും കാണിക്കകളും കാഴ്ചവസ്തുക്കളുമായി എത്തുന്നവർക്ക് പടികടക്കാൻ എന്തേ അനുവാദമില്ല? ഇല്ലത്തെ കാരണവന്മാരുടെ മുന്നിൽ നടുനിവരാതെ മുട്ടുവിറയ്ക്കു

ന്ന അവരുടെ ചിത്രം കുഞ്ചുവിൽ ചോദ്യങ്ങളായി ഉയർന്നു. ഏഴെട്ടു വയസായപ്പോൾ അവ്യക്തമായെങ്കിലും ആ ബാലൻ 'വേണ്ടാത്തത്' ചിന്തിക്കുകയായിരുന്നു. യാഥാസ്ഥിതികത്വത്തിന്റെ ഇരുട്ടിൽ മാമൂൽ പഠനങ്ങൾക്കും പരമ്പരാഗത രീതികൾക്കും കീഴെ അനൗപചാരിക വിദ്യാഭ്യാസത്തിന്റെ ആദ്യാക്ഷരങ്ങൾ പഠിച്ച ശങ്കരന് സ്കൂൾ പഠനം വെളിച്ചം നിറഞ്ഞ ലോകത്തേക്കുള്ള വാതിലുകളായി. ഒരു ജീവിതം തുടങ്ങിയ പ്രതീതി. അതേവരെ പരിചയപ്പെട്ടതിൽനിന്നും വ്യത്യസ്തമായ അന്തരീക്ഷം.

സ്കൂളിനെ ആസ്പദമാക്കിയുള്ള ജീവിതവും അതിന്റേതായ സാമൂഹ്യബോധവും ഇ എം എസിലും വളർന്നുവന്നു. ഈ അന്തരീക്ഷമാവട്ടെ ദേശീയതയുടെ ഘടകങ്ങളാൽ ത്രസിപ്പിക്കപ്പെട്ടതായിരുന്നു. കോളേജ് വിദ്യാഭ്യാസകാലം ഈ ചിന്തകളെ ആളിക്കത്തിച്ചു. പുരോഗമനേച്ഛുക്കളായ അധ്യാപകർ. പ്രക്ഷോഭകാരികളായ സുഹൃത്തുക്കൾ. ഇരമ്പിമറിയുന്ന ചുറ്റുപാട്.

കോളേജ് വിദ്യാഭ്യാസകാലം സമുദായ പരിഷ്കരണ പ്രവർത്തനത്തിന്റെ പ്രധാന ഘട്ടമായിരുന്നു. കുടുമമുറിയും പൂണൂൽപൊട്ടിക്കലും അതിന്റെ സാക്ഷ്യങ്ങളായി. പൊട്ടിച്ച പൂണൂൽ കത്തിച്ച് ആ ചാരം ഇ എം എസിന്റെ നേതൃത്വത്തിൽ സമുദായത്തിലെ ഏറ്റവും മത യാഥാസ്ഥിതികനായ ചെറുമുക്ക് വൈദികന് അയച്ചുകൊടുത്തു. മത പരിഷ്കരണ പരിശ്രമങ്ങളും അഭിലാഷങ്ങളും കുടുമമുറിയിൽ കുടുങ്ങിനിന്നില്ല. മറക്കുടക്കുള്ളിലും ഇല്ലങ്ങളിലെ അകത്തളങ്ങളിലേക്കും അന്തർജനങ്ങളുടെ മനസിന്റെ ഇടുങ്ങിയ ഇടനാഴികളിലേക്കും അത് പടർന്നു. അടുക്കളയ്ക്കകത്തും മറക്കുടക്കുള്ളിലുമായി തേങ്ങിത്തീരുന്ന സ്ത്രീജീവിതങ്ങളെ മനുഷ്യലോകത്തേക്ക് കൊണ്ടുവരാനുള്ള പരിശ്രമങ്ങളും അന്നുണ്ടായി. ഇതിനുമുന്നിലും ഇ എം എസ് നിന്നു. തുടർന്ന് വി ടി ഭട്ടതിരിപ്പാടിനൊപ്പം നടത്തിയ ചർച്ചകൾ — കലാപ്രവർത്തനത്തിന്റെ പ്രക്ഷോഭ ജ്വാലകൾ — *അടുക്കളയിൽ നിന്ന് അരങ്ങത്തേക്ക്*.

ബഹുഭാര്യത്വം, ബഹുഭർതൃത്വം, പുനർവിവാഹ നിഷേധം, മക്കത്തായം, മരുമക്കത്തായം തുടങ്ങിയ കുടുംബസ്ഥാപനങ്ങളെല്ലാം പൗരോഹിത്യത്തിന്റെ ആയുധങ്ങളായിരുന്നു. വിധവാ വിവാഹത്തിന്റെയും സ്ത്രീ സ്വാതന്ത്ര്യത്തിന്റെയും പുതിയ കാഴ്ചപ്പാടുകളിലൂടെ ഈ ഇരുട്ടിനെ ഇ എം എസും മറ്റും കീറിമുറിച്ചു. *യോഗക്ഷേമം*, *ഉണ്ണിനമ്പൂതിരി* പോലുള്ള പ്രസിദ്ധീകരണങ്ങളിലൂടെ അത്തരമൊരു പ്രക്ഷോഭമനോഭാവത്തെ ത്രസിപ്പിക്കുകയുമായിരുന്നു.

ദ്വിമുഖമായ തന്റെ നിലപാടിന്റെ രണ്ടാംരംഗമായ പ്രായോഗിക പ്രവർത്തനം വിടാതെ പിന്തുടർന്നതിനാൽ ക്രമേണയായി ഒന്നാംമുഖമായ ആത്മീയ വീക്ഷണം വിടാൻ ഇ എം എസ് നിർബന്ധിതനായി. ഇല്ലത്ത് കാര്യസ്ഥതയും വെടിപറയലും പകലുറക്കവുമായിക്കഴിഞ്ഞ നമ്പൂതിരിമാർക്ക് ഉയരാനുള്ള മാർഗങ്ങൾ ഓരോന്നായി അടിവരയിട്ടു.

സാമൂഹ്യ പരിഷ്കരണ പ്രസ്ഥാനങ്ങളുടെ ചരിത്രപരമായ സാംഗത്യവും പുതിയ ജനാധിപത്യ സമൂഹത്തിലേക്കുള്ള പ്രയാണത്തിൽ അതേക്കാൾ വിപുലമായ പ്രസ്ഥാനങ്ങളുടെ അനിവാര്യതയും അടിവരയിടുന്നതായിരുന്നു ഇ എം എസിന്റെ കാഴ്ചപ്പാട്. നമ്പൂതിരി സമുദായത്തെ കാർന്നുതിന്നുന്ന അനാചാരങ്ങളുടെയും അന്ധകാരാവസ്ഥയുടെയും സ്ഥിതിയെക്കുറിച്ച് സമുദായ പരിഷ്കരണത്തിന് മുന്നിട്ടിറങ്ങിയ ഉൽപ്പതിഷ്ണുക്കൾക്ക് ബോധ്യമുണ്ടായിരുന്നുവെങ്കിലും അതിനുള്ള കാരണം കണ്ടുപിടിക്കുന്നതിലും പരിഹാരം കാണുന്നതിലും പലർക്കും ദിശാബോധമില്ലായിരുന്നു. ഈ തിരിച്ചറിവാണ് ഇ എം എസിനെ വ്യത്യസ്തമാക്കിയത്.

തന്റെ കാലത്തെ യുവാക്കളെപ്പോലെ വെടിപറഞ്ഞും ഉത്സവ സദ്യയുണ്ട് കുടവയറ് തിരുമ്മി അരയാലിൻ ചുവട്ടിൽ കിടന്നു പുളയ്ക്കാതെയും പുതിയ ലോകസൃഷ്ടിയെക്കുറിച്ചാണ് ഇ എം എസ് ആലോചിച്ചുകൊണ്ടിരുന്നത്. പിറന്ന സമുദായത്തിലെ അലസമായ ജീവിതവീക്ഷണത്തിലലിഞ്ഞുചേർന്ന് അതിന്റെ മധുരം നുകരുന്നതിനുപകരം പരിഷ്കരണ മുന്നേറ്റങ്ങളിൽ സ്വയം മറന്ന് ഇറങ്ങിച്ചെന്ന അദ്ദേഹം നമ്പൂതിരിയെ മനുഷ്യനാക്കുകയായിരുന്നു. ആ കാലത്തെ പ്രബല ചിന്താഗതിക്കെതിരെ പടവാൾ ഉയർത്തിയതിനാൽ യാഥാസ്ഥിതികത്വം പലതരത്തിൽ എതിർത്തുപോന്നു. അമ്മയുടെ മരണവേളയിൽ കണ്ണീരിറ്റുന്ന ഒറ്റപ്പെടലാണ് അനുഭവിച്ചത്. വിധവാ വിവാഹത്തിൽ പങ്കെടുത്തതിലെ 'ഭ്രഷ്ട്' കാരണം മരണാനന്തര ക്രിയകളിൽ പങ്കെടുക്കുന്നതിന് അനുവദിച്ചില്ല. പിന്നീട് ചില യുവപുരോഹിതന്മാരുടെ സഹായത്തോടെ പ്രതീകാത്മക ചടങ്ങുകളാണ് ഇ എം എസ് നടത്തിയത്.

വിവാഹം, മരണം തുടങ്ങിയ സാമൂഹ്യ കൂടിച്ചേരലുകളും പരമ്പരാഗത ചടങ്ങുകളുംപോലും യാഥാസ്ഥിതികത്വവും പുതിയ ചിന്തയും തമ്മിലുള്ള ഏറ്റുമുട്ടലിന്റെ വേദികളാവുകയായിരുന്നു അക്കാലത്ത്. ജയിലിൽ പോയ കുറ്റത്തിന് സമുദായം ഭ്രഷ്ട് കൽപ്പിച്ച മോഴികുന്നത്ത് ബ്രഹ്മദത്തൻ നമ്പൂതിരിപ്പാടിന് അത് പ്രായശ്ചിത്തത്തിലൂടെ ഒഴിവാക്കിയശേഷമേ വിവാഹിതനാവാനായുള്ളൂ.

ഇ എം എസ് വിവാഹത്തിന് മനസുറപ്പിച്ചപ്പോഴേക്കും അമ്മ മരിച്ചുകഴിഞ്ഞിരുന്നു. ജയിൽവാസത്തിനുശേഷം നാട്ടിൽ തിരിച്ചെത്തിയ അദ്ദേഹം അവിഞ്ഞിക്കാട് മനയ്ക്കൽ ഒരു പിറന്നാൾ ആഘോഷത്തിൽ സംബന്ധിച്ചത് ചിലർക്ക് ഇഷ്ടമായില്ല. ഭ്രഷ്ടന്റെ വരവിൽ സഹികെട്ട് ഒരപ്ഫൻ നമ്പൂതിരി ഇറങ്ങിപ്പോയി. ജയിൽവാസവും എം ആർ ബിയുടെ വിധവാ വിവാഹത്തിലെ സാന്നിധ്യവും കൊണ്ട് ഇ എം എസിന്റെ പോക്ക് യാഥാസ്ഥിതികത്വത്തിന് രുചിച്ചില്ല. ഇത്തരമൊരാൾക്ക് ആരു പെണ്ണുകൊടുക്കും. സാമൂഹ്യ പരിഷ്കരണത്തോട് നേർത്ത അനുഭാവം പ്രകടിപ്പിച്ചിരുന്ന കുടമാളൂർ തെക്കേടത്ത് വാസുദേവൻ നമ്പൂതിരിപ്പാടിന്റെ സഹോദരി ആര്യ അങ്ങനെയാണ് ഇ എം എസിന്റെ ജീവിതത്തിലെത്തി

യത്. 1937 ഒക്ടോബർ ഒന്നിനായിരുന്നു വിവാഹം. മോഴികുന്നത്തിനെ പ്രായശ്ചിത്തം ചെയ്യിച്ച പാരമ്പര്യവാദികൾക്ക് ഇ എം എസിന്റെ തലകുനിപ്പിക്കാനായില്ല. കീഴടങ്ങാൻ തുനിയാത്ത അദ്ദേഹത്തിന്റെ ഉറച്ച കാൽവെപ്പ് യാഥാസ്ഥിതികത്വത്തിനെതിരായ പ്രഹരങ്ങളിലൊന്നായി. ചെറുപ്പക്കാർ മാത്രമായിരുന്നു വരനോടൊപ്പം എത്തിയത്. ഭ്രഷ്ടനൊപ്പം കൈപിടിച്ചു നീങ്ങാൻ പഴമക്കാരാരും കൂട്ടിനെത്തിയില്ല. വിവാഹത്തോടുള്ള പ്രതിഷേധം കാരണം ആര്യയുടെ മൂത്ത ചേച്ചിപോലും പങ്കെടുക്കാത്തവർക്കൊപ്പമായിരുന്നു.

പരിഷ്കരണ യത്നങ്ങളിൽ നിലയുറപ്പിക്കുമ്പോൾ ഇ എം എസിന് ആവേശം ഗാന്ധിയൻ ചിന്താപദ്ധതികളായിരുന്നു. അതിന്റെ പരിമിതികൾ തിരിച്ചറിയപ്പെട്ട മാത്രയിൽ വികസിച്ച രാഷ്ട്രീയ കാഴ്ചപ്പാടുകളിലേക്ക് ഉയർന്നു, സ്വയം വളർന്നു. ഗാന്ധിയൻ പ്രക്ഷോഭപരമ്പരകളുടെ ഒരു ഘട്ടമായ നിസ്സഹകരണ പ്രസ്ഥാനവും ഖിലാഫത്തും സംയുക്തമായി സമരോത്സുകമായി സാന്നിധ്യം തെളിയിച്ച കാലയളവിലാണ് ഇ എം എസിൽ ദേശീയ പ്രസ്ഥാനത്തെക്കുറിച്ചുള്ള അവ്യക്തമായ ധാരണകൾ മുളയ്ക്കുന്നത്. അതിന്റെ പ്രതീകങ്ങളായി മനസിൽ ചലനമുണ്ടാക്കിയ പേരുകൾ ഹോംറൂൾ, ആനിബസന്റ്, ബാലഗംഗാധര തിലകൻ.

ഗാന്ധിയൻ സങ്കൽപ്പത്തിലുള്ള ആദ്യകാല പ്രവർത്തനങ്ങളുടെ അലകൾ ഇ എം എസിന്റെ കുടുംബവൃത്തങ്ങളിലും ചലനങ്ങളുണ്ടാക്കി. കോൺഗ്രസ് – ഖിലാഫത്ത് പ്രവർത്തനത്തിന്റെ സന്ദേശവുമായി ചിലർ വീട്ടിലെത്തി. ഖിലാഫത്ത് – നിസ്സഹകരണ പ്രസ്ഥാനത്തിൽ മലബാറിലെ മാപ്പിളമാർ കരുത്തുതെളിയിച്ച് വീരേതിഹാസങ്ങൾ രചിച്ചു. ഇ എം എസിന്റെ പ്രദേശമായ വള്ളുവനാട് താലൂക്കിൽ സമരാവേശം അഗ്നിപടർത്തി. ഒറ്റപ്പാലത്തുനടന്ന ഒന്നാം കേരള രാഷ്ട്രീയ സമ്മേളനത്തിൽ പങ്കെടുത്ത പ്രതിനിധികളെ യാത്രയാക്കാൻ പോയപ്പോൾ അവർ പറഞ്ഞുകേട്ട വിവരങ്ങളും ആവേശകരമായിരുന്നു. ദേശീയ പ്രസ്ഥാനത്തിൽ മുസ്ലിങ്ങൾ വഹിക്കുന്ന ധീരോദാത്തമായ പങ്ക് ബോധ്യമായി.

1921 ലെ മലബാർ കലാപം. കർഷക ചെറുത്തുനിൽപ്പുകളുടെ വീര്യവും ചില്ലറ അതിക്രമങ്ങളും ഇല്ലത്തെ ചർച്ചകളിലും നിറഞ്ഞു. ചില കാരണവന്മാർ സാങ്കൽപ്പിക കഥകൾ വരച്ചുവച്ചു. പന്ത്രണ്ടുകാരനായ കുഞ്ചുവിൽ അവ്യക്തമായ ചിത്രങ്ങൾ. ഒരു ഘട്ടത്തിൽ പ്രതാപികളായ ജന്മിമാർ മാപ്പിള കലാപകാരികളുടെ അതിക്രമത്തിന്റെ നിറം പിടിപ്പിച്ച കഥകൾ പ്രചരിപ്പിച്ചു. ചിലർ ലഹളപേടിച്ച് സുരക്ഷിത കേന്ദ്രങ്ങളിൽ ചേക്കേറി. ഏലംകുളം ഇല്ലത്തുകാർ കൊച്ചി സംസ്ഥാനത്തെ വെള്ളാംകല്ലൂരിലെ മേച്ചേരി നാരായണൻ നമ്പൂതിരിപ്പാടിന്റെ ഇല്ലത്തേക്ക്. കുറച്ചുനാൾ അവിടെ തങ്ങി.

മലബാർ കലാപം കത്തിനിന്ന കാലയളവിൽ കൊച്ചി ഭാഗത്തേക്ക് കുടിയേറിയെങ്കിലും ഏലംകുളം മനയുടെ സ്വത്തുക്കളിലൊന്നും അതി

ക്രമങ്ങളുണ്ടായില്ല. ജന്മിത്വത്തിന്റെ കരിനഖങ്ങളമർന്ന പ്രദേശങ്ങളിലും അധികാരത്തിന്റെ ദംഷ്ട്രകൾ ചോരപൊടിച്ച ഇടങ്ങളിലും മാത്രമായിരുന്നു കലാപകാരികളുടെ ശക്തമായ പ്രവർത്തനങ്ങൾ. ഇത് കുഞ്ചുവിന്റെ മനസിൽ പ്രത്യേകം പതിഞ്ഞു. ഇല്ലത്തെ കാരണവന്മാർ പറഞ്ഞുവച്ച കഥകളിൽനിന്ന് വ്യത്യസ്തമായ യാഥാർഥ്യം. പിൽക്കാലത്ത് മലബാർ കലാപത്തിന്റെ യഥാർഥ ചാലകശക്തി കണ്ടറിയാൻ ഈ അനുഭവം വലിയ തുണയായി. കലാപത്തിന്റെ 'ആഹ്വാനവും താക്കീതും' തിരിച്ചറിഞ്ഞുകൊണ്ടുള്ള ഇ എം എസിന്റെ നിരീക്ഷണങ്ങൾ, കൃത്യമായ പഠനങ്ങൾ പുറത്തുവരുന്നതിന് മുമ്പായിരുന്നുവെന്നോർക്കണം.

ഇ എം എസ് ആദ്യമായി പങ്കെടുത്ത രാഷ്ട്രീയ സമ്മേളനം 1927 ൽ മദിരാശിയിൽ ചേർന്ന കോൺഗ്രസ് സമ്മേളനമായിരുന്നു. ഫിഫ്ത്ത് ഫോമിൽ പഠിക്കുമ്പോൾ. പൂർണ സ്വാതന്ത്ര്യവും ഡൊമീനിയൻ പദവിയും സമ്മേളനത്തിലുടനീളം ഏറ്റുമുട്ടി; വിവാദങ്ങളുയർത്തിയും ശബ്ദങ്ങൾ സൃഷ്ടിച്ചും. പൂർണ സ്വാതന്ത്ര്യ പ്രമേയ അവതാരകൻ ജവഹർലാൽ നെഹ്റുവായിരുന്നു ഈ വിഭാഗത്തോടായിരുന്നു ഇ എം എസിന്റെ ചായ്വ്.

1928 മെയ് 25 മുതൽ പയ്യന്നൂരിൽ നടന്ന നാലാം രാഷ്ട്രീയ സമ്മേളനത്തിലും ഇ എം എസ് പങ്കെടുത്തു. യുവജനങ്ങളുടെ ആരാധ്യനായ ജവഹർലാൽ നെഹ്റുവായിരുന്നു അധ്യക്ഷൻ. പൂർണ സ്വാതന്ത്ര്യത്തിന്റെ പ്രശ്നത്തിൽ വാശിയേറിയ വിവാദം നടന്നു. ഇതാകട്ടെ, ഇ എം എസിന് പ്രയോജനകരമായ രാഷ്ട്രീയ വിദ്യാഭ്യാസം തന്നെയായി. പൂർണ സ്വാതന്ത്ര്യ പ്രമേയം വോട്ടിനിട്ടപ്പോൾ അതിനനുകൂലമായി നിന്നു.

പൂർണ സ്വാതന്ത്ര്യത്തിനനുകൂലമായി മദിരാശി സമ്മേളനത്തിൽ മനസ്സ് കൊടുക്കുകയും പയ്യന്നൂരിൽ വോട്ട് ചെയ്യുകയും ചെയ്തു ഇ എം എസ്. എന്നാൽ കുടിയാന്മാരുടെ പ്രശ്നത്തിൽ ഉറച്ച അഭിപ്രായം പ്രകടിപ്പിച്ചില്ല. നിലപാടെടുത്തുമില്ല. "എന്റെ സാമൂഹ്യ പശ്ചാത്തലം നിമിത്തമുണ്ടാകുന്ന ജന്മിപക്ഷപാതം എന്നിലന്നും ഉണ്ടായിരുന്നു" എന്നു തിരിച്ചറിയുന്ന അദ്ദേഹം കുടിയാൻ പക്ഷപാതികളുടെ ന്യായവാദങ്ങൾ പലതും തള്ളിക്കളഞ്ഞതുമില്ല. പയ്യന്നൂർ സമ്മേളനത്തിൽ ജന്മിമനോഭാവത്തിന് അനുകൂലമായി വോട്ട് ചെയ്ത ഇ എം എസിന്റേതായി പുറത്തുവന്ന മലബാർ കുടിയായ്മ റിപ്പോർട്ടിനെതിരായ വിയോജനക്കുറിപ്പ് പത്ത് വർഷത്തിനിടയിലെ അദ്ദേഹത്തിന്റെ വളർച്ചയുടെ സാക്ഷ്യപത്രമാണ്. ഈയൊരു നിലപാടിന്റെ രാഷ്ട്രീയരൂപമാണ് 1957 ലെ ഗവൺമെന്റിന്റെ തലവൻ എന്ന നിലയിൽ ഭൂപരിഷ്കരണത്തിലൂടെ സാധ്യമാക്കിയത്. അധികാര സംവിധാനത്തെയും അതുവഴി അതിന്റെ പ്രായോഗിക രൂപങ്ങളെയും കടന്നാക്രമിക്കുകയായിരുന്നു ഇ എം എസ്. കേരളീയ സാമൂഹ്യചലനങ്ങളുടെ വേഗം വർധിപ്പിച്ച ഈ 'ജനാധിപത്യ

വിപ്ലവ'ത്തിന്റെ കടമ നമ്മുടെ ജീവിതത്തെയാകെ തിരിച്ചറിയാനാവാത്തവണ്ണം മാറ്റിമറിക്കുകയായിരുന്നു.

സൈദ്ധാന്തിക കമ്യൂണിസ്റ്റിൽനിന്ന് പ്രായോഗിക കമ്യൂണിസ്റ്റിലേക്കുള്ള പരിവർത്തനത്തിന്റെ തയ്യാറെടുപ്പിലേക്കുള്ള ആദ്യ ചുവടായിരുന്നു ഒളിവുജീവിതം. വിശാലമായ ലോകത്തിന്റെ സാന്നിധ്യം, മാർക്സിസ്റ്റ് ഗ്രന്ഥപരിചയങ്ങൾ, ആറരക്കൊല്ലം നീണ്ട ഒളിവുകാല ജീവിതവും വൻതുകക്കുള്ള സ്വത്ത് പാർട്ടിക്ക് സംഭാവന ചെയ്തുകൊണ്ടുള്ള തീരുമാനവുമാണ് ഇ എം എസിന്റെ വ്യക്തിജീവിതത്തിലെ സുപ്രധാനമായ രണ്ട് സംഭവങ്ങൾ.

> ഞാനൊരു സാഹിത്യകാരനായിരുന്നെങ്കിൽ, ഏതെങ്കിലുമൊരാശയത്തിന്റെ സിംബലായിട്ടല്ലാതെ പൂർണമായും യഥാർഥമായും ജീവിക്കുന്ന മനുഷ്യരെന്ന നിലക്ക് ജീവനുള്ള കഥാപാത്രങ്ങളെ സൃഷ്ടിച്ച് അവരുടെ ജീവിതത്തിലൂടെ ഒരു പുതിയ കേരളം ഉയർന്നുവരുന്നത് കാണിക്കാൻ വേണ്ട കരുക്കൾ ആറരക്കൊല്ലക്കാലം കൊണ്ട് ഞാൻ സംഭരിക്കുമായിരുന്നു

എന്നാണ് ഒളിവുകാലത്തെക്കുറിച്ച് ഇ എം എസ് പറഞ്ഞത്.

> ജീവിതകഥകളുടെ ദൃക്സാക്ഷിയായ ഈ കാലത്തെ യാഥാർഥ്യത്തിന്റെ മറ്റൊരു തലത്തിലേക്ക് നയിക്കുകയായിരുന്നു ജയിൽ ജീവിതം. ഇടതുപക്ഷ കോൺഗ്രസുകാരെ ആശയപരമായും പ്രായോഗിക പ്രവർത്തനങ്ങളുടെ നിലവാരത്തിലും കരുത്തരാക്കിത്തീർത്തത് ജയിൽ അനുഭവങ്ങളായിരുന്നു. രാഷ്ട്രീയ വിദ്യാഭ്യാസത്തിന്റെ മറ്റൊരു ഘട്ടം. ഉത്തരേന്ത്യൻ വിപ്ലവഗ്രൂപ്പുകളുമായുള്ള ബന്ധം. ഇടപെടൽ, ചർച്ചകൾ, സ്വാതന്ത്ര്യം ഇരന്നുവാങ്ങാനാവില്ലെന്ന തിരിച്ചറിവ്. വ്യക്ത്യധിഷ്ഠിതമായ ബലപ്രയോഗത്തിന്റെ ഘട്ടത്തിൽനിന്ന് തീവ്രവാദി ഗ്രൂപ്പുകൾ സംഘടിത പ്രസ്ഥാനത്തിന്റെ ആവശ്യകത മനസിലാക്കിവരുന്ന കാലയളവുകൂടിയായിരുന്നു അത്. കൂടുതൽ വിപ്ലവകരമായ പാതക്കുവേണ്ടിയുള്ള അന്വേഷണം നടത്താൻ കേരളത്തിലെ കോൺഗ്രസുകാരെ പ്രാപ്തമാക്കിയത് ജയിൽ അനുഭവങ്ങളായിരുന്നു. ബംഗാളിലും വടക്കേ ഇന്ത്യയിലും മുളച്ചുപൊന്തിയ വിപ്ലവച്ചെടിയുടെ ഒരു പറിച്ചുനടൽ നടത്തി. തെക്കേ ഇന്ത്യയിലും അത് പടർന്ന് വ്യാപകമാക്കാൻ 1930–32 കാലത്തെ ജയിൽ ജീവിതം ഉപകരിച്ചു. അതിൽ ഒരു ചെറിയ പങ്ക് എനിക്കും കിട്ടി...

എന്നാണ് ഇ എം എസ് എഴുതിയിരുന്നത്.

ജാതി സമ്പ്രദായം അടിയുറച്ചുകിടക്കുന്ന സാമൂഹ്യ വ്യവസ്ഥിതിയിൽ സമുദായ സംഘടനകൾ ചരിത്രപരമായ അനിവാര്യതയാണെന്ന തിരിച്ചറിവാണ് ഇ എം എസിനെ നമ്പൂതിരിമാർക്കിടയിലെ പരിഷ്കരണ

പ്രസ്ഥാനത്തിലേക്ക് ആകർഷിച്ചത്. ഇങ്ങനെ, നൂറുനൂറു ദുരാചാരങ്ങളുടെയും ദുരന്തദുരിതങ്ങളുടെയും ഈറ്റില്ലമായ ഇല്ലങ്ങളുടെ യഥാർഥ ചിത്രം പുറംലോകത്തിന് കാണിച്ചുകൊടുത്തു. പൂണൂലിട്ട് പുണ്യവാളനാകാനാവില്ലെന്നും ദീപം കൊളുത്തി മനസിന് വെളിച്ചം നേടാൻ കഴിയില്ലെന്നുമുള്ള പാഠം സമുദായഭിത്തിക്കകത്ത് അങ്ങനെ മാറ്റൊലിക്കൊണ്ടു. സാമൂഹ്യപരമായ ആചാരപരിഷ്കാരങ്ങൾക്കായുള്ള പ്രസ്ഥാനത്തിലെ പ്രവർത്തനം നിരീശ്വരവാദത്തിലേക്കും രാഷ്ട്രീയ കാര്യങ്ങളിലുള്ള താൽപ്പര്യം ആദ്യം ഗാന്ധിയൻ ചിന്താ പദ്ധതിയിലേക്കും പതുക്കെ സോഷ്യലിസ്റ്റ് – കമ്യൂണിസ്റ്റ് നിലപാടുകളിലേക്കും ഇ എം എസിനെ നയിച്ചു. കോൺഗ്രസിനകത്ത് നടന്ന ആശയസംഘട്ടനങ്ങളുടെ പ്രതിധ്വനി കേരളത്തിൽ ഇടത് – വലതു ധാരകളായി പ്രത്യക്ഷപ്പെട്ടു. ഈ ധ്രുവീകരണത്തിലും അദ്ദേഹം നൽകിയ ആശയസംഭാവനകൾ വളരെ വലുതായിരുന്നു.

അമ്പതുകൾ മുതൽ മലയാളിയുടെ സാമൂഹ്യ മനസിന്റെയും കുട്ടബോധത്തിന്റെയും വികാസങ്ങളിൽ ഇ എം എസ് എന്ന ഒറ്റ മനുഷ്യന്റെ സംഭാവനകൾ അനുപമമായിരുന്നു. ഇങ്ങനെ ഒരു ജനസമൂഹത്തെയാകെ തന്റെ ധൈഷണിക ഔന്നത്യത്താലും വൈയക്തിക ശക്തി – ദൗർബല്യങ്ങളാലും നയിക്കുകയെന്നത് ചരിത്രപുരുഷന്മാർക്ക് മാത്രം സാധ്യമാകുന്ന അപൂർവ ദൗത്യമാണ്.

വളർന്നുവന്ന സാമൂഹ്യ സാഹചര്യങ്ങളുടെ സ്വാധീനത്തിൽനിന്ന് ഇത്രമാത്രം നടന്നകലാൻ കഴിയുകയെന്നത് നിസ്സാരമല്ല. ദൈവങ്ങളുടെയും പിശാചുകളുടെയും നടുവിൽ വളർന്ന് നമ്പൂതിരിയെ മനുഷ്യനാക്കാൻ ആഹ്വാനം നൽകുകയും ഒടുവിൽ എല്ലാ മനുഷ്യരെയും വിമോചനത്തിന്റെ സ്വപ്നങ്ങൾ കാണാൻ പഠിപ്പിക്കുകയുമായിരുന്നു അദ്ദേഹം. എന്നാൽ പോരാളികളായ മനുഷ്യർ സ്വജീവിതം കൊണ്ട് തോൽപ്പിച്ച പ്രവണതകളും വിയോജനക്കുറിപ്പെഴുതിയ ബോധ്യങ്ങളും മലയാളിയുടെ ജീവിതത്തിൽ അക്രമാസക്തമായി തിരിച്ചുവരികയാണ്. ഇ എം എസ് മുന്നോട്ട് വച്ച നവോത്ഥാന – ജനാധിപത്യ വീക്ഷണം തിരിച്ചുപിടിച്ചുകൊണ്ടേ അതിനെ നേരിടാനാവൂ. ഇന്ത്യൻ കമ്യൂണിസ്റ്റ് പ്രസ്ഥാനത്തിന്റെ പ്രായോഗിക മുന്നേറ്റങ്ങളിലും സൈദ്ധാന്തിക തെളിമയിലും ഇ എം എസിന്റെ സ്വാധീനം ചെറുതല്ല. പാർലിമെന്ററി രാഷ്ട്രീയത്തിലിടപെടുന്ന അവികസിത രാജ്യത്തെ കമ്യൂണിസ്റ്റ് പാർട്ടിയുടെ മുന്നേറ്റത്തിൽ അദ്ദേഹത്തിന്റെ സംഭാവന ലോകശ്രദ്ധയാകർഷിക്കുന്നു. ഐക്യമുന്നണി സിദ്ധാന്തത്തിന്റെ അടവുകളും തന്ത്രങ്ങളും ഇത്രയും കർക്കശമായും സൂക്ഷ്മതയോടും പ്രയോഗിച്ചതിന് മറ്റൊരു ചരിത്രാനുഭവമില്ല. അടിസ്ഥാന മാർക്സിസ്റ്റ് പരികൽപ്പനകളോട് കൂറുപുലർത്തിക്കൊണ്ടുതന്നെ, അവയ്ക്ക് ഇന്ത്യൻ വ്യാഖ്യാനങ്ങൾ നൽകുന്നതിൽ ഇ എം എസ് മാതൃകയാണ്.

ബൂർഷ്വാ സംവിധാനത്തിനകത്ത്, അവരേറ്റെടുക്കേണ്ടതായ രാഷ്ട്രീയ കടമകൾ ഓർമപ്പെടുത്തുകയും അതിന് തൊഴിലാളി വർഗത്തിന്റെ

സഹകരണം ഊന്നിപ്പറയുകയും ചെയ്യുന്നത് വർഗസഹകരണത്തിന്റെ വഴിയാണെന്ന് പരിതപിക്കുന്ന ചിലരുണ്ട്. ബൂർഷ്വാ വ്യവസ്ഥയുടെ നിഷ്കരുണമായ ഇടപെടലുകൾക്കെതിരായ സൈദ്ധാന്തിക വിചാരങ്ങളിൽ മാത്രം ഒതുങ്ങുന്നില്ല ഇ എം എസിന്റെ സംഭാവനകൾ. കമ്യൂണിസ്റ്റ് പാർട്ടിക്കകത്തെ വ്യതിയാനങ്ങൾക്കെതിരെ യഥാർഥ മാർക്സിസ്റ്റ് ധാരണകൾ ഉയർത്തിപ്പിടിക്കുന്നതിനുള്ള ഉൾപ്പാർട്ടി സമരത്തിലും അത് മുദ്രിതമായി. *കമ്യൂണിസ്റ്റ് മാനിഫെസ്റ്റോ* മുന്നോട്ടുവച്ച വൈരുധ്യാത്മക രൂപീകരണ രീതിയുടെ ഏറ്റവും നല്ല മാതൃകകളിലൊന്നാണ് ഇ എം എസിന്റെ ഇടപെടലുകൾ. സാമൂഹ്യ രാഷ്ട്രീയ പ്രവണതകളെ അതേ പേരിൽ വിളിക്കുന്ന കൃത്യതയും അതിന്റെ ഭാഗമാണ്.

ഇ എം എസ് രാഷ്ട്രീയ പ്രവർത്തനം തുടങ്ങുംമുമ്പ് ഇവിടെ തൊഴിലാളി വർഗമുണ്ടായിരുന്നു. ഒരു വർഗമെന്ന നിലയിൽ ഈ ശക്തിയെ സ്ഥാനപ്പെടുത്തുന്നതും സിദ്ധാന്തവൽക്കരിക്കുന്നതും അദ്ദേഹമാണ്. രാഷ്ട്രീയം, സാമ്പത്തികം, ചരിത്രം, തത്വശാസ്ത്രം, ഭാഷ എന്നീ മേഖലയിലെല്ലാം തൊഴിലാളി വർഗത്തിന്റെ സ്വതന്ത്രാസ്തിത്വം മുന്നോട്ടുവെച്ചതും ആ ഇടപെടലുകളാണ്.

> ..... തൊഴിലാളി വർഗത്തിന് ആശയപരമായി മറ്റ് രംഗങ്ങളിലെന്നപോലെ ചരിത്രത്തിന്റെ കാര്യത്തിലും നിലവിലുള്ള സിദ്ധാന്തങ്ങളെ വെല്ലുവിളിക്കുകയും എതിർത്തു തോൽപ്പിക്കുകയും ചെയ്യേണ്ടിയിരിക്കുന്നു. സ്വന്തം വർഗതാൽപ്പര്യങ്ങൾ സംരക്ഷിച്ച് ഒരു വർഗമെന്ന നിലക്ക് സ്വയംമുന്നേറാൻ സഹായിക്കുന്ന ചരിത്രവീക്ഷണം സ്വായത്തമാക്കേണ്ടിയിരിക്കുന്നു....

എന്നതായിരുന്നു അദ്ദേഹത്തിന്റെ കാഴ്ചപ്പാട്.

അചഞ്ചലമായ തൊഴിലാളി വർഗക്കൂറും വർഗകാഴ്ചപ്പാടുമായിരുന്നു ഇ എം എസ് ചിന്തയുടെ അടിത്തറ. സഖാക്കളും പാർട്ടിയും ഈ നിലപാടിൽനിന്ന് അണുകിട വ്യതിചലിച്ചാൽ അദ്ദേഹം ഒരു പോരാളിയെപോലെ പ്രതികരിക്കുമായിരുന്നു. വിപ്ലവത്തിന്റെ ശക്തിയായി മറ്റ് സാമൂഹ്യ വിഭാഗങ്ങളെ പ്രതിഷ്ഠിക്കുന്ന പുത്തൻ പരിപ്രേക്ഷ്യത്തെ അദ്ദേഹം ദയാരഹിതമായി കടന്നാക്രമിച്ചു. ഇതേപോലെ തൊഴിലാളി പ്രസ്ഥാനങ്ങളുടെ സാമ്പത്തികമാത്രവാദങ്ങളെയും തുറന്നുകാട്ടി. ഇന്നത്തെ ലോകസാഹചര്യത്തിൽ ഈ രണ്ട് പ്രവണതകൾക്കുമെതിരായ പോരാട്ടം അതീവ പ്രസക്തമാണ്.

സോഷ്യലിസ്റ്റ് പ്രതിസന്ധിയെക്കുറിച്ച് ഇത്രമേൽ ആഴത്തിൽ ചിന്തിച്ച അധികം ലോകനേതാക്കൾ നമുക്കില്ല. മാർക്സിസത്തിനകത്തുനിന്ന് സോഷ്യലിസ്റ്റ് പ്രതിസന്ധി പരിശോധിച്ച ഇ എം എസിന്റെ സന്നദ്ധതയും പ്രധാനമാണ്. അതായത് മാർക്സിന്റെ സ്വയം നവീകരണക്ഷമതയിലായിരുന്നു അദ്ദേഹം അടിവരയിട്ടുകൊണ്ടിരുന്നത്. സോഷ്യലിസ്റ്റ് ഭരണവ്യവസ്ഥകൾ പിന്തുടർന്ന നയസമീപനങ്ങളിലെ വൈരുധ്യാത്മകരാഹിത്യ

ങ്ങൾക്കെതിരെ ഇ എം എസ് പലവട്ടം പ്രതികരിച്ചിരുന്നു. ഗോർബച്ചേവിന്റെ നേതൃത്വത്തിൽ നടന്ന രക്തരഹിത പ്രതിവിപ്ലവത്തിന്റെ അപകടങ്ങളെക്കുറിച്ച് സോവിയറ്റ് പാർട്ടി കോൺഗ്രസിൽ അദ്ദേഹം മുന്നറിയിപ്പിന്റെ സ്വരത്തിൽ സംസാരിക്കുകയും ചെയ്തു.

സോഷ്യലിസ്റ്റ് പ്രതിസന്ധിക്കുശേഷം നടത്തിയ വിലയിരുത്തലുകളും അതീവശ്രദ്ധേയങ്ങളായിരുന്നു. ''തൊഴിലാളിവർഗത്തിന്റെ മേൽക്കൈ പാർട്ടിയുടെ മേൽക്കൈയായും, പാർട്ടിയുടെ മുൻകൈ നേതാക്കളുടേതായും ചുരുങ്ങുകയും ചെയ്തു" എന്ന ഇ എം എസിന്റെ കണ്ടെത്തൽ സാരവത്താണ്. സോഷ്യലിസ്റ്റ് സമൂഹത്തിലെ വർഗസമരത്തിന്റെ പ്രശ്നം, ഉൾപ്പാർട്ടി വിമർശനത്തിന്റെ അനിവാര്യത, കമ്പോളവും സോഷ്യലിസവും തമ്മിലുള്ള ബന്ധം, പാർട്ടിയിലെ ഉദ്യോഗസ്ഥ മേധാവിത്വ സമീപനങ്ങൾ സൃഷ്ടിക്കുന്ന കെടുതികൾ — ഇവയെല്ലാം ചരിത്രപരമായി വിലയിരുത്തുന്നതായിരുന്നു അത്. വ്യക്തിയും പ്രസ്ഥാനവും തമ്മിൽ തിരിച്ചറിയാനാവാത്തവിധം ബന്ധപ്പെട്ടുകിടക്കുക, വ്യക്തിപരമായ ഇടപെടലുകളെല്ലാം പ്രസ്ഥാനത്തിന്റെ ശക്തിപരിമിതികളാവുക — ഇതെല്ലാം ഇ എം എസിന്റെ മാത്രം സവിശേഷതയാണ്.

ചരിത്രത്തിനും ചരിത്രശാസ്ത്രത്തിനും അമൂല്യ സംഭാവനകൾ നൽകുകമാത്രമല്ല ചരിത്രത്തിന്റെ ഗതിയാകെ മാറ്റിമറിക്കുന്ന താത്വിക - പ്രായോഗിക പ്രവർത്തനങ്ങൾക്കും ഇ എം എസ് മാതൃകയാണ്. മാർക്സിസ്റ്റ് ചരിത്ര - സൗന്ദര്യശാസ്ത്രങ്ങളുടെ വികാസത്തിലും നവീകരണക്ഷമതയിലും അദ്ദേഹത്തിന്റെ ധിഷണ മുതൽക്കൂട്ടായിരുന്നു. ആത്മകഥയിൽനിന്ന് കേരളത്തിലെ കമ്യൂണിസ്റ്റ് പ്രസ്ഥാനത്തിന്റെ ചരിത്രത്തിലേക്കെത്തുന്ന, വ്യക്തിയിൽനിന്ന് പ്രസ്ഥാനത്തിലേക്കുള്ള രൂപപരിണാമങ്ങൾ ഒരാൾക്ക് സാധ്യമായതെങ്ങനെയെന്ന് വരുംതലമുറ അത്ഭുതം കൂറിയേക്കാം. ആത്മകഥ ഒരു ഘട്ടത്തിൽ പ്രസ്ഥാന ചരിത്രമാവുകയാണല്ലോ. വ്യക്തിയേത് പ്രസ്ഥാനമേത് എന്ന് തിരിച്ചറിയാനാവാത്തവിധം ചില ഘട്ടങ്ങളിൽ വേർതിരിവുകൾ മാഞ്ഞുപോകുന്നുവെന്നതും ശ്രദ്ധേയമാണ്.

ആധുനിക കേരളത്തിന്റെ രാഷ്ട്രീയ - സാമൂഹ്യ ചരിത്രത്തിലെ അഭിമാനമായിരുന്നു ഇ എം എസ്. മലയാളിയുടെ സാമൂഹ്യാവബോധത്തിന്റെ വളർച്ചയിലും വികാസത്തിലും ഇതുപോലെ മറ്റൊരാളും തെളിഞ്ഞുനിൽക്കുന്നില്ല. തന്റെ ചരിത്ര കാലഘട്ടത്തിന് മുകളിലേക്ക്, സാമൂഹ്യബോധത്തിന്റെ പരിമിതികൾക്കപ്പുറത്തേക്ക് കണ്ട ഇ എം എസിന്റെ 'കണ്ണുകൾ' വിസ്മയകാഴ്ചയുടേതായിരുന്നു. അത് ചരിത്രത്തെയും സമൂഹത്തെയും പലവട്ടം പിറകിലാക്കി. അങ്ങനെ കേരളം ഒരു ജനസമൂഹമെന്ന നിലയിൽ ഇ എം എസിന്റെ സംഭാവനകളിൽ അഭിമാനം കൊണ്ടു. മലയാളി തന്റെ പരിമിതികൾ ആ മനുഷ്യന്റെ ഇടപെടലുകളിലൂടെയായിരുന്നു മറികടന്നത്. ചരിത്രത്തിനൊപ്പം നടന്ന അദ്ദേഹം പലപ്പോഴും ചരിത്രത്തെ പിറകിലാക്കി.

14

പോരാളിയുടെ ചുരുക്കപ്പേര്

തിരക്കുപിടിച്ചോടുന്ന കണ്ണൂരിന്റെ നഗരവീഥികൾ. മുന്നോട്ടു കുനിഞ്ഞ് ഒരു ശുഭ്രവസ്ത്രധാരി നടക്കുകയാണ്. ജീവിതംപോലെ ശുദ്ധമായ ചെറുപുഞ്ചിരി നിറഞ്ഞുനിൽക്കുന്ന മുഖത്തോടെ. അതാണ് 'സി' എന്ന് കേരളം ആദരപൂർവം വിളിക്കുന്ന സി കണ്ണൻ. ഒരു കാലഘട്ടത്തിന്റെ ചരിത്രമാണ് ആ ജീവിതം.

അപകടകരമായ ചിന്തയും സാഹസികമായ ജീവിതവും കൊണ്ടാണ് സമാനതകളില്ലാത്ത ആ വിപ്ലവ വ്യക്തിത്വം രൂപപ്പെട്ടത്. ദാരിദ്ര്യത്തിന്റെ ദിനങ്ങളിൽ സമൂഹവൈരുധ്യങ്ങളെക്കുറിച്ചുള്ള അരുതാത്ത ചോദ്യങ്ങൾ തേടിപ്പോയ ചാലിലോത്ത് വീട്ടിൽ കണ്ണൻ. വളരെ പാവപ്പെട്ട കുടുംബത്തിലാണ് ജനിച്ചത് — 1910 ൽ. അനിശ്ചിതത്വങ്ങളുടെയും യാതനകളുടെയും അനുഭവപരമ്പരകൾ. കുടുംബപ്രതിസന്ധികൾ. നാലാം ക്ലാസിൽ പഠിപ്പു നിർത്തി. 11–ാം വയസിൽ ബീഡികെട്ടുകാരനായി. ജീവിതത്തിന്റെ പരുക്കൻ യാഥാർഥ്യങ്ങൾ ആ ബാലന്റെ മുതുകിൽ ഭാരങ്ങൾ കയറ്റിവെക്കുകയായിരുന്നു. പിന്നെ ബീഡിത്തൊഴിലാളികളുടെ ദൈന്യാവസ്ഥകൾ ആ മനസിൽ കണ്ണീരു വീഴ്ത്തി. ആലോചനകൾ പലതും ഇരമ്പി. കാരണങ്ങൾ അന്വേഷിച്ചു. അതാണ് ബീഡിത്തൊഴിലാളി സംഘടനയുടെ പിറവിയിലെത്തുന്നത്. 19–ാം വയസിൽ യൂണിയൻ ഭാരവാഹിയായി.

ഏറ്റവും അവഗണിക്കപ്പെട്ടുകിടന്ന വിഭാഗം തൊഴിലാളികളെ അവകാശത്തിന്റെയും സംഘബോധത്തിന്റെയും ആദ്യപാഠങ്ങൾ പഠിപ്പിച്ചത് 'സി' യാണ്. ബീഡി, ടെക്സ്റ്റൈൽ, ടിമ്പർ, ലതർ മേഖലകളിലെല്ലാം. ശുചീകരണത്തൊഴിലാളികളെ കൈപിടിച്ചുയർത്തിയതും സി തന്നെ.

പട്ടിണിയും മർദനവും ഒളിവു ജീവിതത്തിന്റെ ഇരുണ്ട ദിനങ്ങളും ജയിൽവാസത്തിന്റെ കഷ്ടതകളും ഉരുക്കുപോലെ നിശ്ചയദാർഢ്യമുള്ള വിപ്ലവകാരികളെ രൂപപ്പെടുത്തുകയായിരുന്നു. ഇന്നത്തെ തലമുറ അവി

ശ്വസിച്ചേക്കാവുന്ന സഹനത്തിന്റെയും ചെറുത്തുനിൽപ്പിന്റെയും പല സന്ദർഭങ്ങളും സിയുടെ ജീവിതത്തിലുണ്ടായി. എ കെ ജിയുമൊത്തുള്ള വെല്ലൂർ ജയിൽചാട്ടം അതിൽ ഒന്നുമാത്രം.

മർദനത്തിന്റെ നുകം പേറി നടുവൊടിഞ്ഞ പുറംലോകത്തിന് ആത്മവിശ്വാസം നൽകാനായിരുന്നു ആ സാഹസികത. വേട്ടയാടലുകൾ മറികടന്നുകൊണ്ടുള്ള ഒളിവു പ്രവർത്തനങ്ങൾ പിന്നീടും.

കമ്യൂണിസ്റ്റുകാരുടെ നിശ്ചയദാർഢ്യത്തെ നിറതോക്കുകൾ കൊണ്ട് അടിയറ പറയിക്കാൻ ശ്രമിച്ച സേലം ജയിൽ കൂട്ടക്കൊല. ജയിലധികാരികളുടെ ധിക്കാരത്തെ ചെറുക്കാൻ നേതൃത്വം കൊടുത്ത സി മരണത്തോടടുത്ത മർദനം ഏറ്റുവാങ്ങി. വെടിയേറ്റു വീണ് ചോരയിൽ കുളിച്ച അദ്ദേഹത്തെ മരിച്ചെന്നു കരുതിയാണ് ആശുപത്രിയിലെത്തിച്ചത്. പിന്നെ, തല തല്ലിപ്പൊളിച്ച അടിയന്തരാവസ്ഥ. മർദനത്തിന്റെയും പീഡനത്തിന്റെയും ക്രൂരതകൾ പതിയാത്ത ഒരിഞ്ചു സ്ഥലംപോലും ശരീരത്തിലുണ്ടായില്ല. ട്രേഡ് യൂണിയൻ പ്രസ്ഥാനത്തിലെ ലോകവിസ്മയങ്ങളിലൊന്നാണ് സി.

തൊഴിലാളികളെ പഠിപ്പിക്കുമ്പോഴും നവീകരിക്കുമ്പോഴും സ്വയം പഠിക്കാനും നവീകരിക്കാനുമുള്ള സി യുടെ സന്നദ്ധത മാതൃകാപരമായിരുന്നു. ഏറ്റവും ഗഹനമായ താത്വിക പ്രശ്നങ്ങൾ തൊട്ട് വ്യക്തിജീവിതത്തിലെ നിസ്സാര കാര്യങ്ങൾ വരെ വർഗരാഷ്ട്രീയത്തിന്റെ തെളിച്ചത്തിലാണ് അദ്ദേഹം പരിശോധിച്ചത്. നേതാക്കൾക്കും സഖാക്കൾക്കും ഈ കാഴ്ചപ്പാടിൽ വീഴ്ച വന്നാൽ മുഖം നോക്കാതെ വിമർശിക്കുമായിരുന്നു. പുതിയ പ്രവണതകൾ തൊഴിലാളി വർഗത്തിന്റെ കൂടി ചിന്തകളിൽ രൂപമാറ്റം വരുത്തുന്നതിനെക്കുറിച്ചുകൂടി അദ്ദേഹം വ്യക്തമായി സംസാരിച്ചു. ആഗോളവൽക്കരണത്തിന്റെ ഘട്ടത്തിലെ വിവിധ പ്രശ്നങ്ങൾ ഉൾക്കാഴ്ചയോടെയാണ് വിവരിച്ചതും.

വിശാല താൽപ്പര്യങ്ങൾ മറന്ന് സാമ്പത്തികമാത്ര വാദത്തിലൂന്നുന്ന ചിലരുടെ ട്രേഡ് യൂണിയൻ രീതികളെയും അദ്ദേഹം എതിർത്തു. ഇതിനുപിന്നിൽ ബി ടി ആറിനെപ്പോലൊരാളുടെ സ്വാധീനമായിരുന്നുവെന്നാണ് ഊഹിക്കേണ്ടത്. തൊഴിൽ സ്ഥാപനങ്ങളുടെ നിലനിൽപ്പും തൊഴിലാളികളുടെ കടമകളിലൊന്നാണ് എന്ന അത്ര പെട്ടെന്ന് ദഹിക്കാത്ത കാഴ്ചപ്പാട് അതിലൊന്നാണ്. തൊഴിലാളികളുടെ രാഷ്ട്രീയ സ്ഥാനം രേഖപ്പെടുത്തുകയും അവകാശങ്ങൾക്ക് അടിവരയിടുകയും ചെയ്യുമ്പോഴും അവരുടെ കടമകൾ അദ്ദേഹം ഓർമപ്പെടുത്തുമായിരുന്നു.

"സ്വകാര്യ ജീവിതമില്ല, അതിനാൽ സ്വകാര്യ ദു:ഖങ്ങളുമില്ല" എന്ന സിയുടെ തുറന്നടിക്കൽ വരേണ്യവാദത്തിന്റെ സൗകര്യങ്ങളിൽ വിശ്രമിക്കുന്ന സമൂഹത്തോടുള്ള കടുത്ത വിമർശനമാണ്. നേതാവ് എന്നതിന് അണികളിൽ ജീവിക്കുന്ന സാധാരണ മനുഷ്യന്റെ സംഘടനാവൽകൃതമായ രൂപമെന്നതിൽക്കവിഞ്ഞ പ്രാധാന്യമൊന്നും സി നൽകിയില്ല. അതിനാൽ നേതൃരൂപങ്ങളെക്കുറിച്ചുള്ള ബൂർഷ്വാ സങ്കൽപ്പങ്ങൾക്കും

ആ നിർവചനങ്ങളിൽ തൃപ്തമാകുന്ന ബദൽ സമീപനത്തിനും അദ്ദേഹം സ്വന്തം ജീവിതം കൊണ്ട് ഭിന്നാഭിപ്രായമെഴുതിക്കൊണ്ടിരുന്നു.

കാര്യങ്ങൾ വൈകി തിരിച്ചറിയുന്നത് ചില ഘട്ടങ്ങളിൽ ഒന്നും മനസിലാക്കാതിരിക്കുന്നതിന് തുല്യമാണെന്ന വൈരുധ്യാത്മക രീതിശാസ്ത്രം സിയുടെ എല്ലാ ഇടപെടലുകളിലും പ്രതിധ്വനിച്ചു. അതുകൊണ്ടാണ് അദ്ദേഹം സദാ ജാഗരൂകമായി പ്രവർത്തിച്ചുകൊണ്ടിരുന്നത്. ഇത്തരമൊരു ജീവിതത്തിന്റെ മാതൃകാനുഭവങ്ങൾ പകർത്തിവെക്കാനുള്ള പരീക്ഷണം ഇതെഴുതുന്നവൻ നടത്തിയിരുന്നു. എന്നാൽ താൻ ചരിത്രത്തിൽ അത്രവലിയ കാര്യമൊന്നും ചെയ്തിട്ടില്ലെന്ന വിനയമായിരുന്നു അദ്ദേഹത്തിൽനിന്നുണ്ടായത്. സ്നേഹപൂർവമായ പല നിർബന്ധങ്ങൾക്കു വഴങ്ങി സി അവസാനം തലയാട്ടി. അപ്പോഴും ചില പ്രധാന സംഭവങ്ങൾ ചോദിച്ചാൽ, അതിലത്ര കാര്യമില്ല, കേട്ടപോലെ ഗൗരവമുള്ളതല്ല തുടങ്ങിയ വിശദീകരണങ്ങളായിരുന്നു അദ്ദേഹത്തിൽനിന്ന് പുറത്തുവന്നത്.

അവശമായ വാർധക്യത്തിലും ചരിത്രത്തെക്കുറിച്ചുള്ള വൃദ്ധ മനോഭാവം അദ്ദേഹത്തിൽനിന്നുണ്ടായില്ലെന്നർഥം. ചരിത്രത്തിന്റെ നേട്ടങ്ങളാകെ സ്വന്തം ചുമലിൽ കയറ്റിവെക്കുന്ന വ്യക്തിവാദത്തെ വർഗകാഴ്ചപ്പാടിലൂടെയാണ് അദ്ദേഹം എതിരിട്ടത്. മനുഷ്യരക്തത്തിന് ചുവപ്പുനിറമുള്ളിടത്തോളം ചെങ്കൊടിക്ക് പ്രസക്തിയുണ്ടാകുമെന്ന ഫിദൽകാസ്ട്രോയുടെ ചരിത്രജന്യമായ കാഴ്ചപ്പാട് സി നമുക്ക് പരിചയപ്പെടുത്തി. ഇരമ്പുന്ന സ്വന്തം പോരാട്ടചരിത്രം അദ്ദേഹത്തിനു കൊണ്ടാടാനുള്ള തൂവലുകളായിരുന്നില്ല. മറിച്ച് സി ജീവിതം കൊണ്ടുതന്നെ പോരാടുകയായിരുന്നു. കവി കുഞ്ഞപ്പ പട്ടാന്നൂർ പറഞ്ഞതുപോലെ ചരിത്രത്തിന്റെ ഏകാക്ഷരമാണ് സി; വിപ്ലവത്തിന്റെ വിശുദ്ധ വചനവും.

ജീവിതം തുഴയാൻ കിതച്ച ബാല്യവും കുടുംബഭാരം ചുമലിൽ വീണ കൗമാരവും. ചുറ്റും ഇരമ്പിമറിയാൻ തുടങ്ങിയ രാഷ്ട്രീയത്തിലേക്ക് നന്നേ ചെറുപ്പത്തിൽ കണ്ണൻ ആകൃഷ്ടനായി.

സാഹസികതകളുടെയും അപകടങ്ങളുടെയും കൂട്ടുകാരനായിരുന്നു സി. എന്നാൽ ഇതൊന്നും ഒരു തൂവൽ പോലെ അണിഞ്ഞു നടക്കാൻ അദ്ദേഹം ഒരിക്കലും കൂട്ടാക്കിയില്ല.

ഒളിവിലും തെളിവിലും ജയിലിലും അദ്ദേഹം വിസ്മയ ജീവിതം തന്നെയാണ് നയിച്ചത്. ജയിലിലായിരിക്കുമ്പോൾ പുറത്തെ പ്രവർത്തകർക്കും സംഘടനയ്ക്കും ആവേശം നൽകുന്നതിനായാണ് വെല്ലൂർ ജയിൽ ചാട്ടം പ്ലാൻ ചെയ്തത്. എ കെ ജിക്കൊപ്പം മറ്റുള്ളവർക്ക് വെളിച്ചം കാണിക്കാൻ സ്വന്തം ജീവിതത്തിന് തീകൊളുത്തിയ സാഹസികത.

എന്തിനും സന്നദ്ധമായിരുന്നു സി. ഈ നിശ്ചയത്തിന്റെ ചരിത്രകഥയാണ് ഇരുപത്താറാം വയസിലെ വെല്ലൂർ ജയിൽ ചാട്ടം.

മുഹമ്മദ് അബ്ദുറഹിമാൻ സാഹിബ്, ബാലചന്ദ്രമേനോൻ, പി കെ ബാലൻ, നാരായണൻകുട്ടി മേനോൻ തുടങ്ങിയവരായിരുന്നു എ കെ ജിക്കും സി കണ്ണനുമൊപ്പം ജയിലിൽ.

സുക്ഷ്മദർശിനിപോലുള്ള കണ്ണുകളുമായി വാർഡന്മാരും ജയിൽ ആപ്പീസർമാരും എ കെ ജി യെയും മറ്റും സദാ നിരീക്ഷിച്ചുകൊണ്ടിരുന്നു. ചെറുപ്പക്കാരനും സൗമ്യ പ്രകൃതനുമെങ്കിലും കണ്ണനും ഈ ഗണത്തിലായിരുന്നു. സാഹസികമായ ജയിൽചാട്ടത്തിലൂടെ അതിനൊരു മറുപടി പറയാൻ എ കെ ജി ഉറച്ചു. ആദ്യം വിശ്വാസത്തിലെടുത്തത് സിയെ. എല്ലാറ്റിന്റെയും രാഷ്ട്രീയവും മറ്റു സങ്കീർണതകളും വലിയ വിശദീകരണമില്ലാതെ ഒപ്പിയെടുക്കാൻ കണ്ണനു കഴിയുമായിരുന്നു.

ജയിലിൽനിന്ന് രക്ഷപ്പെടാതെ ഒന്നും സാധ്യമല്ലെന്ന് എനിക്കു മനസിലായി. മറ്റുള്ളവരുടെ സഹായത്തിനു കാത്തുനിൽക്കാതെ സ്വയം പദ്ധതികൾ തയാറാക്കി പ്രവർത്തിച്ചുതുടങ്ങി. ആന്ധ്രയിൽ നിന്നുള്ള പട്ടാഭിരാമയ്യ എന്ന സഖാവിനെ കൂടെ കൂട്ടി. ഞങ്ങൾ പ്ലാൻ ഉണ്ടാക്കി. ശാന്തമായി കൂടിയാലോചിച്ചു. 1941 സപ്തംബർ 25 ന് ഡെപ്യൂട്ടി ജയിലർ വന്ന് എന്നെയും ഡോക്ടർ കെ ബി കൃഷ്ണനെയും അവിടെനിന്ന് മാറ്റുകയാണെന്നറിയിച്ചു. ഞങ്ങളെ എവിടെയോ ഏകാന്ത തടവിലാക്കാൻ പോവുകയാണെന്ന് എനിക്കു തോന്നി... എന്ന് എ കെ ജി (*എന്റെ ജീവിതകഥ*) പറയുമ്പോൾ അധികാരികളുടെ ഗൂഢാലോചനയുടെ മുഖമാണ് തെളിഞ്ഞത്.

ഡെറ്റിന്യൂ തടവുകാർക്ക് ലഭിച്ച പല ആനുകൂല്യങ്ങളും ജയിലിനു പുറത്തേക്കു വഴിതുരക്കാനുള്ള ഉപകരണങ്ങളാക്കാൻ എ കെ ജിക്കും സി ക്കും മറ്റും കഴിഞ്ഞു. ടെന്നീസ്, ഫുട്ബോൾ തുടങ്ങിയ കളികൾക്ക് പുറത്തുകൊണ്ടുപോയിരുന്നു. ഇത്തരം സന്ദർഭങ്ങളിലാണ് ജയിൽചാട്ടത്തിനുള്ള ഉപകരണങ്ങൾ സംഘടിപ്പിച്ചത്. ഭിത്തിയിൽ ദ്വാരമുണ്ടാക്കിയ ഭാഗം ചാക്കുകൊണ്ടു മറച്ചിടാനും സി മറന്നില്ല.

1941 സപ്തംബർ 26 പുലർച്ചെ അഞ്ചംഗ കമ്യൂണിസ്റ്റ് സംഘം ജയിൽ ചാടിയ ഉടൻ അധികാരികളും പുറമേനിന്നുള്ള പൊലീസും സമീപപ്രദേശങ്ങളെല്ലാം അരിച്ചുപെറുക്കി. കാട്ടുമേഖലകൾ ഇളക്കി, ആൾപ്പെരുമാറ്റമുള്ള ഇടങ്ങളിലെല്ലാം വലവീശി. ഈ ഔദ്യോഗിക സംവിധാനത്തിനൊപ്പം ചില കോൺഗ്രസുകാരും അധികാരികളെപ്പോലെ റോന്തുചുറ്റി.

ജയിൽചാട്ടത്തിനുശേഷം നീണ്ട ഒളിവുകാലം. ഈ ഘട്ടം ഉപേക്ഷിച്ച് കണ്ണൻ പരസ്യരംഗ പ്രവേശം നടത്തിയതും സാഹസികമായി. അധികാരികളുടെ എല്ലാ സന്നാഹങ്ങളെയും കബളിപ്പിച്ചായിരുന്നു ഇത്. പാർട്ടി നിർദേശപ്രകാരം കണ്ണൂർ ശ്രീനാരായണ പാർക്കിൽ സി പ്രത്യക്ഷപ്പെട്ട രംഗം *മാതൃഭൂമി* ഏറെ പ്രാധാന്യത്തോടെയാണ് റിപ്പോർട്ട് ചെയ്തത്.

> എ കെ ഗോപാലനോടൊപ്പം വെല്ലൂർ സെൻട്രൽ ജയിലിൽനിന്ന് ഓടിപ്പോയ സി കണ്ണൻ ഇന്നലെ വൈകുന്നേരം ശ്രീനാരായണ പാർക്കിൽ വാഗൺ ദിനം പ്രമാണിച്ചു കൂടിയ പൊതുയോഗത്തിൽ പെട്ടെന്ന് പ്രത്യക്ഷനായി. സുമാർ ഇരുപത് മിനുട്ട് നേരത്തോളം ഇന്നത്തെ രാഷ്ട്രീയ സ്ഥിതിയെപ്പറ്റി പ്രസംഗിച്ച് തിരോധാനം ചെയ്

> തിരിക്കുന്നു. ഒരു ടാക്സി കാറിലാണ് അയാൾ യോഗസ്ഥലത്തു വന്നത് (*മാതൃഭൂമി,* 1942 ആഗസ്ത് 19).

ജയിൽചാടിയ കുറ്റത്തിന് പരമാവധി ശിക്ഷ കിട്ടാൻ സി യുടെ പേരിൽ ഏറ്റവും കടുത്ത വകുപ്പുകൾ ചേർത്തു. ഒടുവിൽ വിധി വന്നു. ജയിൽചാട്ടത്തിന് ആറുമാസം കഠിനതടവ്. 225 സി വകുപ്പ് പ്രകാരം. രാജ്യരക്ഷാ നിയമം 36/6 അനുസരിച്ച് രണ്ടുകൊല്ലം കഠിനതടവ്. 1943 ജനുവരി നാലിന്റെ അപ്പീൽ വിധിയിൽ ശിക്ഷാകാലാവധി ആറുമാസമായി കുറച്ചു. സെഷൻസ് ജഡ്ജി എ സി പി അയ്യരായിരുന്നു വിധി പ്രസ്താവം നടത്തിയത്.

അപ്പീലിന്റെ വിചാരണയിൽ സി കണ്ണൻ ഉയർത്തിയ വാദങ്ങൾ വൻ വാർത്താ പ്രാധാന്യം നേടി.

> ബ്രിട്ടീഷ് ഗവൺമെന്റ് ഇന്ത്യയിൽ നടത്തുന്ന യുദ്ധത്തെ സഹായിക്കാൻ വേണ്ടിയാണ് താൻ ജയിലിൽനിന്ന് ചാടിപ്പോയത് എന്നായിരുന്നു പ്രതിയുടെ വാദം. ഈ വാദം സ്വീകാര്യമായി തോന്നുന്നില്ല എന്ന് സെഷൻസ് ജഡ്ജി വിധിന്യായത്തിൽ പറഞ്ഞു. ബ്രിട്ടനിലെ ഇപ്പോഴത്തെ പ്രധാനമന്ത്രി വിൻസ്റ്റൺ ചർച്ചിൽ മുമ്പ് തെക്കേ ആഫ്രിക്കയിൽ ബന്ധനസ്ഥനായിരുന്നപ്പോൾ ജയിൽചാടി രക്ഷപ്പെടുകയുണ്ടായിട്ടുണ്ടെന്നും ആ മാതൃക അനുകരിക്കുക മാത്രമാണ് താൻ ചെയ്തിട്ടുള്ളതെന്നും തെക്കേ ആഫ്രിക്കയിലെ ജയിലിൽനിന്ന് ചാടിപ്പോന്നതിന് ചർച്ചിലിനെ പ്രശംസിക്കുകയും ബഹുമാനിക്കുകയുമാണ് ചെയ്തിട്ടുള്ളതെന്നും ആകയാൽ ചർച്ചിൽ ചെയ്തിട്ടുള്ള കൃത്യം ചെയ്തിട്ടുള്ളതിന് തന്നെ ശിക്ഷിക്കാൻ കാരണമില്ലാത്തതാണെന്ന് പ്രതി തന്റെ പ്രസ്താവനയിൽ പറഞ്ഞിരുന്നു. ഒരു യുദ്ധത്തടവുകാരനായ ചർച്ചിൽ ശത്രുക്കളുടെ അധീനതയിൽനിന്നാണ് രക്ഷപ്പെട്ടത്. ഈ കേസിലെ കക്ഷിയാകട്ടെ ഒരു യുദ്ധത്തടവുകാരനല്ല. അതുകൊണ്ട് ഈ വാദത്തിന് നിയമം മുമ്പാകെ വിലയില്ലെന്നും ഇത്തരം സാദൃശ്യങ്ങൾ ചെയ്യുന്നതുകൊണ്ട് കാര്യമില്ലെന്നും ജഡ്ജി പ്രസ്താവിച്ചു.... (*മാതൃഭൂമി,* 1943 ഫെബ്രുവരി–7)

ഈ കൗതുകകരമായ വാർത്ത കണ്ണന്റെ സാഹസികമായ ജീവിതത്തിന്റെ ചുരുക്കം തന്നെയാണ്. ഇങ്ങനെ അപകടകരമായി ചിന്തിക്കുകയും ആപത്കരമായി പ്രവർത്തിക്കുകയും ചെയ്ത എത്രയോ ഘട്ടങ്ങൾ. അവിശ്വസനീയമായ സാഹസികതയുടെ ചോരയിറ്റിയ പോരാട്ടങ്ങൾ.

15

പൂമാലയ്ക്കായി കുനിയാത്ത ശിരസ്സ്

ഒന്നിനും വഴങ്ങാതിരുന്ന കെ പി ആർ ഒടുവിൽ മരണത്തിന് കീഴടങ്ങി. കേരളത്തിന്റെ സമരപാരമ്പര്യത്തിൽ സൂര്യതേജസ്സായി നിവർന്നുനിന്ന ആ ഇതിഹാസ പുരുഷൻ ഇനി ഓർമകളിൽ മാത്രം. അനുരഞ്ജന രഹിതമായ ആ ജീവിതത്തിന്റെ ഇരമ്പിയാർത്ത അനുഭവങ്ങൾ തലമുറകൾക്കുമുന്നിൽ മഹാസാഗരം പോലെ. അതേ, കെ പി ആർ പോരാളികൾക്ക് ഊർജമായി ഇനിയും നിറഞ്ഞുനിൽക്കും. ചരിത്രം തെരുവിൽ വിജയിയായി തിരിച്ചെത്തുംവരെ ഓർമിക്കപ്പെട്ടുകൊണ്ടേയിരിക്കും.

തൂക്കുമരത്തിന്റെ നിഴലിൽ, മരണം സുനിശ്ചിതമായ ഘട്ടത്തിലും തടവറയുടെ മനം മടുപ്പിക്കുന്ന ഏകാന്തതയിൽ ഹൃദയപ്പകർച്ചയേതുമില്ലാതെ ലെനിൻ കൃതികൾ വായിക്കുകയായിരുന്ന ഭഗത്സിങ്...

മരണത്തിലേക്ക് സ്വയം നടന്നടുക്കുമ്പോഴും മറ്റുള്ളവർക്ക് ജീവിതത്തിന്റെ വഴിതുറന്ന ജൂലിയസ് ഫ്യൂച്ചിക്ക്... നിശ്ചയദാർഢ്യവും അചഞ്ചലമായ ആത്മവിശ്വാസവും കരുത്താക്കി കൊലമരത്തെ കിടിലം കൊള്ളിച്ച ലോകവിപ്ലവ പ്രതിഭ.

ഉജ്വലമായ അത്തരം സമരാവേശങ്ങളുടെ കേരളത്തിലെ അപൂർവ സാന്നിധ്യമായിരുന്നു കുന്നത്ത് പുതിയ വീട്ടിൽ രാമപുരത്ത് ഗോപാലൻ എന്ന കെ പി ആർ.

കേരളത്തിലെ കമ്യൂണിസ്റ്റ് പ്രസ്ഥാനത്തിന്റെ ആദ്യനായകരിലൊരാളായ അദ്ദേഹം മുൻവിധിയിൽ പൊതിഞ്ഞ വിമർശനത്തോടെ എന്നും മുഖ്യധാരാപ്രസ്ഥാനത്തിനൊപ്പമുണ്ടായിരുന്നു. സൈദ്ധാന്തികമായ തെളിമയോടെ മിക്കപ്പോഴും സംസാരിച്ചിരുന്ന അദ്ദേഹം ചിലപ്പോഴെല്ലാം ഈ സുതാര്യതയെ ഇരുട്ടിലാഴ്ത്തുന്ന വികാരപാരവശ്യങ്ങൾക്ക് അടിപ്പെട്ടിട്ടുണ്ടെന്നത് നേരുതന്നെ.

സാമൂഹ്യപ്രസ്ഥാനങ്ങളെയും അവയുടെ വികാസപരിണാമങ്ങളെയും അവയിലെ നിമ്നോന്നതങ്ങളെയും കുറിച്ചുള്ള ശാസ്ത്രീയമായ കാഴ്ചപ്പാട്, മുഖ്യധാരാപ്രസ്ഥാനങ്ങളിൽനിന്നകന്നവരിൽനിന്ന് വ്യത്യസ്തമായി കെ പി ആറിന് വഴികാട്ടിയായി. എങ്കിലും ഈ ശാസ്ത്രീയത കൈയൊഴിയുന്ന വ്യക്തിവിമർശനങ്ങൾ മേൽക്കൈ നേടിയ ഘട്ടങ്ങളിൽ അദ്ദേഹം യുക്തിയേക്കാൾ വികാരങ്ങൾക്ക് കീഴ്പ്പെട്ടിട്ടുമുണ്ട്.

1940 സപ്തംബർ 15 ന്റെ മൊറാഴ സംഭവത്തിന്റെ പേരിൽ ബ്രിട്ടീഷ് സാമ്രാജ്യത്വം നടത്തിയ ഗൂഢാലോചനയിലൂടെ വധശിക്ഷ വിധിക്കപ്പെടുകയും ജനകീയ പ്രക്ഷോഭത്തിന്റെ വേലിയേറ്റത്തിൽ അത് റദ്ദാക്കപ്പെടുകയും ചെയ്ത അപൂർവാനുഭവം.

കൊലക്കയർ സുനിശ്ചിതമായി തടവറയിൽക്കഴിഞ്ഞ 28 ദിവസത്തിനുള്ളിൽ ശരീരഭാരം നാലു പൗണ്ട് വർധിച്ച അത്യസാധാരണാനുഭവം.

വിപ്ലവകാരികൾക്ക് വിരമിക്കാനാവില്ലെന്ന ലെനിന്റെ ദീർഘദർശനം അന്വർഥമാക്കിയ കേരളത്തിന്റെ ഭഗത്സിങ് അവശമായ വാർധക്യത്തിലും രാഷ്ട്രീയ സാമൂഹ്യ പ്രശ്നങ്ങളിൽ ലക്ഷ്യബോധത്തോടെ ഇടപെട്ടു. ആരവങ്ങളിൽനിന്നും നാട്യങ്ങളിൽനിന്നും അകന്നുനിന്ന് അനീതികൾക്കെതിരെ സംസാരിക്കുമ്പോൾ കെ പി ആറിന് യുവത്വമായിരുന്നു. കണ്ണുകൾ തിളച്ചുപൊങ്ങും. പരുപരുത്ത ശബ്ദം തടസ്സമില്ലാതെ, മുന്നറിയിപ്പും ചിലർക്ക് പ്രകോപനവുമായി പ്രതിധ്വനിക്കും. ചരിത്രത്തിന്റെയും ജനമുന്നേറ്റങ്ങളുടെയും ഉപലബ്ധികളാകെ സ്വന്തം കൂനിന്മേൽ കയറ്റിവെക്കുന്ന മനോഭാവം അദ്ദേഹത്തെ തൊട്ടുതീണ്ടിയിരുന്നില്ല. രാഷ്ട്രീയാഭിപ്രായഭേദങ്ങൾക്കുപരി മുൻവിധികളുടെ അകമ്പടിയോടെ പുറത്തുവന്ന അസഹിഷ്ണുതകൾക്കുപരി, പ്രത്യക്ഷത്തിൽ വൈരുധ്യമെന്ന് തോന്നാവുന്ന നിലപാടുകൾക്കുമുപരി കെ പി ആർ കേരളത്തിന് പ്രിയങ്കരനായിരുന്നു.

ആ സംശുദ്ധിയെയും അനുരഞ്ജനരഹിതമായ നിലപാടുകളെയും കുറിച്ച് ആ ആത്മാർഥതയെക്കുറിച്ച് ആർക്കും സംശയമുണ്ടായില്ല. ജനലക്ഷങ്ങളുടെ ഹൃദയാന്തരത്തിൽ കുടിയിരിക്കുന്ന ഈ ദൃഢാഭിമുഖ്യമായിരുന്നു കെ പി ആർ എന്ന വിപ്ലവകാരിയുടെ നീക്കിയിരിപ്പ്.

ആവേശവും മാതൃകയുമാകുന്ന ജീവിതം മാത്രമാണ് പുതിയ തലമുറയ്ക്കുള്ള ഒസ്യത്ത്. വർണശബളിമയുടെ വലിയ അക്കങ്ങൾ... വെട്ടിപ്പിടിത്തങ്ങളുടെ ഭൂഖണ്ഡങ്ങൾ... വരുംതലമുറ കുറ്റവിചാരണ ചെയ്തേക്കാവുന്ന പൊലിമകൾ... അതൊന്നും ആ ഒസ്യത്തിൽ ഭൂതക്കണ്ണാടിക്കും കണ്ടെടുക്കാനാവില്ല.

ഒരിക്കൽപ്പോലും ജനമനസിലെ പ്രതിഷേധങ്ങൾ ഇരമ്പുന്ന കുറ്റവിചാരണാവേളയിലേക്ക് കെ പി ആറിന്റെ വ്യക്തിജീവിതം ആനയിക്കപ്പെട്ടില്ല. ആ അനുപമ ശ്രേഷ്ഠതയുടെ മഹത്വം തിരയേണ്ടതിവിടെയാണ്.

യൗവനവും ജീവിതവും പുതിയ ആകാശത്തിനും ഭൂമിക്കും വേണ്ടിയുള്ള പോരാട്ടത്തിന് അർപ്പിച്ച കെ പി ആർ ഒരിക്കൽപ്പോലും സുര

ക്ഷിതത്വങ്ങളിലേക്ക് ഉൾവലിഞ്ഞില്ല. വാക്കും പ്രവൃത്തിയും ആ ജീവിതത്തിൽ വേർതിരിക്കാനാവാത്തവിധം ഇഴചേർന്നിരുന്നു. അതുകൊണ്ടാണ്, അതുകൊണ്ടുമാത്രമാണ് ആ വാക്കുകൾക്ക് നാം കാതോർത്തത്.

കുറെ വാക്കുകളും താമ്രപത്രത്തിനായുള്ള ത്യാഗവും മാത്രമല്ല അദ്ദേഹത്തിൽ നിന്നുണ്ടായത്. മറിച്ച് ഒരു ജീവിതം, സമ്പന്നമായ ജീവിതമായിരുന്നു പാഴിലകണക്കെ ഊതിപ്പാറ്റിയത്. ജീവിതം കൊണ്ടുതന്നെ അദ്ദേഹം പോരാടുകയായിരുന്നു. മരണത്തിന്റെ കാലൻവരവിന് കാതോർത്ത് രണ്ടുതവണ കൺഡംസെല്ലിൽ കഴിയുക. മൊറാഴസംഭവത്തെത്തുടർന്ന് ആദ്യം. പിന്നെ 1948 ലെ മാവിച്ചേരി കൊലക്കേസ്. ഈ ഇരട്ട അനുഭവത്തിൽ ഞെട്ടിത്തരിച്ചിരുന്ന കെ പി ആർ ചിത്രം ആരുടെയും ഓർമയിലില്ല.

ജീവിതത്തിന്റെ വസന്തം മുഴുവൻ കമ്യൂണിസ്റ്റ് പ്രസ്ഥാനത്തിനായി മാറ്റിവച്ച കെ പി ആർ ഒടുവിൽ സി പി ഐ (എം)ൽ നിന്ന് വിട്ടുനിന്നപ്പോഴും ഒരു എക്സ് കമ്യൂണിസ്റ്റിന്റെ സാമൂഹ്യാദരങ്ങൾ കൊതിച്ചില്ല. ചിലർ അതിനായി അദ്ദേഹത്തെ തേടിയെത്തിയപ്പോഴെല്ലാം അവരെ പുച്ഛിച്ചുതള്ളി.

ഭരണവർഗനയങ്ങൾക്കെതിരായ വർഗവീക്ഷണത്തിലടിയുറച്ച നിലപാട്. അതൊരിക്കലും ചാഞ്ചാടിയില്ല. ഉയർന്ന ജീവിത സൗകര്യങ്ങൾ എത്തിപ്പിടിക്കാനുള്ള, 'കൊണ്ടാടപ്പെടുന്ന സാമൂഹ്യപദവി' ആർജിക്കാനുള്ള കുറുക്കുവഴികൾ പലതും തുറക്കപ്പെട്ടപ്പോഴും കെ പി ആർ പതറിയില്ല. കള്ളച്ചിരികൾക്കും മുക്കുപണ്ടങ്ങൾക്കും അദ്ദേഹത്തെ വീഴ്ത്താനായില്ല. എല്ലാം കണ്ടും കേട്ടും ചിരിച്ചതേയുള്ളൂ. അത്തരക്കാരുടെ നിർബന്ധങ്ങൾ അതിരുവിട്ടപ്പോൾ അദ്ദേഹം പൊട്ടിത്തെറിക്കുകയും ചെയ്തു.

കമ്യൂണിസ്റ്റ് പാർട്ടിയോട് അഭിപ്രായവ്യത്യാസങ്ങൾ തുറന്നടിക്കുമ്പോഴും വ്യക്തികളോട്, അസഹിഷ്ണുത നിറഞ്ഞ കലഹമായി ചിത്രീകരിക്കപ്പെടുംവിധം കലമ്പുമ്പോഴും കെ പി ആർ അടിസ്ഥാനപരമായി കമ്യൂണിസ്റ്റായിരുന്നു. വികാരവിക്ഷോഭങ്ങൾ ഈ തിരിച്ചറിവിനെ ഉലച്ചിട്ടുമില്ല.

എല്ലാം നശിച്ചുപോയെന്ന ശാപവചനങ്ങളോ, ഒക്കെ ശരിയാണെന്ന വിനാശകരമായ സംതൃപ്തിയോ കെ പി ആറിൽനിന്ന് ഒരിക്കലുമുണ്ടായിട്ടില്ല. ഇങ്ങനെയൊരാൾ നമുക്കിടയിൽ നടന്നുനീങ്ങിയിരുന്നോ എന്ന് വരുംതലമുറ ശങ്കിച്ചെങ്കിൽ അത്ഭുതപ്പെടാനില്ല. പൂമാലയ്ക്കായി കുനിയാത്ത അപൂർവം ശിരസ്സുകളിലൊന്നായിരുന്നു അത്.

സുരക്ഷിതത്വത്തിന്റെ ഏറുമാടങ്ങളിലിരുന്ന് വീരകഥകൾ പറയുന്ന പുതിയ തലമുറയ്ക്ക് ഊഹിക്കാനാവാത്ത ത്യാഗത്തിന്റെയും ആത്മാർപ്പണത്തിന്റെയും ധീരതയുടെയും പ്രതീകമായിരുന്നു കെ പി ആർ. നമ്മുടെ പൊതുജീവിതത്തിൽ വംശനാശം സംഭവിച്ചുകൊണ്ടിരിക്കുന്ന മാതൃകയിലെ അവസാന കണ്ണികളിലൊന്ന്.

കല്യാശേരി - ദേശീയ പ്രസ്ഥാനത്തിന്റെ സൂര്യകിരണങ്ങൾ ആദ്യകാലത്ത് തന്നെ തുളച്ചിറങ്ങിയ ഉൽപ്പതിഷ്ണുതാ പാരമ്പര്യത്തിന്റെ സമരഭൂമി. അടിമാവസ്ഥയിൽനിന്ന് ആത്മബോധത്തിലേക്കുള്ള പരിവർത്തന പ്രവർത്തനങ്ങളിൽ ആവേശമായ കൊച്ചുഗ്രാമം. കോൺഗ്രസിന്റെ നിയമലംഘന പ്രക്ഷോഭങ്ങളിലും നിർമാണ പ്രവർത്തനങ്ങളിലും ബഹുജന സമ്പർക്ക പരിപാടികളിലും അത് തിളങ്ങിനിന്നു.

ഈ പുതുവെളിച്ചത്തിന്റെ രശ്മികൾ നേർത്ത തോതിലെങ്കിലും പതിച്ച കുടുംബത്തിലാണ് കെ പി ആർ ഗോപാലന്റെ ജനനം. 1909 ജൂൺ ഒന്നിന്. അച്ഛൻ ഏറമ്പാല രയരപ്പൻ നായനാർ. അമ്മ കുന്നത്ത് പുതിയവീട്ടിൽ പാട്ടിയമ്മയും.

പ്രതാപൈശ്വര്യങ്ങളുടെയും യാഥാസ്ഥിതികത്വത്തിന്റെയും നടുവിൽ ക്കഴിഞ്ഞ കുടുംബപശ്ചാത്തലത്തിൽ പുതിയ ചിന്തയുടെ വെളിച്ചം തുകുന്നത് രയരപ്പൻ നായനാരുടെ കാലത്താണ്. മദിരാശിയിൽ വെറ്റിനറി കോളേജിൽ പഠിക്കയായിരുന്ന അമ്മാമനും ദേശീയ പ്രസ്ഥാനത്തിലേക്കുള്ള പ്രചോദനമായി.

നവീനബോധത്തിന്റെ ധാരകൾ തിളച്ചുപൊങ്ങിയ കല്യാശേരി മാമൂൽ പ്രിയതയിലും ജാതിമേധാവിത്വത്തിന്റെ കുടിലതകളിലും അഭിമാനപൂർവം ഒട്ടിനിന്ന കാലവുമുണ്ടായിരുന്നു. 1927 –കല്യാശേരി എലിമെന്ററി സ്കൂളിൽ ഹരിജൻ ബാലൻ പഠിക്കാനെത്തി. യാഥാസ്ഥിതികർക്ക് സഹിക്കാവുന്നതിനപ്പുറമായിരുന്നു അത്. കുമാരൻ എന്ന വിദ്യാർഥിയെ സവർണ പ്രമാണിമാർ തല്ലിയോടിച്ചു. ഈ ഹരിജൻ മർദനം വലിയ കോളിളക്കമുണ്ടാക്കി. കോൺഗ്രസ് നേതാക്കളും ഹരിജൻ പ്രവർത്തകരും കുതിച്ചെത്തി. തളംകെട്ടിയ ജാതിബോധത്തിന്റെയും പ്രതാപചിഹ്നത്തിന്റെയും ബഹിർസ്ഫുരണമായ സംഭവം കല്യാശേരിയിലെ രാഷ്ട്രീയഗതിയെയും കുതിപ്പിനെയും രൂപപ്പെടുത്തുകയായിരുന്നു.

സ്കൂളിൽ ഹരിജൻ വിദ്യാർഥികൾക്ക് പ്രവേശനം നൽകണമെന്നാവശ്യപ്പെട്ട് നടന്ന പ്രക്ഷോഭത്തിലൂടെയാണ് ഗോപാലൻ ദേശീയ പ്രസ്ഥാനത്തിന്റെ അഗ്നിവീഥിയിലേക്ക് കാലെടുത്ത് വെക്കുന്നത്. കല്യാശേരിയിൽ സ്വാമി ആനന്ദതീർഥന്റെ നേതൃത്വത്തിൽ തുടങ്ങിയ കേമ്പിലും സജീവമായിരുന്നു.

കക്കാടിനടുത്ത തുളിച്ചേരിയിൽ ഹരിജൻ ആശ്രമം ആരംഭിച്ചപ്പോൾ ഗോപാലൻ അവിടത്തെ നിത്യസന്ദർശകനായി. കേരളീയനായിരുന്നു ആശ്രമത്തിന്റെ ചുമതല. കല്യാശേരി സ്കൂളിലെ ഹരിജൻ പ്രവർത്തനത്തിന്റെ ആദ്യചലനങ്ങളെ രാഷ്ട്രീയ കാഴ്ചപ്പാടിന്റെ ദിശാബോധത്തിലൂടെ ശക്തമാക്കുന്നത് തുളിച്ചേരി ആശ്രമവുമായുള്ള ബന്ധം.

1927 ലെ ഗാന്ധിജിയുടെ മലബാർ സന്ദർശനം ഗോപാലനെയും ആവേശഭരിതനാക്കി. സമാന്തര ബോധത്തിന്റെ കൈത്തിരി തെളിയിച്ച മറ്റൊരു പ്രധാന സംഭവം 1928 ൽ പയ്യന്നൂരിൽ ചേർന്ന നാലാം കേരള കോൺഗ്രസ് സമ്മേളനമായിരുന്നു.

ജവഹർലാൽ നെഹ്റുവിന്റെ സാന്നിധ്യംകൊണ്ട് സജീവമായ സമ്മേളനം സർക്കാർ ജീവനക്കാരനായ ഗോപാലന്റെ ജീവിതത്തിൽ വഴിത്തിരിവായി. ഗാന്ധിജിയുടെയും നെഹ്റുവിന്റെയും ആരാധകനായ ആ യുവാവ് അതോടെ ഖദർ വേഷധാരിയായി. സജീവ രാഷ്ട്രീയ പ്രവർത്തകനായി മാറിയ കെ പി ആർ 1930 ൽ ചിറക്കൽ താലൂക്ക് കോൺഗ്രസ് സെക്രട്ടറിയായി തെരഞ്ഞെടുക്കപ്പെട്ടു.

1930 ൽ അറസ്റ്റ് ചെയ്ത് ജയിലിലിട്ടു. ഉത്തരേന്ത്യൻ വിപ്ലവകാരികളുമായുള്ള അന്നത്തെ ബന്ധമാണ് ഗോപാലന്റെ ചിന്തകളെ ദൃഢമാക്കുന്നത്. ഗാന്ധിയൻ സമരപാതക്കെതിരായ വിമർശനങ്ങൾ മുളപൊട്ടിയത് ഈ ജയിലനുഭവങ്ങളിൽനിന്ന്.

പുതിയ ചിന്താപദ്ധതിയുടെ ചുവടായ കോൺഗ്രസ് സോഷ്യലിസ്റ്റ് പാർട്ടിയുടെ പ്രവർത്തനങ്ങളിൽ പി കൃഷ്ണപിള്ളക്കും ഇ എം എസിനും ഒപ്പം കെ പി ആറുമുണ്ടായിരുന്നു. ഇതേ കാലയളവിലാണ് കർഷക – ട്രേഡ് യൂണിയൻ പ്രസ്ഥാനങ്ങൾ പിച്ചവച്ചത്. എ കെ ജി, വിഷ്ണുഭാരതീയൻ, കെ പി ഗോപാലൻ, എൻ സി ശേഖർ തുടങ്ങിയവർക്കൊപ്പം നിറഞ്ഞുനിന്നു.

കോൺഗ്രസ് സോഷ്യലിസ്റ്റ് പാർട്ടിയുടെ ചരിത്രത്തിൽ ശ്രദ്ധേയമായിരുന്ന 1936 ലെ പട്ടിണിജാഥയുടെ പ്രധാന സംഘാടകരിലൊരാൾ കെ പി ആർ. എ കെ ജിയുടെ നേതൃത്വത്തിൽ മദിരാശിയിലേക്ക് പോയ ജാഥ ജനങ്ങളെ അക്ഷരാർഥത്തിൽ ഇളക്കി. ഒരു മാസം നീണ്ടുനിന്ന അത്, 500 ലേറെ പൊതുയോഗങ്ങളിലായി രണ്ടുലക്ഷത്തിലേറെപ്പേരെ അഭിസംബോധന ചെയ്തു. 1500 നാഴിക കാൽനട സഞ്ചാരം. പ്രസ്ഥാനം അത്രയൊന്നും ശക്തമല്ലാതിരുന്നതിനാൽ ജാഥാംഗങ്ങൾക്ക് ഈ ദുർഘടയാത്രയിൽ വലിയ വിഷമങ്ങൾ സഹിക്കേണ്ടിവന്നു. നല്ല ഭക്ഷണത്തിന്റെ അഭാവവും വിശ്രമത്തിന്റെ പരിമിതികളും ക്ലേശങ്ങൾ സൃഷ്ടിച്ചു. പ്രതികൂല കാലാവസ്ഥ സഹിച്ചുള്ള തുടർച്ചയായ നടത്തംമൂലം പലർക്കും രോഗം പിടിപെട്ടു. രോഗവും തളർച്ചയും വകവെക്കാതെ അവർ മുന്നേറി. ഇതിന് കെ പി ആറിന്റെ ആവേശകരമായ നേതൃത്വമായിരുന്നു തുണ. ജാഥാംഗങ്ങൾ തളരുമ്പോൾ അദ്ദേഹം ഉച്ചത്തിൽ പാടും. ആ പാട്ടുകളാണ് പിന്നീട് ഗ്രാമസിരാ–ധമനികൾ തുളച്ചുകയറിയ മുദ്രാവാക്യങ്ങളായത്.

പട്ടിണിജാഥയിലെ കെ പി ആറിന്റെ ത്യാഗവും സംഘടനാ പാടവവും മാത്രമല്ല പ്രശസ്തം. വലതുപക്ഷ ധാരക്കെതിരായ ജാഗ്രതയിലും അദ്ദേഹത്തിന്റെ ഇടപെടൽ സജീവമായിരുന്നു. അതിന് ഇതാ കൃഷ്ണപിള്ളയുടെ സാക്ഷ്യപത്രം:

> കോൺഗ്രസ് ഉദ്യോഗം സ്വീകരിച്ചതിന്റെ ആദ്യകാലത്ത് കേരള പാർട്ടിക്കകത്ത് ചില കുഴപ്പങ്ങളുണ്ടായിരുന്നു. അവ അത്ര ഗൗരവമുള്ളതായിരുന്നില്ല. എങ്കിലും ഗാന്ധിയൻ നേതാക്കൾ അതി

> നെ ചൂഷണം ചെയ്യാൻ പഠിച്ച പണിയെല്ലാം നോക്കി. നമ്മുടെ പ്രധാനപ്പെട്ട സഖാക്കളിൽ രണ്ട് പേർക്ക് പാർട്ടി നേതൃത്വത്തിലെ ഒരു വിഭാഗവുമായി അഭിപ്രായ വ്യത്യാസമുണ്ടായി. ഈ അസുഖകരമായ പരിത:സ്ഥിതിയിലാണ് അവർ ഒരു പട്ടിണിജാഥ നയിക്കാൻ തീരുമാനിച്ചത്. ഈ സഖാക്കളെ 'പാട്ടിലാക്കി' സംരംഭത്തെ തങ്ങളുടെ നേതൃത്വത്തിൽ കൊണ്ടുവരാൻ ഗാന്ധിയൻ നേതാക്കന്മാർ ആഗ്രഹിച്ചു. പക്ഷേ കമ്യൂണിസ്റ്റുകാരെ 'പാട്ടിലാക്കൽ.' അങ്ങനെയൊന്നില്ല. നമ്മുടെ ഈ സഖാക്കൾക്ക് പാർട്ടി നേതൃത്വവുമായി അഭിപ്രായ വ്യത്യാസമുണ്ടായിരുന്നുവെങ്കിലും പാർട്ടിയുടെ ആദർശവുമായി യാതൊരു ഭിന്നാഭിപ്രായവുമുണ്ടായിരുന്നില്ല. പട്ടിണിജാഥയിൽ ചേരാൻ പാർട്ടി തീരുമാനിച്ചു. ജാഥയെ പാർട്ടി നേതൃത്വത്തിലാക്കി. ഈ രണ്ട് സഖാക്കളെയും വീണ്ടും നമ്മളുമായി കൂട്ടിയിണക്കുകയെന്ന ഗുലുമാല് പിടിച്ച ജോലി കെ പി ആറിന് കൊടുത്തു. അങ്ങനെതന്നെ അദ്ദേഹം ചെയ്തു. അതിനെ ഒരു പാർട്ടിജാഥയാക്കി.

ഉന്നതരായ നേതാക്കളെയടക്കം നേർവഴിയിൽ കൊണ്ടുവരുന്നതിന് കെ പി ആർ നടത്തിയ ഇടപെടലിന് കൃഷ്ണപിള്ള നൽകിയ പ്രാധാന്യം.

1939 ൽ ബക്കളത്ത് നടന്ന പത്താം രാഷ്ട്രീയ സമ്മേളനം വിജയമാക്കുന്നതിൽ കെ പി ആറിന്റെ നേതൃപാടവമായിരുന്നു പ്രധാനം. മലബാറിന്റെ രാഷ്ട്രീയ ചരിത്രത്തിൽ ഇടതുപക്ഷ മേധാവിത്തം വിളിച്ചറിയിക്കുകയും അത് ഉറപ്പിക്കുകയും ചെയ്ത സമ്മേളനം മൂന്ന് ദിവസം നീണ്ടുനിന്നു. രാഷ്ട്രീയ സമ്മേളനത്തോടൊപ്പം കർഷക – അധ്യാപക – വിദ്യാർഥി – യുവക് – സാഹിത്യ സമ്മേളനങ്ങളുമുണ്ടായി. ഈ കൂടിച്ചേരലുകൾ ഇടതുപക്ഷ രാഷ്ട്രീയത്തെ വഴിത്തിരിവിലെത്തിച്ചു. വർഗ ഐക്യത്തിന്റെ പുതിയ പാഠങ്ങൾ.

പരാജയപ്പെടുത്താൻ വലതുപക്ഷം എല്ലാ സന്നാഹങ്ങളും വലതുപക്ഷം ഒരുക്കിയതിനാൽ സമ്മേളന വിജയത്തിനായ് കെ പി ആർ വാശിയോടെ പ്രവർത്തിച്ചു. ഗ്രാമങ്ങളിൽ അതിന്റെ പ്രചരണാർഥം യോഗങ്ങൾ നടത്തി.

1937 ൽ അഖിലേന്ത്യാ പാർട്ടിയുമായി ബന്ധപ്പെട്ട് പി കൃഷ്ണപിള്ള, ഇ എം എസ്, കെ ദാമോദരൻ, എൻ സി ശേഖർ എന്നിവർ ചേർന്ന് കമ്യൂണിസ്റ്റ് പാർട്ടിയുടെ രഹസ്യഗ്രൂപ്പ് രൂപവൽക്കരിച്ചതും ഉത്തരകേരളത്തിലെ രാഷ്ട്രീയ ചലനങ്ങളെ ത്രസിപ്പിച്ചു. കേരളത്തിലെ കോൺഗ്രസ് സോഷ്യലിസ്റ്റുകാരാകെ കമ്യൂണിസ്റ്റുകാരായി മാറിയ ചരിത്രപരമായ പരിവർത്തനം 1939 അവസാനം പിണറായി പാറപ്പുറത്തുനടന്ന രഹസ്യയോഗത്തോടെയായിരുന്നു. അതിൽ കെ പി ആറും സജീവമായി പങ്കെടുത്തു. കമ്യൂണിസ്റ്റുകാരൻ ആരായിരിക്കണമെന്ന കൃഷ്ണപിള്ളയുടെ വിശദീകരണമാണ് കൊലമരം കാത്തുകഴിയുമ്പോൾ തനിക്ക് മനക്കരു

ത്ത് നൽകിയതെന്ന് അദ്ദേഹം പറയുമായിരുന്നു. ജനങ്ങൾക്കുവേണ്ടി ജീവത്യാഗം ചെയ്യാൻപോലും തയാറാകണമെന്ന സഖാവിന്റെ വാക്കുകൾ പ്രതിധ്വനിച്ചുകൊണ്ടിരുന്നു.

കേഡർമാരെ കണ്ടെത്തുന്നതിലും വളർത്തുന്നതിലുമുള്ള കൃഷ്ണപിള്ളയുടെ പാടവമാണ് കെ പി ആർ എന്ന രാഷ്ട്രീയ നേതാവിനെ രൂപപ്പെടുത്തിയത്. തന്റെ ജീവിതത്തിൽ ഏറ്റവും സ്വാധീനം ചെലുത്തിയ വ്യക്തി സഖാവാണെന്ന് അദ്ദേഹം പറഞ്ഞത് അതുകൊണ്ടാവണം.

അധികാരത്തിന്റെ സർവസന്നാഹങ്ങളും ഉറഞ്ഞുതുള്ളിയപ്പോൾ അതിനെതിരെ നടന്ന ഐതിഹാസികമായ ചെറുത്തുനിൽപ്പായിരുന്നു മൊറാഴ സംഭവം. അതിന്റെ നായകനെന്ന നിലയിലാണ് കെ പി ആർ വിപ്ലവചരിത്രത്തിൽ അനശ്വരസ്ഥാനം നേടിയത്. സംഭവത്തെത്തുടർന്ന് സമീപപ്രദേശങ്ങളിലെല്ലാം ഭീകരമായ പൊലീസ് മർദനമായിരുന്നു. ഭീഷണിയും പ്രലോഭനവും കൊണ്ടൊന്നും കെ പി ആറിനെ പിടികൂടാനായില്ല. ഒടുവിൽ ഒമ്പതുമാസത്തിനുശേഷം അറസ്റ്റിലായി. തുടർന്ന് പറഞ്ഞറിയിക്കാനാവാത്ത ക്രൂരമർദനമാണ് ഏൽക്കേണ്ടിവന്നത്. സെഷൻസ് കോടതി ഏഴുവർഷം ശിക്ഷിച്ചു. അധികാരികൾ ഹൈക്കോടതിയിൽ പോയി. തുടർന്ന് തടവുശിക്ഷ വധശിക്ഷയായി ഉയർത്തി.

വധശിക്ഷ റദ്ദാക്കണമെന്നാവശ്യപ്പെട്ട് നടന്ന സമരമുന്നേറ്റങ്ങൾ കേരളത്തെ വീണ്ടും ത്രസിപ്പിച്ചു. രാജ്യവ്യാപകമായി അലയടിച്ച പ്രക്ഷോഭം ലണ്ടനിൽപ്പോലും എത്തി. കെ പി ആറിനെ വിട്ടയക്കണമെന്നാവശ്യപ്പെട്ട് ലണ്ടനിലെ ഡൗണിങ് സ്ട്രീറ്റിലും പ്രകടനം നടന്നു. ഗാന്ധിജിയും നെഹ്റുവും പ്രശ്നത്തിൽ ഇടപെട്ടു. ജനകീയ മുന്നേറ്റത്തിന്റെ വികാരം മാനിച്ച് അധികാരികൾ വധശിക്ഷ റദ്ദാക്കി.

ജയിൽ വിമുക്തനായ കെ പി ആർ വീണ്ടും ജനമധ്യത്തിലേക്ക്. 1948 ലെ കമ്യൂണിസ്റ്റ് വേട്ടക്കാലത്ത് അദ്ദേഹത്തിനുമേൽ അധികാരശക്തിയും ഒറ്റുകാരും എല്ലാ മർദനങ്ങളും അഴിച്ചുവിട്ടു. മരിച്ചെന്ന് കരുതി ഒരു പൊലീസ് ആപ്പീസർ ലോക്കപ്പിലേക്ക് വലിച്ചെറിയുകയായിരുന്നു. ശരീരം തളർന്നുനിന്നപ്പോഴും കെ പി ആർ കാണിച്ച ധീരത മർദകവീരന്മാരായ ആപ്പീസർമാരെ സ്തബ്ധരാക്കിയിരുന്നു.

ചെറുപ്പം മുതലേ നല്ലൊരു വായനക്കാരനായിരുന്ന കെ പി ആർ സാഹിത്യ – കായിക രംഗങ്ങളിലും ശ്രദ്ധേയനായിരുന്നു. 1930 ൽ ജയിലിൽ ഭഗത്സിങ്ങിനെക്കുറിച്ച് എഴുതിയ കവിതക്ക് എ കെ ജിയുടെ സമ്മാനം നേടിയത് പ്രശസ്തമാണ്. 1934 ൽ കല്യാശേരി കേന്ദ്രമായി ശ്രീഹർഷൻ വായനശാല തുറക്കുന്നതിൽ കേരളീയനോടൊപ്പം മുൻപന്തിയിലായിരുന്നു. അന്ന് പുറത്തിറക്കിയ കൈയെഴുത്ത് മാസികയുടെ പിന്നിലും കെ പി ആറിന്റെ താൽപ്പര്യമുണ്ട്.

ജയിലിൽ വലിയ നേതാക്കളുമായിപ്പോലും കെ പി ആർ ചതുരംഗം കളിക്കുമായിരുന്നു. ജയിൽ വിട്ട് പുറത്തുവന്ന ഘട്ടത്തിൽ കല്യാശ്ശേരിയിലെ പീടികക്കോലായയിൽ കരുക്കൾ നിരത്തി കൂട്ടുകളിക്കാരെ

വിളിച്ച കെ പി ആറിനെ ചിലരെങ്കിലും ഓർക്കുന്നുണ്ടാവും. സംസ്ഥാന നിലവാരത്തിൽ അറിയപ്പെടുന്ന ചെസ്സ് കളിക്കാരനുമായിരുന്നു അദ്ദേഹം. ഫുട്ബോളും ചതുരംഗവും എന്നും ലഹരിയും. സോവിയറ്റ് സന്ദർശനത്തിന് പോയപ്പോൾ ഇന്ത്യൻ ഇലവന്റെ കളികൾക്ക് താളം പിടിച്ച് ഗ്യാലറിയിൽ കെ പി ആറുമുണ്ടായിരുന്നത്രേ. *പാട്ടബാക്കി* പോലുള്ള നാടകങ്ങളിൽ അഭിനയിച്ചിട്ടുമുണ്ട് അദ്ദേഹം. ചെറുപ്പത്തിലെ മുളപൊട്ടിയ സാഹിത്യാഭിരുചി പത്രനടത്തിപ്പിലും തുണയായി. കമ്യൂണിസ്റ്റ് പാർട്ടിയിലെ പിളർപ്പിനെ തുടർന്ന് *ദേശാഭിമാനി*യെ സി പി ഐ (എം)നോടൊപ്പം നിർത്തുന്നതിൽ അദ്ദേഹത്തിന്റെ ധീരതയും ഉറച്ച നിലപാടും നിർണായകമായിരുന്നു. ജനങ്ങൾക്കിടയിൽ പ്രവർത്തിച്ച് അവരെ ആവേശത്തിന്റെ കൊടുമുടിയിലെത്തിക്കാനുള്ള കെ പി ആറിന്റെ കാന്തസ്പർശം പോലുള്ള കഴിവ് അസാധാരണമായിരുന്നു.

അഭിപ്രായ വ്യത്യാസത്തെ തുടർന്ന് 1968 ൽ സി പി ഐ (എം) ൽ നിന്ന് പുറത്തായതിനുശേഷവും അദ്ദേഹം ഉറച്ച കമ്യൂണിസ്റ്റായി തുടർന്നു. പൊങ്ങച്ചങ്ങൾക്കും നാട്യങ്ങൾക്കും കീഴടങ്ങാത്ത അടിയുറച്ച വിപ്ലവകാരി. വ്യക്തിജീവിതത്തിന്റെ സുഖശീതളിമയിലേക്ക് കയറിയിരിക്കാൻ അവസരങ്ങൾ കൈവന്നിട്ടും അതെല്ലാം പുറംകാൽകൊണ്ട് തൊഴിക്കുകയായിരുന്നു. നാട്ടിലെ സഹകരണ ബാങ്കിൽനിന്ന് കടമെടുത്ത പണം കൊണ്ട് തീർത്ത 'മൊറാഴ ഭവൻ' മാത്രമായിരുന്നു ആ വിപ്ലവകാരിയുടെ വ്യക്തിപരമായ ഏക സമ്പാദ്യം. അത് സാക്ഷാൽക്കരിക്കപ്പെട്ട നിമിഷത്തിൽ പങ്കുചേർന്നവർക്കറിയാം ആ മനസിന്റെ വിശുദ്ധിയും വിശാലതയും.

16

ആശയം എന്ന ആത്മവിശ്വാസം

കാൾ മാർക്സിന്റെ വിദ്യാഭ്യാസ കാലത്തെക്കുറിച്ച് ഏറെ രേഖകളൊന്നും പുറംലോകത്ത് എത്തിയിരുന്നില്ല. അധ്യാപകരെയും സഹപാഠികളെയുംകുറിച്ച് അദ്ദേഹമോ സമകാലീനരോ കൃത്യമായി എഴുതിയതായും കാണുന്നില്ല. എന്നാൽ 1835 ആഗസ്ത് 25 ന് ട്രിയറിലെ ജിംനേഷ്യം കോളേജ് നൽകിയ ഒരു രേഖ ശ്രദ്ധേയമാണ്. 1830 മുതൽ അഞ്ചുവർഷം മാർക്സ് അവിടെ പഠിച്ചുവെന്നും പതിനേഴാം വയസിൽ വിദ്യാഭ്യാസം പൂർത്തീകരിച്ചുവെന്നും അതിലുണ്ട്.

കോഴ്സ് പൂർത്തിയാക്കുംമുമ്പ് ജിംനേഷ്യത്തിലെ വിദ്യാർഥികൾ പ്രബന്ധം തയാറാക്കി നൽകണം. 'ഉദ്യോഗം തെരഞ്ഞെടുക്കുംമുമ്പ് ഒരു യുവാവിന് ഉണ്ടാകുന്ന ചിന്തകൾ' എന്നതായിരുന്നു നിർദേശിക്കപ്പെട്ട വിഷയം. മാർക്സ് ഒഴികെയുള്ള മറ്റ് സഹപാഠികൾ അതിവേഗം പ്രബന്ധം പൂർത്തിയാക്കി നൽകി. അവയിലെല്ലാം ഒരേ അഭിപ്രായപ്രകടനമായിരുന്നു. അതിനവർ ഉപയോഗിച്ച ഭാഷക്കും സാമ്യമുണ്ടായി. എന്നാൽ മാർക്സ് ഏറെ വ്യത്യസ്തതയോടെയാണ് ചിന്തിച്ചതും എഴുതിയതും. ഒരു യുവാവിന്റെ ജീവിതമാർഗം തെരഞ്ഞെടുക്കൽ എന്ന തലക്കെട്ടിലുള്ള ആ പ്രബന്ധം ഇങ്ങനെ ആരംഭിച്ചു.

> ...മാനവ സമുദായത്തിന്റെ നന്മക്കായി ഏറ്റവും കൂടുതൽ സംഭാവന ചെയ്യാനുതകുന്ന ഒരു തൊഴിലാണ് നാം തെരഞ്ഞെടുക്കുന്നതെങ്കിൽ, വൈഷമ്യഭാരങ്ങൾ നമ്മുടെ നടുവളയ്ക്കുകയില്ല. എന്തുകൊണ്ടെന്നാൽ ആ ത്യാഗങ്ങൾ എല്ലാവർക്കുംവേണ്ടിയുള്ളതാണല്ലോ. അതിലൂടെ നമുക്ക് ലഭിക്കുന്ന ആനന്ദമോ? അത് ക്ഷുദ്രമോ പരിചിതമോ വ്യക്തിപരമോ ആയിരിക്കില്ല. അപ്പോൾ നമ്മുടെ കർമങ്ങൾ ഒരുക്കത്തോടെയാണെങ്കിലും നിത്യതയിലേക്ക്

നീളുന്നു. നന്മ നിറഞ്ഞവരുടെ തിളക്കമാർന്ന അശ്രുകണങ്ങൾ നമ്മുടെ ചിതാഭസ്മത്തിൽ പതിക്കും...

അതവിടെ നിന്നില്ല. സാമൂഹ്യബന്ധങ്ങൾ വ്യക്തികൾ അറിയാതെ രൂപം കൊള്ളുന്നത് സംബന്ധിച്ചും മഹത്വത്തിന്റെ പുതിയ നിർവചനം മുൻനിർത്തിയും പിന്നീട് കൂട്ടിച്ചേർക്കുകയാണ്.

...നമുക്ക് യോജിച്ചതാണെന്ന് വിശ്വസിക്കുന്ന തൊഴിൽ തെരഞ്ഞെടുക്കാൻ മിക്കപ്പോഴും സാധ്യമാകുന്നതല്ല. കാരണം സാമൂഹ്യബന്ധങ്ങൾ നാം അറിയാതെ നമുക്കവയെ മനസിലാക്കാൻ സാധിക്കും മുമ്പേ നമ്മിൽ രൂപംകൊള്ളുന്നു... തനിക്കുവേണ്ടിമാത്രം ജീവിക്കുന്നവർക്ക് പ്രസിദ്ധനായ ശാസ്ത്രജ്ഞനോ വലിയ സിദ്ധനോ മഹാകവിയോ ആയിത്തീരാൻ ഒരുപക്ഷേ സാധിക്കുന്നതാണ്. എന്നാൽ അദ്ദേഹം യഥാർഥത്തിൽ കുറ്റമറ്റവനോ മഹാത്മാവോ ആകുന്നില്ല. പൊതുലക്ഷ്യത്തിനായി പ്രവർത്തിച്ച് സ്വയം മഹത്വം നേടുന്നവരെയാണ് ചരിത്രം മഹാത്മാക്കളായി അംഗീകരിക്കുന്നത്...

അങ്ങനെ ഒരു തത്വത്തിന്റെ ആദ്യകിരണം ഇരുളടഞ്ഞ മഴക്കാലത്തെ ഇരുളടഞ്ഞ തമസ്സിലൊരു മിന്നലെന്നോണം ആ ബാലന്റെ മസ്തിഷ്കത്തിൽ തിളങ്ങി. അതിന്റെ പരിപൂർണതയിലേക്കുള്ള വളർച്ച മാനവരാശിയുടെ അനശ്വര സേവനമായിത്തീർന്നു എന്ന മട്ടിലാണ് ഒരു നിരീക്ഷകൻ മാർക്സിന്റെ ആ പ്രബന്ധത്തെ വൈകാരികമായി സ്ഥാനപ്പെടുത്തിയത്.

ലോകമെങ്ങുമുള്ള വിപ്ലവകാരികളുടെ മനസിൽ തമസിലെ മിന്നലെന്നോണം തിളങ്ങിയ ചിന്തകൾ അവരെ ചരിത്രത്തിനു മുന്നിൽ നടക്കാൻ പ്രാപ്തമാക്കി. സ്വയം നവീകരണത്തിലൂടെ ജനസമൂഹത്തെയാകെ പുതുക്കിപ്പണിയുകയായിരുന്നു അവർ. പശ്ചാത്തല പരിമിതികളെ കടന്നുവച്ച് രാഷ്ട്രീയ വിദ്യാഭ്യാസത്തിന്റെ പുതിയ പാഠങ്ങൾ തുറന്നുവച്ച കേരളീയ നേതാക്കളിൽ അവിസ്മരണീയമായ ഓർമയാണ് സി എച്ച് കണാരൻ. എസ് എസ് എൽ സിക്ക് കണക്കിൽ 100ൽ 99 മാർക്ക് നേടിയ ആ മിടുക്കൻവിദ്യാർഥി സാമൂഹ്യരംഗത്തും ഒന്നാമനാവുകയായിരുന്നു.

തീർത്തും പ്രതികൂലങ്ങളായ സാഹചര്യങ്ങളുടെ വൻമതിലുകൾ തച്ചുടച്ചുകൊണ്ടാണ് സി എച്ച് യൗവനം മുതൽ ശ്രദ്ധേയനായത്. തോറ്റുകൊണ്ടിരിക്കുമ്പോഴും ശരികളിലിരുന്ന് നിസ്സംഗം ദഹിച്ച, തലകീഴായ ലോകത്തിന്റെ 'വിധി' തിരുത്താൻ സത്യവചനങ്ങളെഴുതിയ, നാണയവഞ്ചനാലോകം ജയിക്കുന്നതിന്റെ ചതിക്കണക്ക് പൊളിച്ചുകാട്ടിയ, അപ്രമാദമാംവിധം അനുകൂലമായ സാഹചര്യങ്ങളിലേ സമരമാകാവൂ എന്ന സൗകര്യവാദത്തെ കുടഞ്ഞെറിഞ്ഞ–അടിമുടി വിപ്ലവവൽക്കരി

ക്കപ്പെട്ട വ്യക്തിത്വമായിരുന്നു സി എച്ചിന്റേത്. തലയിലെ അഞ്ചു മുടി കൊഴിഞ്ഞാൽ ഡോക്ടർക്ക് കത്തെഴുതുകയും പതിനായിരം രൂപ കടം വന്നാൽ ആത്മഹത്യയിലേക്ക് പലായനം ചെയ്യുകയും ഒരു തെരഞ്ഞെടുപ്പു തോൽവിയോടെ എല്ലാം അവസാനിച്ചുവെന്ന് അടക്കംപറയുകയും ചെയ്യുന്ന ശീലങ്ങളെ മുപ്പതുകളിൽ അദ്ദേഹം കടന്നുപിടിച്ചിരുന്നു. ആശയങ്ങളെയും ആദർശങ്ങളെയും സംശയാസ്പദമാക്കുന്ന ആത്മവിശ്വാസക്കുറവിനെ ആ പോരാളി പൊറുപ്പിച്ചതേയില്ല. കമ്യൂണിസ്റ്റുകാർ വിജയങ്ങളുടെ വേലിയേറ്റങ്ങളിൽനിന്ന് മാത്രമല്ല തോൽവികളുടെ പരമ്പരകളിൽനിന്നും ഊർജം സംഭരിക്കേണ്ടതുണ്ടെന്ന് പലവട്ടം ഓർമപ്പെടുത്തുകയുമുണ്ടായി.

1946 മാർച്ച് 21. മദിരാശി നിയമസഭയിലേക്കുള്ള തെരഞ്ഞെടുപ്പ്. കോട്ടയം–വയനാട് പൊതുനിയോജകമണ്ഡലത്തിലെ കമ്യൂണിസ്റ്റ് പാർട്ടി സ്ഥാനാർഥി സി എച്ച്. എതിരാളിയാവട്ടെ പഴയ കോൺഗ്രസ് സഹപ്രവർത്തകൻ എം പി ദാമോദരൻ. അദ്ദേഹം മോശമല്ലാത്ത ഭൂരിപക്ഷത്തിന് വിജയിച്ചു. തലശേരി മൈതാനിയിൽ ഉൽക്കണ്ഠയോടെ ഫലം കാത്തിരിക്കുകയായിരുന്നു പാർട്ടി പ്രവർത്തകർ. അസ്വസ്ഥരായ അവരുടെ ഇടയിലേക്ക് പുഞ്ചിരിയോടെ കയറിവന്നു. "...സഖാക്കളേ, നമ്മൾ തോറ്റു. വിജയത്തിന് മുന്നോടിയായ പരാജയം. അതെന്തായാലും ടൗണിൽ നമുക്കൊരു പ്രകടനം നടത്തണം..." സി എച്ചിന്റെ കഴുത്തിൽ ചുവന്ന ഹാരങ്ങൾ നിറഞ്ഞു. അദ്ദേഹത്തെ മുന്നിൽ നടത്തിയ ആഹ്ലാദറാലി നഗരത്തിലൂടെ നീങ്ങി. പലർക്കും സംശയമായി. സി എച്ചാണോ ജയിച്ചത്. എം പി ദാമോദരനെ ആനയിച്ചുള്ള കോൺഗ്രസ് പ്രകടനമാണ് സംശയ നിവൃത്തി വരുത്തിയത്. പരാജയങ്ങളിൽനിന്നുപോലും ഊർജം ഊറ്റിയെടുക്കുന്ന രീതിയായിരുന്നു സിഎച്ചിന്റേത്.

നിരീശ്വരവാദ പ്രസ്ഥാനത്തിലൂടെയാണ് കണാരൻ പൊതുപ്രവർത്തനത്തിന്റെ ആദ്യപടികൾ കയറുന്നത്. കുട്ടികളെയും ചെറുപ്പക്കാരെയും വിളിച്ചുകൂട്ടി 'ഈശ്വരനുണ്ടോ, ഇല്ലയോ' എന്ന വിഷയത്തിൽ ഒട്ടേറെ ചർച്ചാ യോഗങ്ങൾ നടത്തി. മൊയാരത്ത് ശങ്കരനും സർദാർ ചന്ദ്രോത്ത് കുഞ്ഞിരാമൻനായരുമൊക്കെ ഈ പരിശ്രമങ്ങളിൽ പിന്തുണയായിരുന്നു. ചില യോഗങ്ങളിൽ അപസ്വരങ്ങളും കൂവലുമൊക്കെ അകമ്പടിയായുണ്ടായി. ഏറും തല്ലും കിട്ടിയ ചുരുക്കം സന്ദർഭങ്ങളും. അന്ന് വികസിച്ച സൗഹൃദവലയം പിന്നീട് കോൺഗ്രസ് കമ്മിറ്റികളും കോൺഗ്രസ് സോഷ്യലിസ്റ്റ് യൂണിറ്റുകളും കർഷകസംഘങ്ങളും വായനശാലകളും പടുത്തുയർത്താൻ സി എച്ചിനും സഹപ്രവർത്തകർക്കും വലിയ തുണയായി.

അക്കാലത്ത് തലശേരി പ്രദേശത്ത് സാഹിത്യസമാജങ്ങൾ വിളിച്ചുചേർക്കാനും കണാരൻ മുൻകൈയെടുത്തു. അവിടെയും നിരീശ്വരവാദത്തിന്റെ ആശയങ്ങൾ പ്രസരിപ്പിക്കാൻ ശ്രമിക്കുകയുണ്ടായി. എന്നാൽ വാഗ്ഭടാനന്ദനും മറ്റും ഈശ്വരനുവേണ്ടി നിലകൊണ്ടത് ചർച്ചകളിൽ

തീപ്പൊരിയുതിർത്തു. ദേശീയ വികാരത്തിന്റെ രചനകളിലൂടെ സാന്നിധ്യമറിയിച്ച വള്ളത്തോളിന്റെ ആരാധകരായി പ്രദേശത്തെ ചെറുപ്പക്കാർ മാറിക്കഴിഞ്ഞിരുന്നു. സി എച്ച് നേതൃത്വം കൊടുത്ത സാഹിത്യസമാജങ്ങളിലും യുക്തിവാദ ധാരയിലും മുഴുകുന്നവരായിരുന്നു അവർ. വള്ളത്തോളിനെ പങ്കെടുപ്പിച്ച് വിപുലമായ സാഹിത്യസമ്മേളനം നടത്താൻ ആ യുവാക്കൾ നിശ്ചയിച്ചു.

തലശേരിയിലിറങ്ങിയ കവിയെ ആനപ്പുറത്തേറ്റിയാണ് സമ്മേളന വേദിയിലെത്തിച്ചത്. 1934 ൽ നടന്ന ആ സാഹിത്യ കൂടിച്ചേരലിലാണ് *മഹാഭാരത*വും *രാമായണ*വും ചുട്ടെരിക്കണമെന്ന പി കേശവദേവിന്റെ ആഹ്വാനമുണ്ടായത്. അതിന്റെ ഊന്നലിലെ പരിമിതികൾ എന്തായാലും അന്ന് വലിയ കോളിളക്കമുണ്ടായി. തുടർച്ചയായി കോട്ടയം താലുക്ക് യുജവന സമ്മേളനം മട്ടന്നൂരിൽ. ഇവയുടെയെല്ലാം നേതൃത്വത്തിൽ സി എച്ചായിരുന്നു. അയിത്താചരണം, അന്ധവിശ്വാസങ്ങളും അനാചാരങ്ങളും, അടിമ മനോഭാവം തുടങ്ങിയവക്കെതിരെയെല്ലാം അനുരഞ്ജന രഹിതമായ കലാപാഹ്വാനമാണ് അദ്ദേഹവും മറ്റും ഉയർത്തിയത്. ഈ ആശയങ്ങളുടെ പ്രചാരണത്തിന് 1934 മെയ് മാസത്തിൽ സി എച്ച് പത്രാധിപരായി *സ്വതന്ത്ര ചിന്ത* എന്ന കൈയെഴുത്തു മാസികയും പുറത്തിറക്കി. സ്വാതന്ത്ര്യം തന്നെ അമൃതം എന്ന കുമാരനാശാന്റെ വരിയായിരുന്നു അതിന്റെ തലക്കുറി. ഇംഗർസോൾ, സഹോദരൻ അയ്യപ്പൻ, സി വി രാമൻ, ജെ കൃഷ്ണമൂർത്തി തുടങ്ങിയവരുടെ ആശയങ്ങൾ ഉദ്ധരണികളായി മാസികയിൽ സ്ഥാനം പിടിച്ചിരുന്നു. ആദ്യ ലക്കത്തിൽ സംഘടനയുടെ മാനിഫെസ്റ്റോ പത്രാധിപർ വ്യക്തമാക്കിയതിങ്ങനെ:

> ...ഏത് പ്രസ്ഥാനത്തിനും ഇപ്പോൾ ഏറ്റവും ശക്തിയേറിയ ആയുധം പത്രമാണ്. എന്നാൽ ഞങ്ങളെപ്പോലുള്ളവർക്ക് പത്രം നടത്താനുള്ള സാമ്പത്തിക ശക്തിയില്ലെന്നുള്ളത് തുറന്നുപറയുന്നു. എങ്കിലും ഞങ്ങളുടെ ഹൃദയങ്ങളിൽ തിരതല്ലിക്കൊണ്ടിരിക്കുന്ന ആശയങ്ങൾ സ്വതന്ത്രമായ നിലയിൽ പ്രകടിപ്പിക്കാനുള്ള ഒരു ആയുധം മാത്രമാണ് എളിയനിലയിൽ നടത്തപ്പെടുന്ന ഈ മാസിക...

അക്കാലത്തെഴുതിയ ഒരു കുറിപ്പിൽ, എല്ലാ സമുദായങ്ങളിലെയും അവശർ മതാതീതമായി ഒന്നിച്ചുനിൽക്കാൻ ആഹ്വാനം നൽകിയിട്ടുമുണ്ട് സി എച്ച്. എടക്കാട്ടും കണ്ണൂരും നടന്ന ഹിന്ദു-മുസ്ലിം ലഹളയുടെ പശ്ചാത്തലത്തിലായിരുന്നു അത്. തൊഴിലാളികൾ മതത്തിനുവേണ്ടിയുള്ള കലഹം നിർത്തി ജീവിതാവശ്യങ്ങൾക്കുവേണ്ടി പോരാടട്ടെ എന്നും അതിൽ ഊന്നുന്നുണ്ട്. 1972 ജനുവരി എട്ടിന് *ദേശാഭിമാനി*യിലെഴുതിയ 'മുസ്ലിംലീഗ് ജനസംഘത്തെ പ്രീണിപ്പിക്കുന്നു' എന്ന ലേഖനത്തിന്റെ ചെറുരൂപമായി കണക്കാക്കാം മാസികയിലെ പഴയ കുറിപ്പ്.

1934 ൽ തലശേരിയിൽ പിറന്ന യുവജന സാഹിത്യസംഘടനയും ചരിത്രത്തിലെ ദീപ്തമായ ഓർമയാണ്. അതാണ് പിൽക്കാലത്ത് സാഹിത്യരംഗത്തുണ്ടായ ചൂടേറിയ വാദവിവാദങ്ങളുടെയും ഏറ്റുമുട്ടലുകളുടെയും തുടക്കം. സാഹിത്യമണ്ഡലത്തിൽ ചെറുപ്പക്കാർ വിപ്ലവക്കൊടി നാട്ടിയതിനെക്കുറിച്ച് കേസരി ബാലകൃഷ്ണപിള്ള മുഖപ്രസംഗത്തിൽ പരാമർശിച്ചു. "ജനിച്ചവർഷം തന്നെ യുവജന സാഹിത്യ സംഘടന മരിച്ചെങ്കിലും അത് ഉൾക്കൊണ്ട ആശയബീജം അനുകൂലമായ ഋതുസംക്രമം പരീക്ഷിച്ച് മണ്ണിൽ ഉറങ്ങിക്കിടന്നു"വെന്നായിരുന്നു തായാട്ട് ശങ്കരന്റെ വിലയിരുത്തൽ. നിരീശ്വരവാദ പ്രചാരണങ്ങൾക്കെതിരെ ആത്മവിദ്യാസംഘം ഉയർത്തിയ എതിർപ്പുകൾപോലെ സാഹിത്യരംഗത്തും അസഹിഷ്ണുതയുണ്ടായി. യുവജന സാഹിത്യ സംഘടനയുടെ രൂപീകരണയോഗം നടന്നതിന്റെ പിറ്റേദിവസം യാഥാസ്ഥിതിക വിഭാഗം ഒത്തുകൂടി. സാമ്രാജ്യത്വ ഭരണാധികാരികളുടെ നിറഞ്ഞ പിന്തുണയിൽ മൂർക്കോത്ത് കുമാരന്റെ നേതൃത്വത്തിൽ നടന്ന സാഹിത്യപരിഷത്ത് യോഗമായിരുന്നു അത്.

കോൺഗ്രസ് സോഷ്യലിസ്റ്റ് പാർട്ടിയിൽ ചേർന്നതോടെയാണ് സി എച്ചിന്റെ പൊതുപ്രവർത്തനത്തിന് വ്യക്തമായ ദിശാബോധമുണ്ടായിത്തീരുന്നത്. ഇത് ട്രേഡ്യൂണിയൻ പ്രവർത്തനങ്ങൾ രാഷ്ട്രീയരൂപമാർജിക്കുന്നതിലേക്കാണ് എത്തിയതും. ശ്രീനാരായണഗുരുവിന്റെയും മറ്റും ചിന്തകൾക്ക് ആദ്യപ്രതികരണം ലഭിച്ച മലബാറിലെ പ്രധാന പ്രദേശം തലശേരിയായിരുന്നു. 1906 ൽ ജ്ഞാനോദയ യോഗത്തിന്റെ രൂപീകരണം അതിന്റെ തുടക്കവും. ജാതി പരിഷ്കരണ പ്രസ്ഥാനത്തിന്റെ ഈയൊരു പ്രവർത്തനഘട്ടത്തിലാണ് ശ്രീനാരായണ ബീഡിത്തൊഴിലാളിസംഘം ഉടലെടുക്കുന്നത്. 1934 ഏപ്രിലിലായിരുന്നു അത്. ശ്രീനാരായണ ഭക്തനും തിയോസഫിക്കൽ സൊസൈറ്റി പ്രവർത്തകനുമായിരുന്ന ശിവപ്രസാദായിരുന്നു പ്രസിഡന്റ്. ട്രേഡ് അടിസ്ഥാനത്തിലായിരുന്നില്ല അത്. കണ്ണൂർ ഗൗതമ ലോഡ്ജ് കേന്ദ്രീകരിച്ചായിരുന്നു പ്രവർത്തനങ്ങൾ. മദിരാശി ലേബർ യൂണിയന്റെ ഘടകം തുടങ്ങാനും ശിവപ്രസാദ് മുന്നിട്ടിറങ്ങി. ഗുരുവിന്റെ ജനന–ചരമവാർഷിക ദിനത്തിന് പൊതു അവധി വേണമെന്നതായിരുന്നു ശ്രീനാരായണ ബീഡിത്തൊഴിലാളി സംഘത്തിന്റെ പ്രധാന ആവശ്യം. അതിന് പ്രമേയം പാസാക്കുകയുമുണ്ടായി. ആ യൂണിയനെ യഥാർഥ ട്രേഡ്യൂണിയനായി പുനഃസംഘടിപ്പിച്ചത് സി എച്ച് കണാരനായിരുന്നു.

ഇങ്ങനെ ബദൽ ബോധത്തിന്റെയും കാഴ്ചപ്പാടിന്റെയും സ്ഫുരണങ്ങൾ പ്രസരിപ്പിച്ചപ്പോൾ ചില ആശയപ്രശ്നങ്ങളിൽ സി എച്ചിന് ചെറിയ അവ്യക്തതയുണ്ടായി. 1954–55 ൽ മുളപൊട്ടിയതും 64 ൽ പിളർപ്പിൽ അവസാനിച്ചതുമായ ഉൾപ്പാർട്ടി സമരത്തിൽ അദ്ദേഹം ആദ്യമെടുത്ത നിലപാട് പിന്നീട് മാറ്റിയിരുന്നു. ഇ എം എസ് എഴുതി:

> ...'ആവടി സോഷ്യലിസ'ത്തിനുശേഷമുള്ള സ്ഥിതിഗതികളെക്കുറിച്ച് പാർട്ടിയുടെ കേന്ദ്ര നേതൃത്വം അംഗീകരിച്ച സമീപനം ജനങ്ങളിൽ നല്ല പ്രതികരണമല്ല ഉണ്ടാക്കുന്നതെന്ന് അദ്ദേഹം മനസിലാക്കി. അതുകൊണ്ട് പിന്നീട് വലതു കമ്യൂണിസ്റ്റുകാർ അംഗീകരിച്ച നിലപാടിന്റെ ഛായയുള്ള ഒരു സമീപനമാണ് അന്ന് സ്വീകരിച്ചത്. പക്ഷേ 'ആവടി സോഷ്യലിസ'ത്തിന്റെ പ്രയോഗം കണ്ട ബഹുജനങ്ങളിൽ മാറ്റം വന്നുതുടങ്ങിയെന്നും 'നിഷേധാത്മക'മെന്ന് മുമ്പ് താൻ കരുതിയിരുന്ന നയസമീപനത്തിന് ജനങ്ങൾ നല്ല പ്രതികരണമാണ് നൽകുന്നതെന്നും കണ്ടപ്പോൾ സി എച്ച് നിലപാട് മാറ്റി. അങ്ങനെ 1956 ൽ (പാലക്കാട് പാർട്ടി കോൺഗ്രസിൽ) വലതു വിഭാഗത്തിന്റെ കൂടെനിന്നിരുന്ന സി എച്ച് ക്രമേണ ഇടത്തോട്ട് നീങ്ങാൻ തുടങ്ങുകയും അവസാനം (1964ൽ) സി പി ഐ (എം)ന്റെ കേന്ദ്ര–കേരള നേതൃത്വത്തിൽ സജീവമായ പങ്കുവഹിക്കുകയും ചെയ്തു.... (*ബഹുജനങ്ങളാകുന്ന അമ്മയുടെ മകൻ*).

ഇത്തരമൊരു വ്യക്തതക്കുശേഷം സി എച്ച് നൽകിയ സംഭാവനകൾ സി പി ഐ (എം)നെ വിപുലമാക്കുന്നതിൽ വലിയ പങ്കുവഹിച്ചു. ഇടതു–വലത് വ്യതിയാനങ്ങൾക്കു മുന്നിൽ പകച്ചുനിൽക്കാതെ ശരിയായ വഴി ചൂണ്ടിക്കാണിക്കുകയും ചെയ്തു. വിദ്യാർഥികളെയും യുവാക്കളെയും തരളിതമാക്കുന്ന വേരില്ലാത്ത വിപ്ലവാഭിനിവേശത്തിനെതിരെ അദ്ദേഹം പലവട്ടം മുന്നറിയിപ്പ് നൽകുകയുണ്ടായി. കെ എസ് വൈ എഫ് കോഴിക്കോട് സംസ്ഥാന സമ്മേളനത്തിനു മുന്നോടിയായുള്ള പതാകജാഥയുടെ ഉദ്ഘാടനം നിർവഹിച്ച് നടത്തിയ പ്രസംഗംപോലും ഇപ്പോൾ ശ്രദ്ധിക്കേണ്ടതാണ്. വളർന്നുവരുന്ന പുരോഗമന യുവജന–വിദ്യാർഥി പ്രസ്ഥാനങ്ങളെ തകർക്കുകയെന്ന ലക്ഷ്യത്തോടെ പ്രവർത്തിക്കുന്ന പ്രതിവിപ്ലവ ശക്തികൾക്കെതിരെ നിതാന്ത ജാഗ്രത പുലർത്താനായിരുന്നു ആ ആഹ്വാനം. അശാസ്ത്രീയമായ ആശയഗതികൾ പ്രചരിപ്പിച്ച് ഒരു കൂട്ടം യുവജനങ്ങൾ രാജ്യത്ത് കൃഷിക്കാർക്കും പുരോഗമന യുവജന–വിദ്യാർഥി പ്രസ്ഥാനങ്ങൾക്കുമെതിരെ ഗുണ്ടാ ആക്രമണങ്ങൾ അഴിച്ചുവിട്ടുകൊണ്ടിരിക്കയാണ്. ഈ നീക്കം ചെറുക്കുന്നതിന് ആവശ്യമായ കരുത്ത് ജനാധിപത്യ പ്രസ്ഥാനങ്ങൾ ആർജിക്കണം. തൊഴിലാളി–കർഷക പ്രസ്ഥാനങ്ങളുമായി യോജിച്ചുനിന്ന് ഇത്തരം സാമൂഹ്യവിരുദ്ധ ശക്തികൾക്കെതിരെ പോരാടാൻ യുവാക്കൾ തയാറാകണമെന്നും സി എച്ച് അഭ്യർഥിക്കുകയുണ്ടായി ആ പ്രസംഗത്തിൽ.

17

ഓടിക്കൊണ്ടിരിക്കുന്ന തീവണ്ടിയിൽ നിഷ്പക്ഷനാകാൻ കഴിയില്ല

യുദ്ധമെന്നാൽ പരസ്പരമുള്ള വെറും പോരാടൽ മാത്രമല്ല. യുദ്ധത്തെ ഉൾക്കൊള്ളാനുള്ള കാലദൈർഘ്യം കൂടിയാണെന്ന് പറഞ്ഞത് തത്വചിന്തകൻ തോമസ് ഹോബ്സ്. മൂലധന പ്രോക്തമായ കാഴ്ചപ്പാടുകൾ ഇരുപതാം നൂറ്റാണ്ടിനെ കീറിമുറിച്ചത് വിലയിരുത്തുമ്പോൾ വിശ്രുത ചരിത്രകാരൻ എറിക് ഹോബ്സ്ബാം ഇക്കാര്യം കൂടുതൽ വിശദമാക്കാൻ ശ്രമിച്ചിട്ടുണ്ട്. എഴുതപ്പെട്ട ചരിത്രത്തിലെ അതിക്രൂരമായ നൂറ്റാണ്ടേത് എന്ന ചോദ്യത്തിന് ഇരുപതാം നൂറ്റാണ്ട് എന്ന മറുപടിയെഴുതാൻ അദ്ദേഹം തീരെ സമയം കളഞ്ഞിരുന്നില്ല. 1913 ലെ ലോകജനസംഖ്യയുടെ പത്തുശതമാനത്തിലധികത്തിന് സമാനമായ 18.7 കോടി ജനങ്ങളാണ് ഇതുമായി ബന്ധപ്പെട്ട യുദ്ധങ്ങളിൽ മരിച്ചുവീണത്. 1914 ൽ തുടങ്ങിയ യുദ്ധം വളരെ ചെറിയ ഇടവേളകളിലൊഴിച്ചാൽ എപ്പോഴുമുണ്ടായിരുന്നു. ലോകമഹായുദ്ധമായിരുന്നു അവിടെ തെളിഞ്ഞു കണ്ടത്. അതിർത്തിരാജ്യങ്ങളും അല്ലെങ്കിൽ സഖ്യകക്ഷിരാജ്യങ്ങളും തമ്മിൽ. ഇത്തരം സൂചനകളിലൂടെ ഹോബ്സ്ബോം (ഇരുപതാം നൂറ്റാണ്ടിലെ യുദ്ധവും സമാധാനവും) സപ്തംബർ 11 നു ശേഷമുളവായ സ്ഥിതി വിശേഷങ്ങളും അടിവരയിട്ടുപോകുന്നുമുണ്ട്.

> .....യുദ്ധം ചെയ്യുന്നവരും ചെയ്യാത്തവരും തമ്മിലുള്ള വ്യത്യാസം ഒലിച്ചുപോയതായി നാം കാണുന്നു. രണ്ടു ലോകമഹായുദ്ധങ്ങൾ നൂറ്റാണ്ടിന്റെ ആദ്യപകുതിയിൽ യുദ്ധം ചെയ്യുന്നവരെയും അല്ലാത്തവരെയും ഇതിലുൾപ്പെടുത്തി. നൂറ്റാണ്ടിന്റെ തുടക്കത്തിൽ യുദ്ധഭാരം സായുധസേനയിൽ നിന്ന് പൗരന്മാരിലേക്ക് മാറ്റപ്പെട്ടു. അവർ അതിന്റെ ഇരകൾ മാത്രമല്ല, ആയുധധാരികളുടെ ലക്ഷ്യം കൂടിയായിരുന്നു. ഒന്നും രണ്ടും ലോകമഹായുദ്ധങ്ങൾ തമ്മിലു

ള്ള വൈരുധ്യം നാടകീയമായിരുന്നു. ആദ്യത്തേതിൽ 5 ശതമാനം ജനങ്ങളാണ് മരിച്ചത്. രണ്ടാമത്തെ യുദ്ധത്തിലാകട്ടെ ഇത് 66 ശതമാനമായി ഉയർന്നു. ഇന്ന് യുദ്ധം ബാധിക്കുന്നത് 80 മുതൽ 90 ശതമാനം വരെ സാധാരണ പൗരന്മാരെയാണ്.... രാജ്യങ്ങൾ തമ്മിലുള്ള സാമ്പത്തികവും സാമൂഹികവുമായ അന്തരം സമാധാനത്തിന്റെ സാധ്യതകൾ കുറയ്ക്കുന്നു....

എന്ന് നിരീക്ഷിച്ച ഹോബ്സ്ബാം ഇരുപത്തിയൊന്നാം നൂറ്റാണ്ടിലെ പ്രവണത ചുരുക്കി വിവരിക്കുന്നുമുണ്ട്. പുതിയ യുദ്ധങ്ങൾ പഴയവയെപ്പോലെ ദാരുണമാവില്ല. പക്ഷേ, ആയുധമണിഞ്ഞ ആക്രമണങ്ങൾ വേദനയും നഷ്ടങ്ങളുമുണ്ടാക്കി രാജ്യത്തിന്റെ പലഭാഗങ്ങളിലും ശക്തമായി നിലനിൽക്കും. ഒരുപക്ഷേ പകർച്ചവ്യാധിപോലെ, സമാധാനം നിറഞ്ഞുതുളുമ്പുന്ന ഒരു നൂറ്റാണ്ടിന്റെ ഭാവി ഏറെ അകലെയാണെന്നും അദ്ദേഹം പരിതപിച്ചു.

വസ്തുതകളുടെ പിൻബലമുള്ള, അനുഭവങ്ങൾ സാധൂകരിച്ച ഇത്തരം തിരിച്ചറിവുകളിലേക്ക് വെളിച്ചം തൂകുന്ന എത്രയോ അപഗ്രന്ഥങ്ങളുണ്ടായിട്ടുണ്ട്. അവയെ നിർണയിച്ച യാഥാർഥ്യങ്ങളുടെ പശ്ചാത്തലം കൂടി ശക്തമായി ഓർമപ്പെടുത്തുന്നതിനാൽ ഹവാർഡ് സിൻ നൽകിയ സംഭാവനകൾ ഉജ്വലങ്ങളാണ്. 2010 ജനുവരി 27 ന് 87–ാം വയസിൽ അന്തരിച്ച ആ ജനകീയ ചരിത്രകാരന്റെ ബഹുവിധങ്ങളായ പ്രായോഗിക– ധൈഷണിക ഇടപെടലുകൾ അവ അർഹിക്കുംമട്ടിൽ മലയാളികൾ കണക്കുവെച്ചിട്ടുണ്ടോ എന്നത് സംശയമാണ്. ലോകമെമ്പാടും മനുഷ്യാവകാശ പ്രവർത്തനങ്ങളെ പ്രചോദിപ്പിച്ച ജനാധിപത്യാവബോധത്തെ ഉണർത്തിയ, മൂലധനത്തിന്റെ കാണാച്ചരടുകൾ തിരഞ്ഞ ആക്റ്റിവിസ്റ്റായ ജനകീയ ചരിത്രകാരനായിരുന്നു അദ്ദേഹം. പരുപരുത്ത യാഥാർഥ്യങ്ങളിലൂടെ നടന്നുപോകേണ്ടിവന്ന ജീവിതഘട്ടങ്ങൾ ആ മനുഷ്യനെ മറ്റൊരു തരത്തിൽ രൂപപ്പെടുത്തുകയായിരുന്നു. അമേരിക്കൻ ധൈഷണിക–ധാർമിക സംസ്കാരത്തിന് തിട്ടപ്പെടുത്താനാവാത്ത സംഭാവന നൽകിയ വ്യക്തിത്വം എന്നാണ് നോം ചോംസ്കി അദ്ദേഹത്തെ വിശേഷിപ്പിച്ചത്. അമേരിക്കൻ അവബോധത്തെ ഏറെ ഗുണാത്മകമായി സ്വാധീനിച്ച സിൻ താരതമ്യമില്ലാത്ത പ്രതിഭയാണെന്നും കൂട്ടിച്ചേർത്തു. സിന്നിന്റെ രചനകളാവട്ടെ തലമുറയുടെയാകെ കാഴ്ചപ്പാടിനെയും രീതിശാസ്ത്രത്തെയും സമൂലമായി മാറ്റിമറിച്ചെന്നും അദ്ദേഹം അഭിപ്രായപ്പെടുകയുണ്ടായി.

ചരിത്രത്തോടുള്ള സമീപനങ്ങളെ മാറ്റിയെഴുതിയ സിൻ യുദ്ധവിരുദ്ധ പ്രസ്ഥാനത്തിന്റെയും മനുഷ്യാവകാശ മുന്നേറ്റങ്ങളുടെയും ആശയപ്രചോദനം തന്നെയായി. 1922 ആഗസ്ത് 24ന് ന്യൂയോർക്കിൽ ജനിച്ച ഹവാർഡ് സിൻ ജീവിതത്തിന്റെ കടുത്ത യാഥാർഥ്യങ്ങളുമായി പലപ്പോഴും മല്ലിട്ടു. സൗഭാഗ്യങ്ങൾ അകന്ന അത്രയൊന്നും വിദ്യാഭ്യാസമി

ല്ലാതിരുന്ന തൊഴിലാളി കുടുംബത്തിലായിരുന്നു ജനനം. ചാൾസ് ഡിക്കൻസിന്റെ കൃതികളാണ് വായനയുടെ വാതിലുകൾ തുറന്നുകൊടുത്തത്. താമസസ്ഥലത്തിനടുത്ത തൊഴിലാളി പ്രവർത്തകരുമായുള്ള പരിചയം രാഷ്ട്രീയം ഇഷ്ടവിഷയമാക്കി. കപ്പൽ തൊഴിലാളിയായും പട്ടാളത്തിലെ ലെഫ്റ്റനന്റായും പ്രവർത്തിച്ചു. രണ്ടാംലോകമഹായുദ്ധ കാലയളവിൽ അതിന്റെ സംഹാരാത്മകതകൾ നേരിൽക്കണ്ടു. ഈ കണ്ണായിരിക്കണം യുദ്ധവിരുദ്ധ മനോഭാവത്തിലേക്ക് തുറന്നുപിടിച്ചത്. ചെറിയ ചെറിയ തൊഴിലുകളെടുത്ത് 27–ാം വയസിലാണ് ന്യൂയോർക്ക് സർവകലാശാലാ വിദ്യാർഥിയാകുന്നതെന്നതും എടുത്തുപറയേണ്ടതാണ്. രാത്രികാലങ്ങളിൽ ട്രക്കുകളിൽ തൊഴിലെടുത്തായിരുന്നു പഠനത്തിനാവശ്യമായ പണം കണ്ടെത്തിയത്. അവിടെ നിന്ന് ബിരുദം നേടിയ സിൻ കൊളംബിയ സർവകലാശാലയിൽ നിന്ന് ഡോക്ടറേറ്റ് കരസ്ഥമാക്കി. പല പ്രശസ്ത കോളേജുകളിലും അധ്യാപകനായിരുന്ന അദ്ദേഹം കറുത്തവർഗ സ്ത്രീകളുടെ ചരിത്രം അന്വേഷിക്കുന്ന സ്ഥാപനത്തിലുമെത്തി. ലോക പ്രശസ്ത നോവലിസ്റ്റ് ആലീസ് വാക്കറെപ്പോലുള്ളവർ സിന്നിന്റെ ശിഷ്യഗണത്തിൽപ്പെടുന്നു. താൻ പരിചയപ്പെട്ട ഏറ്റവും മികച്ച അധ്യാപകൻ എന്നമട്ടിലായിരുന്നു ആലീസിന്റെ ഓർമ. 1964 ൽ സിൻ ബോസ്റ്റൺ സർവകലാശാലയിൽ അസോസിയേറ്റ് പ്രൊഫസറായി. രണ്ടു വർഷത്തിനകം പൂർണ സമയ ചുമതല. 1979 ൽ പ്രക്ഷോഭത്തിനിറങ്ങിയ ബോസ്റ്റൺ സർവകലാശാലാ പ്രൊഫസർമാരുടെ സമരസമിതി അധ്യക്ഷനായ അദ്ദേഹത്തിനെതിരെ കരാർലംഘനക്കുറ്റം ആരോപിക്കപ്പെട്ടു. അക്കാദമിക വെള്ളത്തിൽ വിഷം കലർത്തിയവൻ എന്ന ശകാരവുമുണ്ടായി.

ചരിത്രത്തെയും സംസ്കാരത്തെയുംകുറിച്ചുള്ള പരമ്പരാഗത ധാരണകളെ കീഴ്മേൽ മറിച്ച സിൻ, *എ പീപ്പിൾസ് ഹിസ്റ്ററി ഓഫ് ദ യുനൈറ്റഡ് സ്റ്റെയിറ്റ്സ്* എഴുതിയതോടെ ഏറെ ശ്രദ്ധേയനായി. 1980 ൽ പുറത്തിറങ്ങിയ അതിന്റെ പത്തുലക്ഷത്തിലധികം കോപ്പികളാണ് വിറ്റഴിക്കപ്പെട്ടത്. മലയാളത്തിലടക്കം നിരവധി ഭാഷകളിൽ വിവർത്തനങ്ങളുമുണ്ടായി. ഓരോ പുതിയ പതിപ്പിലും പുതുക്കലും നവീകരണവും വരുത്തിയെന്നതും സിന്നിന്റെ ആ കൃതിയുടെ പ്രത്യേകതയായിരുന്നു. ചരിത്രത്തിൽ ഏറെ പരിചയപ്പെട്ട ചായം പൂശിയ വീരന്മാരെയല്ല അദ്ദേഹം മുന്നിൽക്കണ്ടത്. രാജ്യത്തിന്റെ അടിത്തറയായവരെന്ന് പൊതുവിൽ കരുതുന്ന പിതാക്കന്മാരെത്തേടിയല്ല അലഞ്ഞതും. പകരം അടിമകളുടെയും കൃഷിക്കാരുടെയും തൊഴിലാളികളുടെയും ഇടങ്ങൾ നിർവചിക്കുകയായിരുന്നു. ഷായ് കലാപവും 1930 കളിലെ തൊഴിലാളി മുന്നേറ്റങ്ങളും നിശ്ശബ്ദമാക്കപ്പെട്ട പെൺസമരവഴികളും തെളിയുകയാണിവിടെ.

പാശ്ചാത്യരുടെ അമേരിക്കൻ അധിനിവേശത്തോടെയാണ് സിന്നിന്റെ കൃതി ആരംഭിക്കുന്നത്. അവിടത്തെ ആദിവാസികളെ ഉന്മൂലനം ചെയ്യാനല്ലാതെ കീഴടക്കി അടിമകളാക്കാൻ വന്നവർക്ക് കഴിഞ്ഞിരുന്നില്ല. പ

തിനേഴാം നൂറ്റാണ്ടിൽ പുതിയഘട്ടം തുടങ്ങുകയായിരുന്നു. ആഫ്രിക്കയിൽനിന്ന് കറുത്തവരെ ബലം പ്രയോഗിച്ച് കടത്തിക്കൊണ്ടുവന്ന് അടിമകളാക്കി വിൽക്കുക. ഇത് വിശദീകരിക്കാൻ ജോൺ ബർബോട്ടിനെ ഉദ്ധരിക്കുകയാണ് സിൻ.

> ... ഉൾപ്രദേശങ്ങളിൽനിന്ന് ഫീസയിലേക്ക് കൊണ്ടുവന്ന അടിമകളെ ഒരു വേലിക്കെട്ടിനുള്ളിൽ തള്ളുന്നു. യൂറോപ്യൻ കച്ചവടക്കാർ വാങ്ങാനെത്തുമ്പോൾ അവരെ ഒരു മൈതാനത്തിലേക്ക് — ചന്തയിലേക്ക് കൊണ്ടുപോകുന്നു. പുരുഷന്മാരെയും സ്ത്രീകളെയും കുട്ടികളെയും പൂർണ നഗ്നരാക്കി നിർത്തുന്നു. കമ്പനി ഡോക്ടർ അവരെ പരിശോധിക്കുകയാണ്. ആരോഗ്യമുള്ളവരെ ഒരു ഭാഗത്തേക്ക് മാറ്റി. അവരുടെയെല്ലാം നെഞ്ചിൽ പഴുപ്പിച്ച ഇരുമ്പുകൊണ്ട് വാങ്ങിയ കമ്പനിയുടെ മുദ്രപതിക്കുന്നു. ഇത് കുത്തിയവർ പഴയ വേലിക്കെട്ടിൽ തന്നെ. കപ്പലുകൾ വരുംവരെ മാത്രം........

കപ്പലുകളിലെ സ്ഥിതി അതിലും ഭയാനകം. കഴുത്തിലും കാലിലും ചങ്ങലയിട്ടവർ. മിക്കവരുടെയും സമനില തെറ്റിപ്പോകുന്ന അവസ്ഥ.

അമേരിക്കൻ ചരിത്രത്തിന്റെ മറുപുറവും അതിലെ കറുപ്പും വെളുപ്പും അന്വേഷിച്ച് പോവുകവഴി മുഖ്യധാരയ്ക്ക് പ്രകോപനമുണ്ടാക്കിയ പല നിഗമനങ്ങളും സിൻ മുന്നോട്ടുവെച്ചു. ചരിത്രപഠനം തലകീഴായി നിർത്തിയ സന്ദർഭങ്ങളിൽ ചിലതെങ്കിലും നേരെ നിൽക്കാൻ പ്രാപ്തി നേടുകയായിരുന്നു ഇതിലൂടെ. കറുത്തവർഗക്കാരുടെയും സ്ത്രീകളുടെയും വിവശതകളിലേക്കും അത് കടന്നുവെയ്ക്കാൻ ഇരുകൂട്ടരും നടത്തിയ സമരരൂപങ്ങളിലേക്കും മുൻമാതൃകകളില്ലാത്തവിധം ചെല്ലുന്നുമുണ്ട് അദ്ദേഹം. കെന്നത്ത് സ്റ്റാമ്പ് പറഞ്ഞതിലൂടെ വായനക്കാരുടെ ശ്രദ്ധ ക്ഷണിച്ച ഭാഗങ്ങൾ ശ്രദ്ധേയങ്ങളാണ്.

> .... നീഗ്രോകൾ ജന്മനാ അടിമകളാകാൻ വിധിക്കപ്പെട്ടവരാണെന്ന വിശ്വാസം ബുദ്ധിയുള്ള ഉടമ ഗൗരവമായിട്ടെടുക്കില്ല. അയാൾക്ക് കൂടുതൽ നന്നായി കാര്യങ്ങൾ അറിയാം. ആഫ്രിക്കയിൽനിന്ന് പുതുതായി ഇറക്കുമതിചെയ്യുന്ന നീഗ്രോകളെ അടിമകളാക്കണമെങ്കിൽ മാനസികമായി അവരെ നിർവീര്യരാക്കേണ്ടതുണ്ട് എന്നയാൾക്കറിയാം. ഓരോ തലമുറയെയും ശ്രദ്ധാപൂർവം പരിശീലിപ്പിക്കേണ്ടതുണ്ടെന്നും. ഇതത്ര എളുപ്പമുള്ള പണിയായിരുന്നില്ല. അവർ പൂർണമായി അടിയറവ് പറയുന്ന സന്ദർഭങ്ങൾ ദുർബലമായിരുന്നു. വാർധക്യം കൊണ്ട് നിസ്സഹായരാകുംവരെയെങ്കിലും നിരന്തര നിയന്ത്രണം ആവശ്യമായിരുന്നു.

എന്നും കെന്നത്ത് സ്റ്റാമ്പ് എഴുതിയിട്ടുണ്ട്.

'അത്യധികം അടിച്ചമർത്തപ്പെട്ടവർ' എന്ന അധ്യായത്തിൽ, സാധാരണ ചരിത്രത്തിന്റെ ചില ഓർമത്തെറ്റുകൾ സിൻ അതിശക്തമായി അവതരിപ്പിക്കുന്നുണ്ട്. പര്യവേക്ഷകരും ഭൂവുടമകളും കച്ചവടക്കാരും രാഷ്ട്രീയക്കാരും പട്ടാളക്കാരുമായ പുരുഷന്മാർ, സാമൂഹ്യവൽക്കരണത്തിന്റെയും തൊഴിലിന്റെയും പ്രാഥമിക ഇടമായ വീട്. ഇവ രണ്ടും ചേർന്ന് വീട്ടടിമ എന്ന പ്രത്യേക 'പദവി'യിലാണ് സ്ത്രീകളെ തളച്ചിടുന്നത്. സ്ത്രീ പിന്നോക്കാവസ്ഥയുടെ ഭിന്നതലങ്ങളും അവ ദുർബലമായെങ്കിലും തിരിച്ചറിയപ്പെട്ട സന്ധികളും തുടർന്ന് വിവരിക്കുന്നുണ്ട്. സ്ത്രീകളുടെ ചില മുന്നേറ്റാവസ്ഥകളും ഈ ഭാഗത്ത് പരിചയപ്പെടാനാവുന്നു. അമരിന്ത്യൻ ഗോത്രവർഗ സ്ത്രീകൾ കൃഷിപ്പണി ചെയ്തിരുന്നില്ലെങ്കിലും നാട്ടുവൈദ്യത്തിലും ആത്മീയരംഗത്തും നേർത്തതോതിൽ പ്രവർത്തിച്ചതായി കാണാം. പുരുഷന്മാരെക്കാൾ സ്ത്രീകൾ മുന്നിലായിരുന്ന കാലവും തെളിയുന്നുണ്ട്. സിയോക്സുകൾക്കിടയിലെ പെൺകുട്ടികളിൽ പ്രബലമായ ചില ആചാരങ്ങളും പറഞ്ഞുവെക്കുന്നു. തിരണ്ടുള്ള കല്യാണം ഏറ്റവും അഭിമാനകരമായ അവസരമായാണ് അവർ പരിഗണിച്ചത്. പുരുഷൻ രൂപപ്പെടുത്തിയ, മുന്നോട്ടുവെച്ച 'സ്ത്രീയുടെ സ്ഥാനം' അവർ തന്നെ അംഗീകരിക്കുകയുമായിരുന്നു. സ്ത്രീ പരിഷ്കരണവാദിയായ കാതറിൻ ബീച്ചറെപ്പോലുള്ളവരുടെ കണ്ടെത്തലുകൾ ബന്ധിപ്പിച്ചുകൊണ്ടാണ് ഈ ഭാഗങ്ങൾ മുന്നേറുന്നത്.

സ്ത്രീ കറുത്തവർഗ ചരിത്രം തേടിപ്പിടിച്ചതിലെ ജാഗ്രത തൊഴിലാളി ചലനങ്ങളും മുന്നേറ്റങ്ങളും അടിവരയിട്ടുപോകുമ്പോഴും സിൻ മുറുകെപ്പിടിക്കുന്നു. അതിശയിപ്പിക്കുന്ന ചില സമരസന്നദ്ധതയെ ഇവിടം പരിചയപ്പെടാനാവുകയും ചെയ്യും. *ഫ്രീഡം റോഡി*ന്റെ കർത്താവായ ഹാവാർഡ് ഫാസ്റ്റ്, നീണ്ട ജീവിതകാലത്തിൽ വായിച്ച കൃതികളിൽ വെച്ചേറ്റവും പ്രധാനപ്പെട്ടതാണതെന്ന് പറഞ്ഞിട്ടുണ്ട്. സ്വന്തം നാടിനെക്കുറിച്ച് അറിയാൻ ആഗ്രഹിക്കുന്ന ഓരോ അമേരിക്കക്കാരനും വിദ്യാർഥിയും പൗരനും നിസ്സംശയം വായിച്ചിരിക്കേണ്ട പുസ്തകം. അമേരിക്കയുടെ യഥാർഥ ചരിത്രമാണിത്. അതിന്റെ പ്രത്യാശയും എന്ന് പറഞ്ഞത് വിസ്മരിക്കാനാവില്ല. സ്തുതിക്കും നിന്ദയ്ക്കുമിടയിൽ വീർപ്പുമുട്ടുന്ന സാമ്പ്രദായിക ചരിത്ര സമീപനത്തിന് മറുകുറിയെഴുതുകയായിരുന്നു സിൻ. ഭൂതകാലത്തിന്റെ വാഴ്ത്തിപ്പാടലല്ല ചരിത്രം. മറിച്ച് ഭാവി എന്തായിരിക്കണമെന്ന കാഴ്ചപ്പാടിന്റെ സൂചന അതിനോടുള്ള സമീപനത്തിൽ നിർബന്ധമാണെന്നാണ് അദ്ദേഹം ഉറപ്പിച്ചത്.

2001 സപ്തംബർ 11 ന് ലോകവ്യാപാരകേന്ദ്രം തകർന്നതുമായി ബന്ധപ്പെട്ട് അമേരിക്ക രൂപപ്പെടുത്തിയ പുതിയ രാഷ്ട്രീയ സമവാക്യങ്ങളുടെ നേരെയും സിൻ ചോദ്യങ്ങളുയർത്താൻ ശ്രമിച്ചിട്ടുണ്ട്. ദേശാഭിമാനം ദേശീയ അഹങ്കാരമായി രൂപമാറ്റം വന്നതിന്റെ പൊരുൾ തിരയുകയുമാണ്. ദേശീയതയും ദേശീയതാവാദവും തമ്മിലുള്ള അകലം പലരും ചർച്ചചെയ്തതുമാണല്ലോ. അഫ്ഗാനിസ്ഥാനിലേക്ക് തുറന്നുവെച്ച

ബോംബ് നിക്ഷേപം നിരപരാധികളെ കൊന്നൊടുക്കിയതും അതിനെതിരെ മരിച്ച സൈനിക–പൊലീസ് ഉദ്യോഗസ്ഥരുടെ ഭാര്യമാർ പ്രതികരിച്ചതും ഉദ്ധരിക്കുന്നുമുണ്ട്. ബരാക് ഒബാമ നിറം കൊണ്ട് കറുത്തവർഗാഭിമുഖ്യം പ്രദർശിപ്പിക്കുന്നുണ്ടെങ്കിലും അമേരിക്കയിലെ അധഃസ്ഥിതരായ കറുത്തവരും ഏഷ്യക്കാരും ഹിസ്പാനിക്കുകളും സ്ത്രീകളും മാത്രമല്ല, ദരിദ്ര വെള്ളക്കാരും അദ്ദേഹത്തിന്റെ അഭിപ്രായങ്ങളിൽ കുടുതൽ കടന്നുവരുന്നില്ലെന്നതാണ് വാസ്തവം. ചരിത്രം നിശ്ശബ്ദമാക്കിയവരുടെ ശബ്ദം തേടുകയായിരുന്നു സിൻ. അഞ്ചു നൂറ്റാണ്ട് വിസ്തൃതിയുള്ള അമേരിക്കൻ വിജയഗാഥയല്ല, മർദിതരുടെ വേദനയും രോദനവും തിരയുകയാണ് അദ്ദേഹം.

രണ്ടാംലോകമഹായുദ്ധ കാലയളവിൽ ഫാസിസത്തിനെതിരെ പൊരുതാനുള്ള അടങ്ങാത്ത ആഗ്രഹം മനസിൽവെച്ചാണ് സിൻ ആർമിയിൽ ചേർന്നത്. യുദ്ധം അവസാനിക്കുമെന്നുറച്ച ഘട്ടത്തിൽ നടന്ന ബോംബ് വർഷത്തിന്റെ കാരണങ്ങൾ അന്വേഷിച്ച് അധികം തലപുകയേണ്ടി വന്നില്ല. സ്വന്തം ഉദ്യോഗക്കയറ്റവും ജോലി സുരക്ഷിതത്വവും മാത്രം മുന്നിൽക്കണ്ടവരുടെ തീരുമാനമായിരുന്നു അത്. സൈനിക ലക്ഷ്യങ്ങളൊന്നും നേടാനില്ലാതിരുന്ന കൂട്ടക്കുരുതി നിരപരാധികളെയാണ് കൂടുതലും അനാഥമാക്കിയത് ഇത്തരം കുറേ തിരിച്ചറിവുകളാണ് സിന്നിനെ യുദ്ധവിരുദ്ധ പ്രസ്ഥാനത്തിന്റെയും പ്രചാരണത്തിന്റെയും മുന്നണിപ്പോരാളിയാക്കിയത്. അമേരിക്കൻ അധിനിവേശത്തിനെതിരെ പിന്നീട് എല്ലായിപ്പോഴും കടുത്ത നിലപാടെടുക്കുകയും ചെയ്തു. വിദ്യാർഥികളെയും മറ്റും സംഘടിപ്പിച്ച് പ്രകടനങ്ങൾ സംഘടിപ്പിക്കുകയുമുണ്ടായി. 'ചരിത്രത്തിന്റെ രാഷ്ട്രീയം'പോലുള്ള പഠനങ്ങളിൽ യുദ്ധ മനോഭാവത്തിന്റെ ഭ്രാന്തൻ രീതികളെ സാമൂഹ്യമായി സ്ഥാനപ്പെടുത്തുകയാണ്.

വിയറ്റ്നാം യുദ്ധവേളയിൽ സിൻ നിരവധി റാലികളെ അഭിസംബോധന ചെയ്തു. യുദ്ധവിരുദ്ധ പ്രചാരകനായ റവ.ഡാനിയൽ ബെറിഗാനിയുമൊത്ത് അദ്ദേഹം 1968 ൽ ഹനോയിലേക്ക് പോയിരുന്നു. അക്കാലത്തെ അനുഭവങ്ങൾ കൂടിയാവണം ചില പഠനങ്ങൾക്ക് പ്രചോദനമായിത്തീർന്നത്. അവിടേക്ക് പോകും മുമ്പ് പൂർത്തിയാക്കിയ *വിയറ്റ്നാം ദ ലോജിക് ഓഫ് വിത്ഡ്രോവൽ* (1967) ഏറെ ശ്രദ്ധനേടി. വിയറ്റ്നാം സന്ദർശനത്തിനുശേഷം എഴുതിയ *ഡിസ്ഒബീഡിയൻസ് ആൻഡ് ഡെമോക്രസി*യും ഇതേ നിലവാരത്തിലുള്ളതായിരുന്നു.

ശീർഷകംകൊണ്ടുതന്നെ ആരെയും ആകർഷിക്കുന്നതാണ് സിന്നിന്റെ ആത്മകഥയായ *ഓടിക്കൊണ്ടിരിക്കുന്ന തീവണ്ടിയിൽ നിഷ്പക്ഷനാകാൻ കഴിയില്ല* (You Can't Be Neutral On a Moving Train). 1994 ൽ ഇറങ്ങിയ അതിനെ അവലംബിച്ച് ഹ്രസ്വ സിനിമയും ജനിച്ചു. മാറ്റ് ഡാമൻ പ്രധാന കഥാപാത്രത്തെ അവതരിപ്പിച്ച സിനിമയിൽ ജനകീയ ചരിത്രത്തെക്കുറിച്ചുള്ള പരാമർശങ്ങൾ ശക്തമായിരുന്നു. തിരക്കഥയുടെ പ്രധാന ഭാഗങ്ങൾക്ക് സംഭാവനകൂടി നൽകിയ ഡാമൻ, സിന്നിന്റെ അ

യൽവാസിയായിരുന്നുവെന്നത് മറ്റൊരു കഥ. *ദ പീപ്പിൾസ് സ്പീക്ക്* എന്ന കൃതിയുടെ ടെലിവിഷൻ ആവിഷ്ക്കാരത്തിനും ഡാമൻ മുന്നിട്ടിറങ്ങി.

ആത്മകഥയുണ്ടാക്കിയ പൊട്ടിത്തെറിയും അത് വളർത്തിയ സത്യസന്ധതയും എടുത്തുപറയാതെവയ്യ. അക്കാദമിക ലോകത്തുമാത്രമല്ല തീപിടുത്തമുണ്ടാക്കിയത്. സമൂഹത്തെയാകെ ഇളക്കിമറിക്കുന്നതായി അത്. സ്പെൽമനിലെ കാലം ജീവിതത്തിലെ ഏറ്റവും രസകരവും ഉന്മേഷഭരിതവുമായ നാളുകളാണെന്നാണ് ആത്മകഥയിൽ സിൻ വിലയിരുത്തിയത്. അങ്ങേയറ്റം ഉത്സാഹദായകവും വിദ്യാഭ്യാസപരവും കൂടിയായിരുന്നു അവ. അവിടെ വിദ്യാർഥികളെ പഠിപ്പിച്ചതിനേക്കാൾ ഏറെ അവരിൽ നിന്ന് താൻ പഠിക്കുകയായിരുന്നുവെന്നാണ് അദ്ദേഹം ഓർത്തെടുത്തത്. എന്റെ ചരിത്രമായിരുന്നു ആദ്യം മുന്നിൽ. മറ്റ് വീക്ഷണങ്ങളോടും സത്യസന്ധമാകാൻ പരമാവധി ശ്രമിച്ചു. ക്ലാസിലിരിക്കുന്ന വിദ്യാർഥികൾ 'അറിവ്'കൂടിയവരായി തിരിച്ചുപോകണമെന്നല്ല ആഗ്രഹിച്ചത്. മറിച്ച് നിശ്ശബ്ദതയുടെ സുരക്ഷിതത്വം ഭഞ്ജിക്കാൻ ശേഷിയുള്ളവരായി മാറണമെന്നാണ്. അനീതി കാണുന്നിടത്തെല്ലാം ശബ്ദിക്കാനും അതിനെതിരെ പ്രവർത്തിക്കാനും അവർക്ക് കഴിയണമെന്നും അതിയായി കൊതിച്ചു. അപ്പോഴും കുഴപ്പം വരുത്തിവെക്കലാവും അതെന്ന ഉറപ്പുണ്ടായിരുന്നു–തുടങ്ങിയ മട്ടിലായിരുന്നു ആത്മകഥയിലെ ചിന്തകൾ പരന്നൊഴുകിയത്. നിശ്ശബ്ദതയുടെ സുരക്ഷിതത്വവും നിഷ്പക്ഷതയുടെ സൗകര്യങ്ങളും ഉപേക്ഷിക്കാൻ ആഹ്വാനം ചെയ്യുകയായിരുന്നു സിൻ അതിലൂടെ. ചരിത്രവ്യാഖ്യാനത്തിൽ നിശ്ചയമായും പക്ഷംപിടിക്കലുണ്ടെന്നതിൽ അദ്ദേഹത്തിന് സംശയമേതുമുണ്ടായില്ല. അമേരിക്ക കണ്ടുപിടിച്ചതിന്റെ കഥ തറവാക്കുകളുടെയും ഭരണഘടന അടിമകളുടെയും കാഴ്ചപ്പാടിലും പരിശോധിക്കേണ്ടതുണ്ടെന്ന് പറഞ്ഞപ്പോൾ അതാണ് അടിവരയിട്ടതും. വ്യവസായയുഗത്തിന്റെ ഉദയത്തെ ലൊവൻ തുണിമിൽ തൊഴിലാളികളായ യുവതികളുടെയും മെക്സിക്കൻ യുദ്ധത്തെ സ്കോട്ടിന്റെ സൈന്യത്തിൽ നിന്ന് ഒളിച്ചോടിയ പട്ടാളക്കാരുടെയും കണ്ണിലൂടെയും വായിച്ചെടുക്കാമെന്ന് വിശദീകരിച്ചപ്പോഴും ഒരേ രീതിശാസ്ത്രമാണ് നമുക്ക് മുന്നിലെത്തുന്നത്. ചുരുക്കത്തിൽ ഓടിക്കൊണ്ടിരിക്കുന്ന തീവണ്ടിയിൽ നിഷ്പക്ഷനാവുക തീർത്തും ദുഷ്കരമാണെന്നതുകൂടിയാണ് ഹവാർഡ് സിൻ അവശേഷിപ്പിച്ച പാഠങ്ങളിലൊന്ന്.

18

ദൈവത്തിനുമാത്രം അറിയുന്ന കാര്യങ്ങളോ

രണ്ട് അതിർത്തികളിൽനിന്ന് ആഫ്രിക്കയെ വീണ്ടെടുക്കാൻ ശ്രമങ്ങളുണ്ടായിട്ടുണ്ട്. പ്രക്ഷുബ്ധമായ രാഷ്ട്രീയ ധാരക്ക് സമാന്തരമായാണ് ഇവയുണ്ടായത്. ധൈഷണിക മണ്ഡലത്തിലും സർഗാത്മക സാഹിത്യത്തിലും തുറന്നുകാട്ടലിന്റെയും സ്വത്വനിർവചനത്തിന്റെയും കൊളോണിയൽ നിരാകരണത്തിന്റെയും എത്രയോ ഉണർവുകളുണ്ടായി. ഫ്രാൻസ് ഫാനന്റെ *റെച്ചഡ് ഓഫ് ദി എർത്ത്* (*Wretched of the Earth*) ഭൂമിയിലെ 'നികൃഷ്ട'രുടെയാകെ പ്രതിരോധത്തിന്റെ മാനിഫെസ്റ്റോയാണ്. ചരിത്രത്തിലിടപെട്ട ആ കൃതിക്കെഴുതിയ ആമുഖ പഠനത്തിൽ ഫ്രഞ്ച് ദാർശനികനായ ഴാങ് പോൾ സാർത്യ, കൊളോണിയൽ വിരുദ്ധാശയങ്ങളിലെ എക്കാലത്തെയും മികച്ച മാസ്റ്റർപീസുകളിലൊന്നായാണ് അതിനെ വിശേഷിപ്പിച്ചത്. മൂന്നാം ലോകം അതോട് സംസാരിച്ചത് ഫാനന്റെ ഭാഷയിലൂടെയാണെന്നും അദ്ദേഹം കൂട്ടിച്ചേർത്തു.

കൊളോണിയലിസം രാഷ്ട്രീയാധിനിവേശത്തോടൊപ്പം അന്യവൽക്കരണത്തിന്റെ രൂപവൽക്കരണങ്ങൾ നിർമിച്ചുവെച്ചതു സംബന്ധിച്ച് റെനെറ്റ് സഹർ പഠിച്ചത് ഫാനനെ മുൻനിർത്തിയാണ്. നെഗ്രിറ്റ്യൂഡ് എന്ന സങ്കൽപ്പം സഹർ (Frantz Fannon: *Colonialism and Alienation*) വ്യാഖ്യാനങ്ങളിലൂടെ വിപുലമാക്കുന്നുമുണ്ട്. സ്വത്വപ്രതിസന്ധി, ഭാഷാനഷ്ടം, യജമാന രീതികളുടെ അനുകരണം തുടങ്ങിയ പ്രവണതകളും തുടർന്ന് അദ്ദേഹം പഠിക്കുന്നു. അടിച്ചമർത്തപ്പെടുന്നവർ അവസാനത്തെ അഭയവും ആയുധവുമായി അക്രമം നിറഞ്ഞ ചെറുത്തുനിൽപ്പ് (Violent resistance) കൈയിലെടുക്കുന്നതിനെ സഹർ കൃത്യമായി അടയാളപ്പെടുത്തുന്നുമുണ്ട്. ഈ ധാരണയെ ആമുഖത്തിൽ സാർത്യ പിന്തുണക്കുന്നു. കൊളോണിയൽ പദ്ധതികൾ ഉൽപ്പാദിപ്പിച്ച നിഷ്കളങ്കമെന്ന് തോന്നിപ്പിക്കുന്ന മറ്റൊരു സങ്കൽപ്പം വെള്ളക്കാരന്റെ ദൗത്യവും ഉത്തരവാ

ദിത്ത (White man's burden) വുമാണല്ലോ. സാംസ്കാരികമായ മേൽക്കൈയുടെയും വിഭവ ചൂഷണത്തിന്റെയും രാഷ്ട്രീയ വിലങ്ങിന്റെയും ഉപാധിയായി ഇത് ഇന്ത്യയിൽപ്പോലും സാന്നിധ്യമറിയിച്ചു. *സ്ട്രൈക്ക്* എന്ന റിച്ചാർഡ് റീവിന്റെ കഥയിൽ പുസ്തകശാലയിൽ സംശയാസ്പദനാകുന്ന ബോസ്റ്റൺ അഭിമുഖീകരിക്കുന്ന അത്യന്തം സംഘർഷം തൂകിയ നിമിഷമുണ്ട്. സഞ്ചിയിൽ പുസ്തകം എടുത്തിട്ടെന്ന പരാതിയിന്മേലുള്ള അന്വേഷണത്തിന് പൊലീസ് എത്തുകയാണ്. അതിലെന്താണെന്ന ചോദ്യത്തിന്, ബോസ്റ്റൺ പ്രതികരിക്കുന്നത്, *എൻസൈക്ലോപീഡിയ ബ്രിട്ടാനിക്ക* എന്നും. കൊളോണിയൽ അധികാരനിഘണ്ടുവിനും വിജ്ഞാനകോശത്തിനുമെതിരായ രാഷ്ട്രീയ നിഷേധം തന്നെയാണത്.

കൊളോണിയൽ ആധിപത്യത്തിനെതിരായ ആഫ്രിക്കൻ സർഗാത്മക കലാപത്തിന്റെ ആദ്യ ഉണർവുകളിലൊന്നാണ് ചിനു അച്ച്ബയുടെ രചനകൾ. രണ്ടാം ലോകയുദ്ധം ഏഷ്യയിലെയും ലാറ്റിനമേരിക്കയിലെയും കൊളോണിയൽ ആധിപത്യത്തിന് പിന്നോട്ടടി നൽകിയെങ്കിലും ഫ്രാൻസും പോർച്ചുഗലും മറ്റും കോളനികളിൽനിന്ന് വിട്ടുമാറിയില്ല. ആഫ്രിക്കൻ സമരങ്ങളിൽ ചിലതെങ്കിലും അവയ്ക്കെതിരായിട്ടായിരുന്നു.

കറുപ്പിന്റെ ധൈഷണിക ലോകമാകട്ടെ, സ്വന്തം ജനതയുടെ ജീവിതത്തെയും സംസ്കാരത്തെയും അതുവരെ അപരിചിതമായ ധീരതയുടെ ഭാഷയിൽ വായിക്കാൻ തുടങ്ങുന്നത് ഇതോടെ. യൂറോപ്പ് സ്വയം നിർവചിച്ച സാംസ്കാരിക മേന്മ എന്ന മിഥ്യ പലമട്ടിൽ തകർക്കപ്പെട്ടതോടൊപ്പം ആഫ്രിക്കക്കുമേൽ ആരോപിക്കപ്പെട്ട അപരിഷ്കൃതർ എന്ന ശകാരം തുറന്നെതിർക്കപ്പെടുകയുമുണ്ടായി. പോസ്റ്റ് കൊളോണിയൽ ദർശനങ്ങളുടെ നിർവചനത്തിലും വ്യാപനത്തിലും വികാസത്തിലും കൂട്ടിച്ചേർക്കപ്പെട്ട ആദ്യ ഗൗരവ സംഭാവന അച്ച്ബയുടേതാണ്. അടിച്ചമർത്തലിന്റെയും മനഃശാസ്ത്ര പീഡനത്തിന്റെയും ഇടതടവില്ലാത്ത ചരിത്രത്തെ അദ്ദേഹം വെല്ലുവിളിച്ചു. 1958 ലെഴുതിയ ആദ്യ നോവൽ *തിങ്സ് ഫാൾ എപാർട്ട്* അങ്ങനെ സാഹിത്യത്തിന്റെ നെറുകയിലെത്തി. നോവലുകളും കഥകളും കവിതകളും പ്രബന്ധസമാഹാരങ്ങളുമായി ഇരുപതിലധികം കൃതികൾ അച്ച്ബയുടേതായിട്ടുണ്ട്. ലോക സാഹിത്യത്തിൽ കറുത്ത ജീവിതത്തിന് ഇടം പിടിച്ചു വാങ്ങിക്കൊടുത്ത ആധുനിക ആഫ്രിക്കൻ സാഹിത്യത്തിന്റെ പിതാവെന്നാണ് നദീൻ ഗോഡിമർ അദ്ദേഹത്തെ വിശേഷിപ്പിച്ചത്.

തിങ്സ് ഫാൾ എപാർട്ട് ഒരു കോടിയിലധികം കോപ്പികളാണ് വിറ്റഴിഞ്ഞത്. അമ്പത് ഭാഷയിലേക്ക് വിവർത്തനം ചെയ്യപ്പെടുകയുമുണ്ടായി. ഏറ്റവും കൂടുതൽ ഭാഷയിൽ വായിക്കപ്പെടുന്ന ആഫ്രിക്കൻ എഴുത്തുകാരൻ എന്ന പദവിയും അച്ച്ബക്ക് സ്വന്തം.

ഇരുപതാം നൂറ്റാണ്ടിൽ ഏറ്റവും കൂടുതൽ വായനക്കാരെ ആകർഷിച്ച നോവലുകളിലൊന്ന് എന്ന് മായാ ജാഗ്ഗി സംശയരഹിതമായി വിളിച്ച *തിങ്സ് ഫാൾ എപാർട്ട്*, പ്രാചീന ഗോത്രാചാരങ്ങളിലും അനുഷ്

ഠാനങ്ങളിലും അവയെ നിർണയിച്ച സാമൂഹിക ബന്ധങ്ങളിലും മുങ്ങി നിന്ന ഒരു സമൂഹം കൊളോണിയലിസത്തിന്റെ വരവോടെ മാറിമറിയുന്നതിന്റെ ചിത്രവും ചരിത്രവുമാണ് പറഞ്ഞുവെച്ചത്. കൊളോണിയലിസം ആഫ്രിക്കയുടെ രക്തവും പ്രജ്ഞയും ഊറ്റിയെടുത്തതിന്റെ സ്വാഭാവികതയും കാണാനാവുന്നു. യുദ്ധവും ആഭ്യന്തര സംഘട്ടനങ്ങളും മുറിവേൽപ്പിച്ച ആഫ്രിക്കയെക്കുറിച്ച് എഴുത്തുകാരായ രാഷ്ട്രീയ വ്യക്തിത്വങ്ങളും രോഷം പുരണ്ട വാക്കുകളിലൂടെ പ്രതികരിച്ചിട്ടുണ്ട്. ഈയർഥത്തിൽ ഫാനനെയും അച്ച്ബയെയും പോലെ ഓർക്കാവുന്ന പേര് ലിയോ പോൾഡ് സെങ്കോറിന്റേതാണ്. കവിയെന്ന നിലയിൽ മാത്രമല്ല, സെനഗലിന്റെ സമര–വിമോചന നായകൻ എന്ന തരത്തിലും അദ്ദേഹം ചരിത്രത്തിന്റെ ഭാഗം തന്നെ. സെങ്കോറുമൊത്തുള്ള കൂടിക്കാഴ്ചയെ അച്ച്ബ വികാരം തുളുമ്പുന്ന വാക്കുകളിലൂടെയാണ് വരച്ചുവെച്ചത്. 1967–70 കാലത്തെ ആഭ്യന്തര യുദ്ധത്തിന്റെ നെടുവീർപ്പുകളും ആ കൂടിക്കാഴ്ചയുടെ പശ്ചാത്തലമാണ്. സ്വന്തം വസതി ബോംബ് വർഷം നക്കിത്തുടച്ചെടുക്കുകയും ഉറ്റ ചങ്ങാതിയായ കവി ക്രിസ്റ്റഫർ ഒക്ഗ്ബോ കൊല്ലപ്പെടുകയും ചെയ്ത കാലം. ബയാഫ്രയെക്കുറിച്ച് 10 മിനുട്ട് മാത്രമാണ് സെങ്കോർ സംസാരിച്ചതെങ്കിലും സാഹിത്യത്തെക്കുറിച്ച് രണ്ടു മണിക്കൂറാണ് വാചാലനായത്.

നോ ലോംഗർ, അറ്റ് ഈസ്, ആരോ ഓഫ് ഗോഡ് (1964), *എ മാൻ ഓഫ് ദ പീപ്പിൾ* (1966), *ആന്തിൽസ് ഓഫ് സാവന്ന* (1987) തുടങ്ങിയ അച്ച്ബയുടെ നോവലുകളും മറക്കാവുന്നതല്ല.

അറുപതുകളിലെ ആഫ്രിക്കൻ അധികാരവടംവലിയും അഴിമതിയും സറ്ററിക്കലായി വിവരിക്കുന്നതാണ് *എ മാൻ ഓഫ് ദ പീപ്പ്ൾ.*

എഡ്വേർഡ് സെയ്ദിന്റെ *ഓറിയന്റലിസ*വും റൊണാൾഡ് ഇൻഡന്റെ *ഓറിയന്റൽ കൺസ്ട്രക്ഷൻ ഓഫ് ഇന്ത്യ*യും പൗരസ്ത്യ നിർമിതിയുടെ (oriental construction) ആശയാടിത്തറയും രാഷ്ട്രീയ പദ്ധതിയും നന്നായി തുറന്നുകാട്ടിയവയാണ്. അച്ച്ബ ജോസഫ് കോൺറാഡിനെയും വി എസ് നെയ്പോളിനെയും കുടഞ്ഞെറിഞ്ഞത് പരിക്കേൽപ്പിച്ചുകൊണ്ടായിരുന്നു. 1975ൽ നടത്തിയ *ഹാർട്ട് ഓഫ് ഡാർക്നെസ്* എന്ന ശീർഷകത്തിലുള്ള അദ്ദേഹത്തിന്റെ പ്രഭാഷണം ഏറെ ശത്രുക്കളെ സൃഷ്ടിച്ചു. അതിൽ കോൺറാഡിന് നൽകിയ വിശേഷണം കറകളഞ്ഞ വർണവെറിയൻ എന്നാണ്. നെയ്പോളിനെ പരാമർശിച്ചതാകട്ടെ, പുത്തൻ കോൺറാഡ് എന്നും. മിക്ക കവിതകളിലും കഥകളിലും യുദ്ധത്തിലേക്ക് ഉറക്കം തൂങ്ങി നടന്നുപോയ രാജ്യത്തെക്കുറിച്ചുള്ള ഉൽക്കണ്ഠകളാണ് നിറയെ.

അച്ച്ബയുടെ രാഷ്ട്രീയ പ്രസ്താവങ്ങൾ ഇതുവരെ ആഴത്തിൽ പരിശോധിക്കപ്പെട്ടിട്ടില്ലെന്നതാണ് വാസ്തവം. സ്വാതന്ത്ര്യ സമരഭടൻ എന്നുകൂടിയാണ് അദ്ദേഹത്തെ നെൽസൺ മണ്ടേല വിശേഷിപ്പിച്ചത്. മണ്ടേലയുടെ ഓർമക്കുറിപ്പുകളിലൊന്നിൽ, അച്ച്ബയുമായുള്ള കൂട്ടാ

ണ് ജയിൽഭിത്തികൾ തകർത്ത പ്രതീതിയുണ്ടാക്കിയതെന്ന് എഴുതിയിട്ടുണ്ട്. ബ്രാറ്റ് ഫോർഡ് മോറോ നടത്തിയ അഭിമുഖത്തിൽ അച്ച്ബയുടെ രാഷ്ട്രീയ വ്യക്തിത്വത്തിന്റെ കാണാത്തലങ്ങൾ പുറത്തുവരുന്നതായി മനസിലാക്കാം. ചരിത്രത്തിലെ ഓർമത്തെറ്റുകളും അവഗണനയും തിരസ്കാരവും പ്രാന്തവൽക്കരണവുമെല്ലാം അദ്ദേഹം അടിവരയിട്ടുപോകുന്നുണ്ട് അതിൽ.

അമ്പതിനടുത്ത് പതിപ്പുകളിറങ്ങിയ *തിങ്സ് ഫാൾ എപാർട്ട്* പോലുള്ള കൃതികളെഴുതിയ അച്ച്ബയെ ലോകം മുഴുവൻ ഹൃദയത്തോട് ചേർത്തുവെക്കുമ്പോൾ അമേരിക്കയിൽ അത്രമാത്രം സ്വീകരിക്കപ്പെടാത്തതെന്തുകൊണ്ടാണെന്ന ബ്രാഡ്ഫോർഡ് മോറോയുടെ ചോദ്യം കൃത്യമായ രാഷ്ട്രീയ പ്രശ്നം തന്നെയാണ്. “അമേരിക്ക ഒരു രാജ്യമാണോ, അത് എല്ലാറ്റിന്റെയും ശ്മശാനമല്ലേ?” എന്ന പംക്തികാരന്റെ ചോദ്യമാണ് അപ്പോൾ നമ്മുടെ മനസിലെത്തുക. ലോകത്തിലെ കൊണ്ടാടപ്പെടുന്ന എഴുത്തുകാർ ആഫ്രിക്കയെ നിരന്തരം അപഹസിക്കുകയായിരുന്നുവെന്നും മോറോ പറഞ്ഞുവെച്ചിട്ടുണ്ട്.

കഥ/നോവൽ സാഹിത്യത്തെ രണ്ടായി തിരിച്ച അച്ച്ബയുടെ *ദ ട്രൂത്ത് ഓഫ് ഫിക്ഷൻ* എന്ന പ്രബന്ധം സൂചിപ്പിച്ചാണ് അഭിമുഖം ആരംഭിക്കുന്നത്. കഥയെഴുത്തിലെ ലക്ഷ്യം സംബന്ധിച്ചായിരുന്നു മോറോവിന്റെ ചോദ്യം. കഥകൾ ആസ്വാദ്യകരവും രസപ്രധാനവുമാവണമെന്നത് ശരിതന്നെ. നല്ലതിലേക്കുള്ള പ്രയാണവും അതിനുള്ള സന്നദ്ധതയുമാണ് രാഷ്ട്രീയമെങ്കിൽ കഥകൾ അങ്ങനെയാവണം — അച്ച്ബ പറഞ്ഞു.

ലോകത്തെയും ഭരണകൂടത്തെയും വിലയിരുത്തുന്നതുപോലെ കുടുംബത്തെയും വ്യക്തിയെയും പ്രണയത്തെയും മതത്തെയും, എന്തിനധികം, തെരുവുകളിലൂടെയുള്ള നടത്തത്തെയുമെല്ലാം രാഷ്ട്രീയമായി കഥയിൽ എഴുതാം. രാഷ്ട്രീയത്തിന്റെ അർഥതലങ്ങളും അന്തർഗതങ്ങളും വിപുലമാണെന്ന് പറഞ്ഞ അച്ച്ബ, അതുസംബന്ധിച്ച ചില വരേണ്യവാദികളുടെ അന്ധവിശ്വാസത്തെ വിമർശിക്കുന്നുമുണ്ട്.

> തങ്ങളുടെ രചനകൾ രാഷ്ട്രീയനിരപേക്ഷമാണെന്ന് എലീറ്റുകൾ കരുതട്ടെ. അങ്ങനെതന്നെ എഴുതട്ടെ. പക്ഷേ, ഈ മൂഢവിശ്വാസം മറ്റുള്ളവരിലും നിറയ്ക്കരുത്. സമൂഹത്തിൽനിന്ന് കാണാദൂരം നിലനിർത്തുന്ന സ്വതന്ത്രവ്യവഹാര മേഖലയാണ് സാഹിത്യമെന്നും അത് തീർത്തും വ്യക്തിപരമാണെന്നും ശഠിക്കുന്നവരെ സഹിക്കാനാവില്ല. അവരുടെ വാദങ്ങൾ ശുദ്ധ അസംബന്ധമാണ്. പാശ്ചാത്യ ഫിക്ഷനുകൾക്ക് ഈ അസംബന്ധത്തിന്റെ പരിക്കുണ്ടിപ്പോൾ.

ഒരു മേഖലയിലും ജനങ്ങൾക്ക് ഇടം നൽകാനാഗ്രഹിക്കാത്തവരാണ് അരാഷ്ട്രീയ ലോകം സൃഷ്ടിക്കുന്നത്. കവി രാഷ്ട്രീയത്തിൽ മ്ലേച്ഛനായിക്കൂടെന്നതാണ് ചക്രവർത്തിയുടെ ആഗ്രഹം. എന്നാൽ നമ്മൾ

ലക്ഷ്യംവെക്കുന്നത് വ്യക്തിയുടെ സന്തോഷം മാത്രമല്ല. അതിനുമപ്പുറം സമൂഹത്തിന്റെയും ഭൂമിയുടെയും ക്ഷേമമാണ്, ഐശ്വര്യമാണ്. ഈ ഭാഗം വിശദീകരിക്കാൻ അംഗീകൃത നിഘണ്ടുകളിലെ കീഴടക്കൽ (conquer) എന്ന വാക് അച്ച്ബ എടുത്തിടുന്നുമുണ്ട്. പർവതം കയറിയാൽ അത് കീഴടക്കിയെന്നാണ് നാം സാധാരണ പറയാറുള്ളത്.

പ്രധാന നോവലുകൾ ഇഗ്ബോ ഭാഷയിലെഴുതാത്തതിന്റെ കാരണവും മോറോ തിരക്കുന്നുണ്ട്. ആഫ്രിക്കൻ അനുഭവങ്ങൾക്ക് വിസ്തൃതമായ വായനാലോകം ആഗ്രഹിച്ചതിനാലാണതെന്നാണ് അച്ച്ബയുടെ മറുപടി.

ഇപ്പോൾ ആഫ്രിക്കൻ ഭാഷകൾ വളർന്നുകഴിഞ്ഞതായി കൂട്ടിച്ചേർക്കുന്നുമുണ്ട്. ഇഷ്ടപ്പെട്ട എഴുത്തുകാരെക്കുറിച്ചുള്ള ആരായലിനുള്ള പ്രതികരണം പ്രത്യേകം ശ്രദ്ധയാകർഷിക്കുന്നു. മഹ്ഫൂസ്, അലിഫ റിഫ് അത്, അൽ സഅ്ദാവി തുടങ്ങിയ പ്രതിഭകളെയാണ് അച്ച്ബ വേഗം ഓർക്കുന്നത്. ആമോസ് ടുടോളയെയും മറക്കുന്നില്ല. നദീൻ ഗോഡിമറാണ് മറ്റൊരു പേര്. സോമാലിയയിൽനിന്നുള്ള നൂറുദ്ദീൻ ഫാറയെ നിറഞ്ഞ തൃപ്തിയോടെയാണ് പരാമർശിച്ചതും. വൈവിധ്യപൂർണവും വിചിത്രവും സങ്കീർണവുമായ ജീവിതത്തിന്റെ ആകെത്തുകയാണ് ലോകമെന്ന് കരുതാത്തവർക്ക് നല്ല സാഹിത്യം രചിക്കാനാവില്ല. പുതിയ മാധ്യമക്കെണികൾ എല്ലാ വൈവിധ്യങ്ങളെയും തകർത്ത് ഏകലോകം പണിയുന്ന തിരക്കിലാണ്. ഈ ലോകക്രമത്തിന്റെ തീട്ടൂരമനുസരിച്ച് എഴുതുന്നവർ നമ്മെയും നോവൽ ശാഖയെത്തന്നെയും ദരിദ്രവും ശുഷ്കവുമാക്കുകയാണ് — അച്ച്ബ ഒരിടത്ത് പ്രതിവചിച്ചു.

ക്രിസ്തുമതത്തെക്കുറിച്ചുള്ള അച്ച്ബയുടെ സംശയങ്ങൾ ചില രചനകളുടെ അന്തർധാരയാണ്. തന്റെ കലാസാഹിത്യ ജീവിതത്തെ രക്ഷിതാക്കളും ക്രിസ്തുമതവും തമ്മിലുള്ള സംഘർഷമാണ് ഊതിത്തെളിച്ചതെന്ന് അദ്ദേഹം ഓർമക്കുറിപ്പുകളിലൊന്നിൽ വ്യക്തമാക്കിയിട്ടുമുണ്ട്. ഈ സംഘർഷവും സന്ദിഗ്ധതകളും ഭാവനകൾക്ക് ചിറകു മുളിപ്പിച്ചതായും പറയുന്നു. ബൈബിളും ക്രിസ്തീയ ഗാനങ്ങളും അതിന് താളാത്മകത നൽകി.

> അപ്പോഴും രണ്ടു സംസ്കാരങ്ങളുടെ സമന്വയവും വികർഷണവും തിരിച്ചറിയുകയായിരുന്നു. എന്നാൽ ഇപ്പോൾ ആ വീക്ഷണങ്ങൾക്ക് നിലനിൽപ്പില്ല. മതത്തോടുള്ള ശിശുസഹജമായ അഭിനിവേശം തുടരാനുമാവില്ലല്ലോ. എന്നിൽ സംശയങ്ങളും അനിശ്ചിതത്വങ്ങളും പുലർന്നു. ക്രിസ്തുമതത്തിന്റെ ദുശ്ശാഠ്യങ്ങളെ തുറന്നെതിർക്കേണ്ടിയുംവന്നു. നിശ്ചയിച്ചുറപ്പിച്ച സത്യങ്ങളുടെയും പ്രാമാണികതയുടെയും ഭാവങ്ങൾ അസഹ്യമായിത്തോന്നുകയും ചെയ്തു.

ജീവിതത്തിനുള്ളിലെ നമ്മുടെ വഴികൾ (തുരങ്കങ്ങൾ) ഏറ്റവും ഫലപ്രദവും അർഥപൂർണവുമാക്കുകയാവണം ലക്ഷ്യം. അങ്ങനെയൊ

രു ലോകത്തിനായുള്ള ഓരോരുത്തരുടെയും സംഭാവനകൾ വിലപ്പെട്ടതാണെന്നും അച്ച്ബ ആ കുറിപ്പിലെഴുതി.

> അലഞ്ഞുതിരിഞ്ഞു നടന്ന ഇടയ സമാന ജീവിതത്തിൽനിന്ന് മനുഷ്യനെ വിമോചിപ്പിച്ചത് കൃഷിയും കാർഷികവൃത്തിയുമാണ്. അവയാണ് മൃഗത്വത്തിൽനിന്ന് മനുഷ്യത്വമുണ്ടാക്കിയത്. താൽപ്പര്യമുണ്ടെങ്കിൽ ദൈവത്തിന് ഈ ലോകത്തെ പൂർണവും മനോഹരവുമാക്കാമായിരുന്നു. എന്നാൽ ഇപ്പോഴുള്ളതുപോലൊന്നാണ് അവന്റെ സൃഷ്ടി. വരണ്ടുണങ്ങിയ, സ്നേഹശൂന്യമായ ഈ ഭൂമിയെ കൂടുതൽ വാസയോഗ്യമാക്കാൻ മനുഷ്യനാണ് പ്രവർത്തിക്കേണ്ടത്. അത്തരത്തിലാവണം നമ്മുടെ ചർച്ചകളും സഹകരണവും. ദൈവത്തിനുമാത്രം അറിയാവുന്ന കാര്യങ്ങൾ എന്ന് മുദ്രയടിക്കപ്പെട്ട അത്ഭുതങ്ങൾ നോക്കി നടക്കാൻ എനിക്കാവില്ല. സ്വയം എന്തുചെയ്യാനാകുമെന്നുമാത്രമാണ് അന്വേഷണം.

അച്ച്ബ മറ്റൊരിക്കൽ തുറന്നടിച്ചു.

സംസാരഭാഷയുടെ ജൈവികതയെന്ന നോവൽ രചനയിലെ രീതികളിലൊന്ന് അച്ച്ബയുടെ പ്രഭാഷണങ്ങളെയും സാധാരണ സുഹൃദ് സംഭാഷണങ്ങളെയും വ്യത്യസ്തവും ആകർഷകവുമാക്കി. പാശ്ചാത്യ അതിസമ്പന്ന രാജ്യങ്ങളിൽ കഥകൾപോലും വരളുന്ന അവസ്ഥയാണ്. സംസാരബന്ധം അറ്റുപോകുന്ന സമകാലീനാവസ്ഥയിൽ നാടൻ കഥകളും ഉപമകളും പഴഞ്ചൊല്ലുകളും കൊണ്ട് നിറക്കുകകൂടി ചെയ്യുന്നുണ്ട് അച്ച്ബ. വീട് തകർന്നടിഞ്ഞെന്ന് കേട്ടാൽ മേൽക്കൂര നിലംപൊത്തിയോ എന്ന് ആരെങ്കിലും ചോദിക്കുമോ, കാഷ്ഠക്കൂനയിലിരിക്കുന്ന ഈച്ച കൂനയോളം വരുമോ — തുടങ്ങിയ പഴമൊഴികൾ ബ്രാഡ്ഫോർഡ് മോറോ നിരത്തുന്നുണ്ട്. കപ്പൽ മുങ്ങുകയാണെങ്കിൽ ഉയർന്നു പാറിക്കളിക്കുന്ന പതാകയോടുകൂടിത്തന്നെയാകട്ടെ എന്നത് ഒരു ആഫ്രിക്കൻ കഥയിലെ അവസാന വാചകമാണ്. എങ്ങനെ നോവൽ എഴുതണമെന്ന് ലോകത്തെ പഠിപ്പിക്കാൻ ശ്രമിച്ച അപൂർവം എഴുത്തുകാരിൽ ഒരാളാണ് ചിനു അച്ച്ബയെന്നാണ് ചിമ്മൻഡ നിഗോസി അദീച്ചിയുടെ വിലയിരുത്തൽ. അച്ച്ബ മാൻ ബുക്കർ നേടിയപ്പോഴായിരുന്നു ഓറഞ്ച് പുരസ്കാരജേത്രിയുടെ പ്രതികരണം. നൈജീരിയയിൽനിന്നുള്ള എഴുത്തുകാരിയാണ് അദീച്ചി.

തന്നെ ഏറ്റവും സ്വാധീനിച്ച എഴുത്തുകാരൻ ആര് എന്ന ചോദ്യത്തിന് അവർ സംശയമില്ലാതെ പറഞ്ഞ മറുപടി അച്ച്ബ എന്നായിരുന്നു. അതിന് പല കാരണങ്ങളുണ്ട്. സൂക്കയിലെ നൈജീരിയൻ സർവകലാശാലയിലെ ഡപ്യൂട്ടി വൈസ് ചാൻസലറായിരുന്നു അവളുടെ അച്ഛൻ . അമ്മയാകട്ടെ, അതേ സർവകലാശാലയുടെ ആദ്യ വനിതാ രജിസ്ട്രാർ എന്ന ചരിത്രം സൃഷ്ടിച്ചവരുമായിരുന്നു. അച്ച്ബ താമസിച്ച സൂക്കയിലെ വസതിയിലായിരുന്നു അദീച്ചി വളർന്നത്.

സർവകലാശാലാ വിദ്യാർഥികൾ പുറത്തിറക്കിയ മാഗസിന്റെ പത്രാധിപരായിരിക്കെയാണ് അവളുടെ സാഹിത്യാഭിരുചികൾക്ക് വ്യക്തത കൈവരുന്നത്. വിദ്യാർഥിയായിരിക്കുമ്പോൾ ആദ്യ നോവൽ *പർപ്പ്ൾ ഹിബിസ്കസ്* പുറത്തിറങ്ങി. 2003 ഒക്ടോബറിലായിരുന്നു അത്. ഓറഞ്ച് പുരസ്കാരം നേടിയ *ഹാഫ് ഓഫ് എ യെലോ സൺ* പ്രകാശനം ചെയ്തതാകട്ടെ മൂന്നു വർഷം കഴിഞ്ഞും. ആഫ്രിക്കൻ ജീവിതത്തിന്റെയും അതിലെ സ്ത്രീനിശ്വാസങ്ങളുടെയും യഥാതഥമായ അവസ്ഥകളുടെ ബദൽ പാഠങ്ങളാണ് ഈ രണ്ട് പ്രശസ്ത രചനകളും.

കറുപ്പിന്റെ എഴുത്തുകാരി, ഫെമിനിസ്റ്റ്, ആഫ്രിക്കൻ – അമേരിക്കൻ രചയിതാവ് തുടങ്ങിയ വർഗീകരണങ്ങളിലൊന്നും അദീച്ചി തൃപ്തയല്ല. യൂറോപ്പിലെയും അമേരിക്കയിലെയും പുസ്തകശാലകൾ പോലും ഇവയുപയോഗിച്ച് ചില വിവേചനങ്ങൾ തുറന്നുവിടുന്നതായി അവർ പരിതപിക്കുന്നു. 'മുഖ്യധാര'യിലേക്ക് പ്രവേശനമില്ലാത്തവ എന്ന നിലയിലാണത്രെ അത്. രചയിതാവിനേക്കാൾ എഴുത്തിനെയാണ് അടയാളപ്പെടുത്തേണ്ടതെന്നും അവർ കൂട്ടിച്ചേർത്തു.

എഴുത്തുകാരിയെന്ന നിലയിൽ മാത്രം അറിയാൻ ആഗ്രഹിക്കുന്നില്ല. രചനയുടെ മേഖല സുഖശീതളതയുടെ ഭ്രമാത്മക ലോകമാണ്. എന്തെഴുതുന്നു എന്നതുപോലെ പ്രധാനമാണ് അത് എങ്ങനെ വായിക്കപ്പെടുന്നുവെന്നതും. വ്യക്തിയെന്ന നിലയിലുള്ള എഴുത്തുകാരന്റെ മുഖങ്ങളെ ഒരേ പ്രാധാന്യത്തോടെ വായനക്കാരും എന്തിനധികം നിരൂപകർപോലും കാണുന്നില്ല.

ഭാഷയും ശിൽപ്പവും അതീവ പ്രാധാന്യത്തോടെ പരിഗണിക്കുകയും കൂട്ടിയിണക്കുകയും ചെയ്യുന്ന അദീച്ചി, വാക്കുകളിൽ സംഗീതവും താളാത്മകതയും തേടുന്നു. കൃത്യമായ വാക്കുകൾക്കായി ക്ഷമാപൂർവം കാത്തിരിക്കുകയും ചെയ്യും.

അദീച്ചി ആദ്യം പ്രസിദ്ധീകരിച്ച കവിതയിലും *ഫോർ ലൗ ഓഫ് ബയാഫ്ര* എന്ന നാടകത്തിലും വേദന നിറഞ്ഞ ഓർമകളാണ് തികട്ടി വന്നത്. തനിക്കായി മാത്രം എഴുതുന്നതിൽ തികഞ്ഞ അവിശ്വാസം പുലർത്തുന്നതാണ് അവരുടെ സമീപനം.

മതരീതികളിലെ പ്രത്യേകിച്ച് ക്രിസ്ത്യൻ സമീപനങ്ങളിലെ വൈരുധ്യങ്ങളെയും അദീച്ചി എതിർക്കാതിരുന്നില്ല. കാത്തോലിക്ക് പൗരോഹിത്യത്തിന് ബ്രഹ്മചര്യം അനിവാര്യമാണെന്ന് കരുതുന്നില്ലെന്ന് അവർ തുറന്നടിച്ചു. ഇക്കാര്യത്തിൽ ഹിപ്പോക്രസിക്കാണ് മേൽക്കൈ എന്നും പറയുന്നുണ്ട്. പാതിരിയും സാധാരണ മനുഷ്യജീവിയാണെന്ന് കരുതണം. സമൂഹത്തിലെ സാധാരണ അംഗത്തെപ്പോലെയാണയാളും. മനുഷ്യസഹജമായ ആഗ്രഹങ്ങൾക്കുമേൽ വട്ടമിട്ടുപറക്കുന്നയാൾ. പല കാര്യങ്ങളിലും പ്രശ്നങ്ങളിലും പള്ളി ഏറെ മാറേണ്ടതുണ്ട്. ഒരേ കൃതിക്കു വ്യത്യസ്ത വായനകൾ സാധ്യമാകുംപോലെ എഴുത്തുകാരനും എഴുത്തുകാരിക്കും രാഷ്ട്രീയമായ പങ്ക് നിർവഹിക്കാനുണ്ടോ എന്ന ചോദ്യ

ത്തെ അദീച്ചി അഭിമുഖീകരിച്ചത് തികഞ്ഞ ബോധ്യത്തോടെയാണ്. “എല്ലാ എഴുത്തുകാർക്കും രാഷ്ട്രീയമായ സ്ഥാനമുണ്ടെന്ന് ഞാൻ കരുതുന്നില്ല. ശുഷ്കമായ വിഭവങ്ങൾക്കു നടുവിൽ ജീവിതമെന്നത് തീർച്ചയായും രാഷ്ട്രീയപരമാണ്. ആ ജീവിതം ഇതിവൃത്തമായി സ്വീകരിക്കുന്നവർക്ക് രാഷ്ട്രീയമായ പങ്കുണ്ട്” എന്ന അഭിപ്രായം ചിനുവ അച്ച്ബയുടെ ദർശനത്തിന്റെ അടുത്തുനിൽക്കുന്നു. അൾജീരിയൻ യുദ്ധകാലത്ത് ഉളവായ ഭീതിജനകമായ അവസ്ഥ മനസിൽവച്ച് സാർത്യ പറഞ്ഞത്, ഫ്രാൻസ് എന്നാൽ ഒരു രാജ്യത്തിനുപകരം രോഗത്തിന്റെ പേരായി തീർന്നിരിക്കുന്നുവെന്നാണ്. ഫ്രാൻസ് ഫാനന്റെ *റെച്ചഡ് ഓഫ് ദി എർത്തി*നെഴുതിയ മുഖവുര തുടങ്ങുന്നത് അങ്ങനെയാണ്. ആ കൃതിയുടെ 1990ലെ പെൻഗ്വിൻ പതിപ്പിന്റെ കവർചിത്രം ലോകപ്രശസ്ത ഫോട്ടോഗ്രാഫറായ പോൾ സ്ട്രാന്റിന്റേതും. ഘാനയിലെ ആക്രയിൽ മക്കോള മാർക്കറ്റിൽനിന്നുള്ള ചിത്രമാണ് അദ്ദേഹത്തിന്റെ കണ്ണും കാമറയും പരതിയെടുത്തത്. ‘സ്ലീപ്പിങ് മാൻ’ എന്ന ശരിയായ ശീർഷകത്തിലവതരിപ്പിക്കപ്പെട്ട ആ അജ്ഞാതന്റെ ഭയവിഹ്വലമായ മുഖം ആഫ്രിക്കയുടെ പരിച്ഛേദമാണ്. ആ ദൈന്യതയുടെ നേർക്കാണ് അച്ച്ബയും അദീച്ചിയും അവരുടെ പേനയും അനുകമ്പ കാണിക്കുന്നത്.

19

ജർമൻ ദുരന്തവും ഗുന്തർഗ്രാസും

ആഗോളവൽക്കരണത്തെ അമേരിക്കാവൽക്കരണമെന്ന് ആദ്യം വിളിച്ചത് ഗെയ് സോർമനാണ്. പിന്നീട് ഇതിന് അനുബന്ധമായി പല പഠനങ്ങളും അന്വേഷണങ്ങളുമുണ്ടായി. യുദ്ധക്കോപ്പുകൾ മുതൽ ഐ ടി ഉപകരണങ്ങൾ തൊട്ട് കൃഷി വിത്തുകൾവരെ അമേരിക്കാവൽക്കരണത്തിന്റെ ചിഹ്നങ്ങളാണെന്നും ഗെയ് സോർമൻ എഴുതി.

ഈയൊരു രൂപീകരണവും അതിന്റെ വിശദാംശങ്ങളും മനസിലെത്താൻ പ്രത്യേക കാരണങ്ങളുണ്ടായി. സഞ്ചാരികളായ രണ്ട് ജർമൻ സാമൂഹ്യനിരീക്ഷകരുമായുള്ള കൂടിക്കാഴ്ചയാണ് ഇങ്ങനെ ചില ചിന്തകൾ വീണ്ടും ചർച്ചയിലെത്തിച്ചത്. കേരളത്തിന്റെ കൗതുകങ്ങളും സവിശേഷതകളും തേടിയാണ് ഹംബോൾട്ട് സർവകലാശാല ചരിത്രവിഭാഗത്തിലെ മൈക്കേൽ ഗ്രൂബേയും സൈനിക വിദഗ്ധനായ ജോസഫ് അഹാത്‌ലിയും നീലേശ്വരത്തെത്തിയത്. 2006 വിഷുവിന് രണ്ടു ദിവസം മുമ്പ് കോട്ടപ്പുറത്ത് ഹൗസ്ബോട്ടിലെ യാത്രക്കിടയിൽ അവർ മനസു തുറന്നു. അമേരിക്കാവൽക്കരണം, കമ്യൂണിസത്തിനേറ്റ തിരിച്ചടികൾ, ഇറാഖ് അധിനിവേശം. ഫാസിസ്റ്റ് ഭൂതം, ഗുന്തർഗ്രാസിന്റെ രചനാ ലോകം തുടങ്ങിയ വിഷയങ്ങളെല്ലാം അതിലുണ്ടായി. വർത്തമാന ലോകരാഷ്ട്രീയത്തിന്റെയും ചരിത്രത്തിന്റെയും സാഹിത്യത്തിന്റെയും സ്പർശമുള്ളതായിരുന്നു ഇരുവരുടെയും പ്രതികരണങ്ങൾ.

ഓരോ മൂന്നു സെക്കന്റിലും ഒരു പിഞ്ചുകുഞ്ഞ് മരണത്തിലേക്കെടുത്തെറിയപ്പെടുന്നു. ക്രൂരമായ ലോകമാണ് നമ്മുടേതെന്ന് പറഞ്ഞത് ഗ്രൂബേ. ദാരിദ്ര്യവും പട്ടിണിയും മുറിവേൽപ്പിച്ച ലോകത്തിന്റെ ഹൃദയത്തിൽ ചവുട്ടിയാണ് അമേരിക്കയും കൂട്ടരും യുദ്ധസന്നാഹങ്ങൾ ഒരുക്കുന്നത്. ദരിദ്രരാജ്യങ്ങളെ സാമ്പത്തിക പാക്കേജുകളിലൂടെ സഹായിക്കുകയാണെന്ന പ്രതീതി പരത്താനും അമേരിക്കൻ ജീവകാരുണ്യവാദികൾക്കാ

യി. ഇതിലെ കാപട്യം തുറന്നുകാണിച്ചുകൊണ്ടുള്ള ഓക്സ്ഫാം പഠനം ശ്രദ്ധേയമാണ്. ബംഗ്ലാദേശിനെ മുൻനിർത്തിയായിരുന്നു ആ അന്വേഷണം. ഒരു ഡോളർ അവിടേക്ക് നൽകുമ്പോൾ ആറു ഡോളർ മറ്റുവഴികളിലൂടെ അമേരിക്ക തിരിച്ചുപിടിക്കുന്നുണ്ടെന്നതാണ് പഠനത്തിന്റെ കണ്ടെത്തൽ — കണക്കുകൾ നിരത്തി അഹാത്‌ലി വാചാലനായി.

ലാറ്റിനമേരിക്ക ഇടതുപക്ഷ മുന്നേറ്റം കൊണ്ടും ചർച്ചകളിൽ ശ്രദ്ധേയമാവുന്നുണ്ട്. സാമ്രാജ്യത്വ ധനകാര്യ സ്ഥാപനങ്ങളുടെ വായ്പാക്കെണിയിൽപ്പെട്ട് ശ്വാസം മുട്ടുകയാണ് മേഖലയിലെ ചില രാജ്യങ്ങളെങ്കിലും. ജനങ്ങളെ മനസിൽവച്ചുകൊണ്ടുള്ള ചില ബദൽ നയങ്ങൾ പലരും മുന്നോട്ടുവെക്കുന്നുമുണ്ട്. സാഹിത്യത്തിലുള്ള തന്റെ താൽപ്പര്യം വീണ്ടും ബോധ്യപ്പെടുത്തി അൽവാറോ യോസയെക്കുറിച്ചും ഗ്രൂബേ സംസാരിച്ചുതുടങ്ങി. അൽവാറോ വിഖ്യാത പെറുവിയൻ നോവലിസ്റ്റ് മരിയോ വർഗാസ് യോസയുടെ മകനാണ്. ശ്രദ്ധേയനായ ആ പത്രപ്രവർത്തകൻ *ലിബർട്ടി ഫോർ ലാറ്റിനമേരിക്ക* എന്ന കൃതിയെഴുതിയതും ഗ്രൂബേ അടിവരയിട്ടു. ലാറ്റിനമേരിക്കൻ പ്രതിസന്ധിയുടെ ആഴങ്ങൾ സൂക്ഷ്മമായി നിരീക്ഷിക്കുന്ന അൽവാറോ അഞ്ച് കാരണങ്ങൾ കണ്ടെത്തുന്നുമുണ്ട്. കോർപ്പറേറ്റ്‌വൽക്കരണമാണ് ഇതിൽ മുഖ്യം. ചൂഷണത്തിന്റെ ഏറ്റവും പുതിയ മുഖം വിദേശ കോർപ്പറേറ്റ് കമ്പനികളുടെ രൂപത്തിലാണ്. സ്വകാര്യകുത്തകകൾ പ്രശ്നം സങ്കീർണമാക്കുന്നു. ലാറ്റിനമേരിക്കൻ പ്രതിസന്ധി മൂർഛിപ്പിക്കുന്ന അമേരിക്കയുടെ ഇടപെടലുകളെക്കുറിച്ചും *ലിബർട്ടി ഫോർ ലാറ്റിനമേരിക്ക* എടുത്തുപറയുന്നതായി ഗ്രൂബേ കൂട്ടിച്ചേർത്തു.

അമേരിക്കയുടെ ഇറാഖ് അധിനിവേശത്തെയും ജർമനിയിലെ യുദ്ധവിരുദ്ധതയുടെ തീവ്രതയെയും കുറിച്ചായി പിന്നീട് ഞങ്ങളുടെ ചർച്ച. സൈനിക വിദഗ്ധനായ അഹാത്‌ലിയാണ് ഈ ഭാഗങ്ങൾ പലതും പൂരിപ്പിച്ചത്. കോർപ്പറേറ്റ് ലാഭമോഹത്തിന്റെയും സാമ്രാജ്യത്വ രാഷ്ട്രീയ ദാഹത്തിന്റെയും ഇരകളിലൊന്നാണ് ഇറാഖ്. എണ്ണ കീഴടക്കുകയെന്നതിൽ കവിഞ്ഞ ഒരു ലക്ഷ്യവും അമേരിക്കക്കില്ലായിരുന്നു.

ജർമനിയിൽ യുദ്ധവിരുദ്ധ വികാരം ശക്തമാണ്. എന്നാൽ ഭരണനേതൃത്വം അത് അതേപോലെ പ്രതിഫലിപ്പിക്കുന്നില്ല. എങ്കിലും ഒന്നുണ്ട്. അമേരിക്കക്കുവേണ്ടി (ഇറാഖിനെതിരെ) അവിടെ ഒരു ജർമൻകാരനുമില്ല. ജർമനി യുദ്ധത്തെ പിന്തുണക്കുന്നില്ലെങ്കിലും അമേരിക്കയുമായുള്ള ബന്ധം മുറിയണമെന്ന് ആഗ്രഹിക്കുന്നില്ലെന്നതാണ് പ്രധാനം.

കിഴക്കൻ ജർമനിയിലെ കമ്യൂണിസ്റ്റ് തകർച്ചയും ബർലിൻ മതിലിന്റെ ഉടയ്ക്കലും ചർച്ചാ വിഷയമായപ്പോഴാണ് ഗ്രൂബേയും അഹാത്‌ലിയും വികാരസ്പർശത്തോടെ പ്രതികരിച്ചത്. കിഴക്കൻ ജർമനിയുടെ സാമൂഹ്യ നേട്ടങ്ങൾ സംബന്ധിച്ച് ഇരുവരും വാചാലരായി.

കമ്യൂണിസ്റ്റ് പ്രസ്ഥാനത്തിനേറ്റ തിരിച്ചടി ജർമനിയിൽ വൻ വിശ്വാസത്തകർച്ചയാണുണ്ടാക്കിയത്. സാമ്പത്തിക പ്രതിസന്ധിയും തൊഴി

ലില്ലായ്മയും ഭയാനകമായ അവസ്ഥയിലെത്തി. പൗരന്മാർക്ക് ജീവിത സുരക്ഷിതത്വം ഉറപ്പുവരുത്തിയതിൽ ജി ഡി ആർ ലോകത്തിലെ ഏറ്റവും മുന്നിലുള്ള രാജ്യമായിരുന്നു. ആളോഹരി പാർപ്പിട ലഭ്യത, വിദ്യാഭ്യാസ സംവിധാനം, ആരോഗ്യമേഖല തുടങ്ങിയവയിലെല്ലാം ലോക വിസ്മയവുമായി, എന്നാൽ കിഴക്കൻ ജർമനിയുടെ എല്ലാ നേട്ടങ്ങളും തകിടംമറിഞ്ഞു. കറ തീർന്ന മുതലാളിത്തത്തിന്റെ മത്സരബോധം മാത്രമാണ് അവശേഷിപ്പിക്കപ്പെട്ടത്. തൊഴിലില്ല, ഫാക്ടറികൾ തുറക്കുന്നില്ല. വിദ്യാഭ്യാസംപോലും ചെലവേറിയ കച്ചവട വസ്തുവായി പരിവർത്തിക്കപ്പെട്ടു. ഈ വൈകൃതങ്ങൾക്കെതിരെ വീണ്ടുമൊരു മതിലുയരണമെന്നതാണ് പലരുടെയും ചിന്തയെന്നും അഹാത്‌ലി വിശദീകരിച്ചു. ഇത്തരം വിടവുകൾക്കിടയിലേക്കാണ് വിചിത്രമായ ആശയങ്ങൾ കടന്നുവരുന്നത്. നിയോഫാസിസ്റ്റ് പ്രവണതകളും സ്കിൻ ഹെഡ്ഡേഴ്സും സ്വസ്തികയും അതിന്റെ ചിഹ്നങ്ങൾ തന്നെയല്ലേ എന്ന ചോദ്യം വീണ്ടുമുയർത്തി.

ഫാസിസം ലോകത്തിനു നാണക്കേടുണ്ടാക്കിയ പ്രവണതയാണ്. ഒന്നാം ലോകമഹായുദ്ധകാലത്ത് ശക്തമായ ജർമനി പിന്നീട് ശിഥിലമായി. പല പ്രധാന ഭാഗങ്ങളും മറ്റ് രാജ്യങ്ങളോട് കൂട്ടിച്ചേർക്കപ്പെട്ടു. മധുരവാഗ്ദാനങ്ങൾക്കിടയിൽ ക്രൂരതകൾ പരീക്ഷിക്കപ്പെട്ട കാലത്താണ് ഐ ജി ഫാർബൻ പോലുള്ള കുത്തകകൾ കാലുറപ്പിച്ചത്. കമ്യൂണിസ്റ്റ് ഭരണവേളയിൽ നിരോധിക്കപ്പെട്ട ഈ കുത്തക മറ്റു പേരുകളിൽ തിരിച്ചുവന്നിരിക്കയാണ്.

ജർമൻ ഏകീകരണത്തിന്റെ ഹർഷോന്മാദം മറച്ചുപിടിച്ച യാഥാർഥ്യങ്ങൾ തുറന്നെഴുതിയ ഗുന്തർഗ്രാസിന്റെ പ്രവചനങ്ങൾ എടുത്തിട്ടപ്പോൾ ഗ്രൂബേയും അഹാത്‌ലിയും ആ സാഹിത്യപ്രതിഭയുടെ ഇടപെടലുകളിലേക്ക് കൈപിടിച്ചുകൊണ്ടുപോയി. ഏകീകരണത്തിനു പിന്നിലെ സാമ്പത്തിക താൽപ്പര്യങ്ങളും കോർപ്പറേറ്റ് ഗൂഢാലോചനകളും തുറന്നുപറഞ്ഞ ഗ്രാസിന്റെ പഠനം അവരുടെ മനസിലും പച്ചപിടിച്ചു നിൽക്കുന്നുണ്ട്.

ഗുന്തർഗ്രാസ് –ജർമനിയിൽ ജീവിച്ചിരിക്കുന്ന ഏറ്റവും ശ്രദ്ധേയനായ സാഹിത്യകാരനാണെന്ന് ഇരുവരും ഒറ്റശ്വാസത്തിലാണ് പറഞ്ഞത്. പിന്നെ അദ്ദേഹത്തിന്റെ ജീവിതസാഹചര്യങ്ങളും രചനാപശ്ചാത്തലങ്ങളും വിവരിച്ചു. ഗ്രാസ് ജനിച്ച താൻസിങ് ഇപ്പോൾ പോളണ്ടിലാണ്. അങ്ങനെ അനുഭവിച്ച അന്യവൽക്കരണം രചനകളുടെ സവിശേഷതകളിലൊന്നാണെന്നും ഗ്രൂബേ വിസ്തരിച്ചു.

ജീവിക്കുന്ന കാലഘട്ടത്തിലിടപെടുന്ന ഗ്രാസ് തുറന്ന മനുഷ്യനാണ്. ഒന്നിനോടും മുൻവിധിയും ശത്രുതയും പകയുമില്ലാത്ത സമീപനം. സൈനിക സേവനത്തിലേർപ്പെട്ട ഗ്രാസിനെ അമേരിക്കൻ സേന തടവിലാക്കിയിരുന്നു. പിന്നെ ജീവിതത്തിന്റെ അറ്റങ്ങൾ കൂട്ടിമുട്ടിക്കാൻ കർഷകത്തൊഴിലാളിയും ഖനിത്തൊഴിലാളിയുമായി മാറി മാറി പ്രവർത്തി

ച്ചു. 1955 കാലത്ത് ശിൽപ്പിയായും ജീവിതം തേടി. പതുക്കെ സാഹിത്യത്തിലേക്കും. ആദ്യം എഴുതിയത് കവിതയായിരുന്നു. 1956 ൽ ആദ്യ രചന വെളിച്ചം കണ്ടു. ഒരു വർഷത്തിനുള്ളിൽ നാടകരചനയിലും പ്രതിഭ തെളിയിച്ചു.

ലോകപ്രശസ്തമായ *ദി ടിൻഡ്രം* നോവൽ പുറത്തിറങ്ങിയത് 1959 ൽ. ഇത് ഷ്ളോൺഡോർഫ് ചലച്ചിത്രവുമാക്കി. ഇരുപതാം നൂറ്റാണ്ടിന്റെ ആദ്യ പകുതിയിലെ ജർമൻ യാഥാർഥ്യങ്ങളുടെ നേർക്കാഴ്ചയാണ് *ടിൻഡ്രം* എന്ന് കാവ്യാത്മകമായി ഗ്രൂബേ വിവരിച്ചു. *കാറ്റ് ആൻഡ് മൗസ്, ഡോഗ് ഇയേഴ്സ്* തുടങ്ങിയ കൃതികളും പരാമർശിക്കപ്പെട്ടു.

രാഷ്ട്രീയചിന്തകളിൽ ഗ്രാസ് അതീവ താൽപ്പര്യം കാട്ടുന്നത് 1960 കൾ മുതലാണ്. തിരഞ്ഞെടുപ്പ് പ്രചാരണങ്ങളിലും പങ്കാളിയായി. ബുദ്ധിജീവികളുടെ സാമൂഹ്യബാധ്യത മുൻനിർത്തി പല കുറിപ്പുകളും പ്രഭാഷണങ്ങളും അദ്ദേഹത്തിൽനിന്നുണ്ടായി. 'ജർമൻ ദുരന്തം' ആ പ്രവർത്തനങ്ങളുടെയും അന്വേഷണങ്ങളുടെയും മുഖ്യ ഉൽക്കണ്ഠയുമായിരുന്നു. സമാധാന പ്രസ്ഥാനത്തിന്റെയും ഹരിത രാഷ്ട്രീയത്തിന്റെയും മുദ്രകൾ മറ്റ് ചില രചനകളിലും കാണാനായി. എഴുത്തുകാരുടെ സംഘടനയിലും അദ്ദേഹം നേതൃപരമായ പങ്കുവഹിച്ചു. ഒട്ടുമിക്ക സ്വന്തം രചനകളുടെ കവറും രേഖാചിത്രങ്ങളും തയാറാക്കിയതും ഗ്രാസ് തന്നെയാണെന്ന വിവരം ഗ്രൂബേ അറിയിച്ചപ്പോൾ അതൊരു കൗതുകമായി. 1999 ലാണ് അദ്ദേഹം നോബൽ സമ്മാനം നേടിയത്.

സോവിയറ്റ് യൂണിയന്റെയും ജി ഡി ആറിന്റെയും തകർച്ച, ജർമനിയിലെ മതവിശ്വാസം, കമ്യൂണിസ്റ്റ് അവബോധം തുടങ്ങിയ പ്രശ്നങ്ങളും ഒടുവിൽ ഞങ്ങളുടെ ചർച്ചയിലെത്തി. പൂർണമായി യോജിക്കാനാവില്ലെങ്കിലും ഗ്രൂബയുടെയും അഹാത്‌ലിയുടെയും ഉത്തരങ്ങൾക്ക് സവിശേഷതകളുണ്ടായിരുന്നു. ജർമനിയിലും റഷ്യയിലും മറ്റും ഗൗരവചിന്തയും ആഴമുള്ള വായനയും അപ്രത്യക്ഷമായ സ്ഥിതിയാണ്. ജർമനിയിലാകട്ടെ ചവറ് സാഹിത്യവും *ഹാരിപോട്ടറു*മാണ് പ്രിയ സാഹിത്യ വിഭവങ്ങൾ — ഗ്രൂബേ തന്റെ ഉൽക്കണ്ഠ പങ്കുവെച്ചു.

20

ദുരിതങ്ങളുടെ ഉത്ഭവം ഭൂമിയിൽനിന്ന്

സ്പാനിഷ് ചെറുത്തുനിൽപ്പ് പ്രസ്ഥാനത്തിന്റെ ആവേശവും പ്രതീകവുമായിരുന്നു ഡൊളോറസ് ഇബറൂറി. പാഷിയോനാരിയ എന്ന ഓമനപ്പേരിൽ ലോകം മുഴുവൻ അറിയപ്പെട്ടിരുന്ന അവർ ഫാസിസ്റ്റ് വിരുദ്ധ പോരാട്ടത്തിലും ലോക തൊഴിലാളി വർഗപ്രസ്ഥാനത്തിലും തിളങ്ങിനിന്ന ഉജ്വല പ്രതിഭയായിരുന്നു. ത്യാഗനിർഭര ജീവിതം നയിച്ച ഡൊളോറസ് ഐതിഹാസിക വിപ്ലവകാരിയും ലോക കമ്യൂണിസ്റ്റ് പ്രസ്ഥാനത്തിന്റെ സമാരാധ്യ നേതാക്കളിലൊരാളുമായിരുന്നുവെന്നർഥം.

ജീവിതവും യൗവനവും പുതിയ സമൂഹത്തിനായുള്ള പോരാട്ടത്തിന്റെ വഴികളിൽ ഉപേക്ഷിച്ച നിരവധി വനിതാ പോരാളികളെ സാർവദേശീയ തൊഴിലാളി പ്രസ്ഥാനത്തിൽ കാണാം. എന്നാൽ എഴുപത് വർഷത്തിലധികം തുടർച്ചയായി അനന്തമായ ത്യാഗത്തിന്റെ വഴിയിലേക്ക് ഇറങ്ങിത്തിരിച്ച വീരനായികയാണ് ഡൊളോറസ്.

ആദ്യനാളുകൾ

ബാസക്കു പ്രവിശ്യയിലെ ഗല്ലാത്രയിൽ 1895 ഡിസംബർ 9 ന് കൽക്കരിഖനിത്തൊഴിലാളിയായ അന്റോണിയോയുടെ എട്ടാമത്തെ പുത്രിയായാണ് ജനിച്ചത്. കടുത്ത ദാരിദ്ര്യം നിമിത്തം നന്നേ ചെറുപ്പത്തിൽ പഠിത്തം നിർത്തേണ്ടിവന്നു. പതിനെട്ടാം വയസിൽ വീട്ടുജോലിക്ക് നിൽക്കാൻ നിർബന്ധിക്കപ്പെട്ടു. പിന്നീട് തയ്യൽക്കാരിയുമായി. 1915 ൽ ജൂലിയൻ റൂയിസ് നേറാ എന്ന ഖനിത്തൊഴിലാളിയെ വിവാഹം ചെയ്തു. വടക്കൻ സ്പെയിനിൽ പ്രവർത്തിച്ച സോഷ്യലിസ്റ്റ് പാർട്ടിയുടെ സ്ഥാപകരിലൊരാളായിരുന്നു നേറാ.

പരുപരുത്ത ജീവിതാനുഭവങ്ങളാണ് ഡൊളോറസിനെ കമ്യൂണിസ്റ്റ് – ട്രേഡ് യൂണിയൻ പ്രസ്ഥാനങ്ങളിലേക്ക് ആകർഷിച്ചത്. ഖനിത്തൊ

ഴിലാളികളുടെ ന്യായവും നീതിയുക്തവുമായ അവകാശങ്ങൾക്കുവേണ്ടി മുൻനിന്നു പ്രവർത്തിച്ച ഭർത്താവ് ജയിലറകൾക്കുള്ളിലായപ്പോൾ സമരാഗ്നിയിലേക്ക് എടുത്തുചാടി. ആ കാലഘട്ടത്തിൽ തൊഴിലാളികളുടെ ജീവിതം കടുത്തതായിരുന്നു. മൃഗതുല്യരായി ജീവിക്കാൻ നിർബന്ധിക്കപ്പെട്ട കാലം.

ഖനിയുടമകളുടെ കണ്ണിൽച്ചോരയില്ലാത്ത ചൂഷണത്തിന് വിധേയരായ തൊഴിലാളികൾ 1903 ൽ പൊതുപണിമുടക്ക് നടത്തി. അതേവർഷം ഒക്ടോബർ 31 ന് പരിമിതമായ ആവശ്യങ്ങൾ നേടിയെടുക്കാൻ അവർക്ക് കഴിഞ്ഞു. ദാരിദ്ര്യത്തിന്റെയും കടുത്ത വിഷമങ്ങളുടെയും നടുവിലായിരുന്നു ഡൊളോറസും കുടുംബവും. അവരുടെ മൂന്ന് പെൺകുട്ടികൾ നന്നേ ചെറുപ്പത്തിൽ മരിച്ചു.

ജീവിതത്തിന്റെ ആദ്യകാലങ്ങളിൽ തികഞ്ഞ മതവിശ്വാസിയായിരുന്ന ഡൊളോറസ് പതുക്കെ മാർക്സിസത്തിലേക്ക് നീങ്ങി. ഖനിത്തൊഴിലാളികളെ പൊതുവിലും അവരുടെ കുടുംബത്തെ പ്രത്യേകിച്ചും വലച്ച കടുത്ത ജീവിതയാഥാർഥ്യങ്ങളാണ് അങ്ങനെ ചിന്തിപ്പിച്ചത്. ഇക്കാര്യം ഓർമക്കുറിപ്പിൽ വിശദമാക്കുന്നുണ്ട്:

> പരുക്കൻ യാഥാർഥ്യങ്ങളുമായുള്ള നിരന്തരവും ഗാഢവുമായ ബന്ധം എന്റെ മതവിശ്വാസങ്ങളെ പിടിച്ചുകുലുക്കാൻ തുടങ്ങി. അന്ധവിശ്വാസങ്ങളിൽനിന്നും മുൻവിധികളിൽനിന്നും അതിഭൗതിക ശക്തികളോടുള്ള പരമ്പരാഗത ഭയത്തിൽനിന്നും ഓരോ ദിവസം കടന്നുപോകുമ്പോഴും ഞാൻ കൂടുതൽ അകന്നുകൊണ്ടിരുന്നു.... ഞങ്ങൾ അനുഭവിക്കുന്ന ദുരിതങ്ങളുടെ ഉത്ഭവസ്ഥാനം സ്വർഗത്തിലല്ല. ഭൂമിയിൽത്തന്നെയാണ്. മനുഷ്യനിർമിത സ്ഥാപനങ്ങളിൽനിന്നാണ് അതിന്റെ ഉദയം. അവയെ മനുഷ്യർക്ക് നശിപ്പിക്കാനും മാറ്റിത്തീർക്കാനും കഴിയും.

മാർക്സിസ്റ്റ് സാഹിത്യങ്ങളുമായി ഡൊളോറസ് കൂടുതൽ അടുത്തു. സോഷ്യലിസ്റ്റ് സമൂഹത്തിനായുള്ള സമരം അവരുടെ ജീവിതത്തിന്റെ ഭാഗമായിത്തീർത്തത് മാർക്സിസ്റ്റ് സാഹിത്യങ്ങളും സമൂഹ യാഥാർഥ്യങ്ങളുമാണ്. സോഷ്യലിസത്തെക്കുറിച്ച് കൂടുതൽ പഠിക്കുന്തോറും അതിന് തന്റെ ജീവിതവുമായുള്ള പൊരുത്തം മനസിലാക്കുകയായിരുന്നു ഡൊളോറസ്. 1918 ൽ *എൽമിനെറോവിസ്കയ്നോ* പത്രത്തിൽ പാഷിയോനാരിയ എന്ന പേരിൽ അവരെഴുതിയ ലേഖനം ഏറെ ചർച്ച ചെയ്യപ്പെട്ടിരുന്നു.

ലോകത്തെമ്പാടുമുള്ള വിമോചന പ്രസ്ഥാനങ്ങൾക്ക് കരുത്തും ആവേശവും നൽകിയ 1917 ലെ ഒക്ടോബർ സോഷ്യലിസ്റ്റ് വിപ്ലവം. സ്പെയിനിലെ തൊഴിലാളിവർഗ പ്രസ്ഥാനത്തിന് ഉത്തേജനം നൽകിയതിലും അതിന്റെ സ്വാധീനം കാണാം. 1918 സപ്തംബറിൽ രൂപംകൊണ്ട ഇന്റർനാഷണൽ വർക്കിങ് അസോസിയേഷനിൽ നിന്നാണ് ബാസക്ക് പ്രദേശത്തെ സോഷ്യലിസ്റ്റ് പ്രസ്ഥാനം രൂപമെടുത്തത്. 1919 മാർച്ചിൽ

കമ്യൂണിസ്റ്റ് ഇന്റർനാഷണൽ സ്ഥാപിതമായപ്പോൾ സ്പെയിനിലെ സോഷ്യലിസ്റ്റുകാർക്കിടയിൽ ചേരിതിരിവുണ്ടായി. നിരവധി നേതാക്കൾ ഇന്റർനാഷണലിന് പിന്തുണ നൽകുന്നവരുടെ നാഷണൽ കമ്മിറ്റിയിൽ ചേർന്നു.

സോഷ്യലിസ്റ്റ് യുവജന പ്രസ്ഥാനത്തിന്റെ എക്സിക്യൂട്ടീവ് കമ്മിറ്റി സോവിയറ്റ് യൂണിയന് പിന്തുണ പ്രഖ്യാപിക്കുകയും 1920 ഏപ്രിലിൽ അവർ ആദ്യത്തെ സ്പാനിഷ് കമ്യൂണിസ്റ്റ് പാർട്ടി (The Partido Communista Espanol) ക്ക് രൂപംകൊടുക്കുകയും ചെയ്തു. ബാസക്ക് കമ്യൂണിസ്റ്റ് പാർട്ടി പ്രാദേശിക കമ്മിറ്റിയിലേക്ക് ഡൊളോറസ് എത്തി. ഒന്നാം കോൺഗ്രസ് പ്രതിനിധിയായും തെരഞ്ഞെടുക്കപ്പെട്ട അവർ അങ്ങനെ സ്പാനിഷ് പാർട്ടിയുടെ സ്ഥാപകനേതാക്കളിൽ ഒരാളായിത്തീർന്നു.

മൂന്നാം കമ്യൂണിസ്റ്റ് ഇന്റർനാഷണലുമായുള്ള ബന്ധത്തെക്കുറിച്ച് രണ്ടാം സ്പാനിഷ് കമ്യൂണിസ്റ്റ് പാർട്ടി (The Partido Communista Obrerode Espana) യിൽ അനൈക്യം ഉടലെടുത്തു. ഇന്റർനാഷണലുമായി ചേരണമെന്ന അഭിപ്രായക്കാരായിരുന്ന 'ടെർസെറിസ്റ്റാസി'ന്റെ നേതാവ് ഡൊളോറസായിരുന്നു. 1939 ൽ രണ്ട് വിഭാഗങ്ങളും ഒന്നായി. കോമിന്റേൺ പ്രതിനിധികളുടെ പ്രവർത്തനവും സഹായവുമായിരുന്നു ഇതിനു പിന്നിൽ. ഈ കാലയളവിൽ നിരവധി ലോക കമ്യൂണിസ്റ്റ് നേതാക്കൾ സ്പെയിൻ സന്ദർശിച്ചു. 1939 ൽ ഒന്നിച്ച കമ്യൂണിസ്റ്റ് പാർട്ടിയുടെ രൂപീകരണത്തിന് സ്പെയിനിലെത്തിയ നേതാക്കളിൽ എം എൻ റോയ്, അന്റോണിയോ ഗ്രാംഷി, ജൂലസ് ഹംബർട്ട് ഡ്രോസ് മുതലായവരുൾപ്പെടും.

മുൺഡോ ഒബ്രേറോ

1930 ൽ പാർട്ടി കേന്ദ്ര കമ്മിറ്റി അംഗമായി തിരഞ്ഞെടുക്കപ്പെട്ട ഡോളോറസ് 1931 ൽ പൊളിറ്റിക്കൽ ബ്യൂറോവിലെത്തി. തൊഴിലാളി ലോകം എന്ന് അർഥം വരുന്ന *മുൺഡോ ഒബ്രേറോ* എന്ന പാർട്ടി കേന്ദ്രമുഖപത്രത്തിന്റെ പത്രാധിപരായി 1931 സപ്തംബറിൽ. വിസെന്റെ ഉറൈബ്, ഹെർണാൺഡസ് തുടങ്ങിയ പ്രമുഖരും ഇതിന്റെ പത്രാധിപന്മാരായി പ്രവർത്തിച്ചിട്ടുണ്ട്. മാർക്സിസ്റ്റ് വീക്ഷണം ഉയർത്തിപ്പിടിക്കുന്നതിലും ചാഞ്ചാട്ടങ്ങളെ എതിർത്തുതോൽപ്പിക്കുന്നതിലും അതീവ ശ്രദ്ധ ചെലുത്തിയതായിരുന്നു പത്രം. സ്പാനിഷ് ചെറുത്തുനിൽപ്പ് പ്രസ്ഥാനത്തിന്റെ ആശയപ്രചാരണത്തിൽ മുൻപന്തിയിൽ നിൽക്കാനും അതിന് കഴിഞ്ഞു. കടുത്ത അടിച്ചമർത്തലായിരുന്നു അക്കാലത്ത് നേരിടേണ്ടിവന്നത്. പാർട്ടിയെ തകർക്കുന്നതിന് ഏതുമാർഗവും അവലംബിക്കുകയെന്നതായിരുന്നു ഭരണവർഗത്തിന്റെ രീതി. അങ്ങനെ പത്രമാപ്പീസിൽവച്ച് ഡൊളോറസ് അറസ്റ്റ് ചെയ്യപ്പെട്ടു. ജയിലിലും അവർ സമരം തുടർന്നു. തടവറകളിലെ സ്ഥിതി മെച്ചപ്പെടുത്താനായിരുന്നു അത്. രാഷ്ട്രീയത്തടവുകാരെ വിട്ടയക്കുന്നതിന് മറ്റ് കമ്യൂണിസ്റ്റുകാരോടൊപ്പം നിരാ

ഹാരസമരത്തിന് നേതൃത്വം നൽകി. തുടർന്ന് ഗവൺമെന്റ് അവരെ വിട്ടയച്ചു.

നിരവധി തവണ കാരാഗൃഹത്തിലിട്ട് ഡൊളോറസിനെ പ്രവർത്തനത്തിൽനിന്നും പിന്തിരിപ്പിക്കാൻ നോക്കിയ ഭരണാധികാരികൾക്കാണ് തെറ്റുപറ്റിയത്. 1932 മാർച്ച് 17 ന് ചേർന്ന പാർട്ടി നാലാം കോൺഗ്രസിന്റെ തയാറെടുപ്പുകളിലും ചർച്ചകളിലും അവർ പങ്കെടുത്തു. എന്നാൽ മാഡ്രിഡിൽവച്ച് അറസ്റ്റ് ചെയ്ത് ജയിലിലടച്ചു. 1933 ജനുവരിയിൽ വിട്ടു. പിന്നീടങ്ങോട്ട് സ്പെയിനിലെ ഭൂപ്രഭുക്കൾക്കെതിരെ കർഷകരെ സംഘടിപ്പിച്ചു. ഭൂപരിഷ്കരണം ആവശ്യപ്പെട്ട് വർകിട ഭൂവുടമകൾക്കെതിരെ അലയടിച്ച പോരാട്ടത്തിൽ ടൊളഡോ പ്രവിശ്യയിൽ നേതൃത്വമേറ്റെടുത്തത് ഡൊളോറസായിരുന്നു. ഖനിത്തൊഴിലാളികളായ തടവുകാരുടെ കുടുംബാംഗങ്ങളുടെ സ്ഥിതിയറിയാൻ തൊഴിലാളിമേഖല സന്ദർശിച്ചപ്പോൾ വീണ്ടും അറസ്റ്റിലായെങ്കിലും 1935 ൽ പാരിസിൽച്ചേർന്ന ഇന്റർനാഷണൽ എയ്ഡ് കോൺഫറൻസിൽ പങ്കെടുക്കാൻ അവരെ വിട്ടു.

1903 മുതൽ സ്പെയിനിൽ ഖനിത്തൊഴിലാളികളുടെ വിവിധ കൈവഴികളിലുള്ള പ്രക്ഷോഭങ്ങൾ അലയടിച്ചുയർന്നിരുന്നു. 1934 ലെ ദേശവ്യാപക പൊതുപണിമുടക്ക്. ഇതിന്റെ മധ്യത്തിൽ അസ്തൂരിയയിലെ തൊഴിലാളികൾ ഡൊളോറസിനെ തങ്ങളുടെ കമ്യൂണിസ്റ്റ് അംഗമായി പാർലമെന്റിലേക്ക് തെരഞ്ഞെടുത്തു. 1936 ജൂൺ 16 ന് പാർലമെന്റിൽ അവർ നടത്തിയ പ്രസംഗം ചരിത്രപ്രസിദ്ധമാണ്. ഫാസിസ്റ്റുകളുടെ അക്രമസ്വഭാവത്തെയും ചൂഷണത്തെയും തുറന്നുകാണിക്കുന്നതായിരുന്നു അത്. ചെറുതാണെങ്കിലും വളർന്നുകൊണ്ടിരുന്ന സ്പാനിഷ് കമ്യൂണിസ്റ്റ് പാർട്ടിയുടെ ഒന്നാംകിട നേതാക്കളിലൊരാളായ ഡൊളോറസ് ഇബറൂറി പാർലമെന്റിൽ എല്ലാവരുടെയും ശ്രദ്ധാകേന്ദ്രമായിരുന്നുവെന്ന് *സ്പെയിനിലെ ആഭ്യന്തര യുദ്ധം* എന്ന പുസ്തകത്തിൽ ഹ്യൂഗ്തോമസ് പറഞ്ഞിട്ടുണ്ട്.

ഫാസിസത്തിനെതിരെ

ഹിറ്റ്ലർ 1933 ൽ അധികാരം പിടിച്ചടക്കിയതോടെ ഫാസിസത്തിന്റെ കരിനിഴൽ സ്പെയിനിന് മുകളിലും പതിച്ചു. ഫാസിസ്റ്റ് അനുകൂല സംഘടനകൾ പരസ്യപ്രവർത്തനവുമായി രംഗത്തുവന്നു. യൂറോപ്പിനെയാകെ സർവാധിപത്യം വിഴുങ്ങിയപ്പോൾ എല്ലാ ഫാസിസ്റ്റ് വിരുദ്ധശക്തികളുടെയും ഐക്യമുണ്ടാക്കാൻ ഡൊളോറസ് ശ്രമിച്ചു. കമ്യൂണിസ്റ്റുകാരും സോഷ്യലിസ്റ്റുകാരും ഇടതുപക്ഷ റിപ്പബ്ലിക്കന്മാരും ഉൾക്കൊള്ളുന്ന ഐക്യമുന്നണി രൂപീകരണത്തിനു പിന്നിൽ അവരുടെ നേതൃപാടവമായിരുന്നു. ആ മുന്നണിക്ക് പാർലമെന്റിൽ ഭൂരിപക്ഷം കിട്ടുകയും റിപ്പബ്ലിക്കൻ ഗവൺമെന്റ് രൂപീകൃതമാവുകയും ചെയ്തു. ഗവൺമെന്റിനെ അട്ടിമറിക്കാൻ 1936 ൽ ജനറൽ ഫ്രാങ്കോ ആഭ്യന്തരയുദ്ധം അഴിച്ചുവിട്ടു. അതിന് ഹിറ്റ്ലറും മുസോളിനിയും എല്ലാ ഒത്താശകളും

ചെയ്തുകൊടുത്തു. സ്പെയിൻ ജനത ഒന്നടങ്കം റിപ്പബ്ലിക്കൻ ഗവൺമെന്റിനെ പിന്തുണച്ചു. വിവിധ രാജ്യങ്ങളിൽനിന്ന് ഫാസിസ്റ്റ് വിരോധികൾ സ്പെയിനിലേക്ക് കുതിച്ചു. പലരും വളണ്ടിയർമാരായി പ്രവർത്തിക്കുകയുമുണ്ടായി. ഫാസിസ്റ്റ് പിന്തിരിപ്പൻ ശക്തികളുടെ കയ്യിൽനിന്നും സ്പെയിൻ ജനതയെ മോചിപ്പിക്കുകയെന്നത് അവരുടെ മാത്രം കാര്യമല്ല. മറിച്ച് പുരോഗമനകാരികളായ മനുഷ്യരുടെയെല്ലാം പൊതുകർത്തവ്യമാണെന്ന സ്റ്റാലിന്റെ പ്രഖ്യാപനം ഇക്കാലത്താണുണ്ടായത്.

സ്പാനിഷ് ജനാധിപത്യ സംരക്ഷണത്തിനായുള്ള ഐതിഹാസികവും കരുത്തുറ്റതുമായ സമരത്തിന്റെ മുന്നണിപ്പോരാളിയായി മാറി ഡൊളോറസ്. യുദ്ധരംഗത്തും പിന്നണിയിലും അവർ കൊടുങ്കാറ്റുപോലെ പ്രവർത്തിച്ചു. സ്പാനിഷ് ചെറുത്തുനിൽപ്പ് പ്രസ്ഥാനം ഡൊളോറസിന് നൽകിയ ഓമനപ്പേരാണ് ജിമിക്കിപ്പൂവ് എന്നർഥം വരുന്ന പാഷിയോനാരിയ. പിന്നീട് ആ പേരിലാണ് അവർ ലോകപ്രശസ്തയായത്. 1936 ജുലായ് 13ന് മാഡ്രിഡ് റേഡിയോവിലൂടെ അവർ നൽകിയ ആഹ്വാനം ചെറുത്തുനിൽപ്പ് പ്രസ്ഥാനത്തിന്റെ പൊതുമുദ്രാവാക്യമായി മാറുകയാണുണ്ടായത്. മുട്ടുമടക്കി ജീവിക്കുന്നതിലും ഭേദം നിവർന്നുനിന്ന് മരണം വരിക്കുന്നതാണെന്നായിരുന്നു അത്. ആ ആഹ്വാനം പട്ടാളക്കാരെയും ജനങ്ങളെയും ആകർഷിക്കുകയും ആവേശം കൊള്ളിക്കുകയും ചെയ്തു. എല്ലാ രാജ്യങ്ങളിൽനിന്നുമുള്ള ഇന്റർനാഷണൽ ബ്രിഗേഡിനോട് ഡൊളോറസ് നടത്തിയ ആഹ്വാനം സ്വാതന്ത്ര്യവും ജനാധിപത്യവും ആഗ്രഹിക്കുന്ന ഏതൊരാളിലും എന്നും ആവേശത്തിന്റെ അഗ്നിപടർത്തും.

ചെറുത്തുനിൽപ്പ് പ്രസ്ഥാനം എല്ലാ അർഥത്തിലും മുന്നേറിയപ്പോഴായിരുന്നു ഫ്രഞ്ച്, ബ്രിട്ടീഷ്, അമേരിക്കൻ ഗവൺമെന്റുകളുടെ കൊടുംവഞ്ചന പ്രകടമായത്. അത് സ്പെയിനിലെ ജനങ്ങളുടെ ധീരോദാത്തമായ ചെറുത്തുനിൽപ്പ് തകർത്തു. ഫ്രാങ്കോ വിജയിച്ചു. ഇതേത്തുടർന്ന് ഡൊളോറസ് ഫ്രാൻസിലേക്ക് രക്ഷപ്പെട്ടു. അവിടെ താമസിച്ച് സമരം പുനഃസംഘടിപ്പിച്ചശേഷം സോവിയറ്റ് യൂണിയനിലേക്ക് പോയി. 39 വർഷം വിദേശത്ത് താമസിക്കേണ്ടിവന്നു. ദുരിതങ്ങളും പീഡനങ്ങളും ഡൊളോറസിനെ വേട്ടയാടിക്കൊണ്ടിരുന്നു. തൊഴിലാളിവർഗത്തിന്റെ അന്തിമവിജയത്തിലുള്ള വിശ്വാസം ഉയർത്തിപ്പിടിച്ച് എല്ലായിടത്തും പോരാട്ടങ്ങളിൽ സജീവമായി പങ്കെടുത്തു. മകൻ റൂബെൺ ഫാസിസത്തിനെതിരായ പോരാട്ടത്തിന് സോവിയറ്റ് റെഡ് ആർമിയിൽ ആപ്പീസറായി ചേർന്നു. ലെനിൻഗ്രാഡിനെ രക്ഷിക്കാൻ റൂബെൺ പൊരുതിമരിക്കുകയാണുണ്ടായത്.

സി പി എസ് യു പതിമൂന്നാം കോൺഗ്രസിൽ (1933 നവംബർ) സ്പെയിനിലെ കമ്യൂണിസ്റ്റ് പാർട്ടിയുടെ സൗഹാർദപ്രതിനിധിയായി ഡൊളോറസും പങ്കെടുത്തു. പ്രഥമ സോവിയറ്റ് സന്ദർശനമായിരുന്നു അത്. 1936 ൽ ഫ്രാങ്കോയുടെ വിജയത്തിനുശേഷം സോവിയറ്റ് യൂണിയനിൽ

കഴിച്ചുകൂട്ടി. 1960 ൽ സാന്റിയാഗോ കാറില്ലോ പാർട്ടി ജനറൽ സെക്രട്ടറി സ്ഥാനം ഏറ്റെടുക്കുംവരെ ക്രെംലിൻ കോൺഗ്രസിൽ സ്പാനിഷ് പാർട്ടിയെ പ്രതിനിധീകരിച്ചത് ഡൊളോറസ്. 1977 മെയ് 13 ന് അവർ സ്പെയിനിലേക്ക് തിരിച്ചുവന്നു. ഫ്രാങ്കോയുടെ മരണത്തിന് 18 മാസത്തിനുശേഷം സ്പാനിഷ് കമ്യൂണിസ്റ്റുപാർട്ടിയെ നിയമവിധേയമാക്കി.

സ്പെയിനിൽ യുദ്ധത്തിനെതിരെ പ്രവർത്തിച്ച വനിതാ പ്രസ്ഥാനങ്ങളുടെ മുന്നണിപ്പോരാളിയായും 1934 മുതൽ ഡൊളോറസ് ശ്രദ്ധേയയായി. വിമോചനപ്രസ്ഥാനത്തിൽ വിപ്ലവകരമായ വനിതാസംഘടനയെക്കുറിച്ചുള്ള സന്ദേശവും പ്രചരിപ്പിച്ചു. പരമ്പരാഗത മതവിശ്വാസം സ്പെയിനിൽ സ്ത്രീക്ക് ഇതിൽനിന്നെല്ലാം വിലക്ക് കൽപ്പിച്ചിരുന്നു. മതത്തിന്റെ ഇത്തരം സ്വഭാവങ്ങൾ തുറന്നുകാട്ടി. യുദ്ധത്തിനും ഫാസിസത്തിനുമെതിരെ 1934 ആഗസ്തിൽ പാരീസിൽ ചേർന്ന സാർവദേശീയ വനിതാ സമ്മേളനത്തിലേക്ക് സ്പാനിഷ് സംഘത്തെ നയിച്ചത് അവരായിരുന്നു. 1935 ജൂലായിൽ മോസ്കോയിൽ ചേർന്ന കമ്യൂണിസ്റ്റ് ഇന്റർനാഷണലിന്റെ ഏഴാം കോൺഗ്രസിൽ എത്തിയ സ്പാനിഷ് കമ്യൂണിസ്റ്റ് പാർട്ടി പ്രതിനിധിസംഘത്തിലുണ്ടായിരുന്നത് ജനറൽ സെക്രട്ടറി ജോസ് ഡയസും ഡൊളോറസ് ഇബറൂറിയും. ഫാസിസത്തിനെതിരായ ഐക്യമുന്നണി രൂപീകരണത്തിന്റെ പ്രാധാന്യം വിശദമാക്കുന്ന ഇന്റർനാഷണലിൻെറ സെക്രട്ടറി ജനറൽ ദിമിത്രോവിന്റെ ചരിത്രപ്രധാന റിപ്പോർട്ട് അവതരിപ്പിച്ചത് ആ സമ്മേളനത്തിലായിരുന്നു. ദിമിത്രോവ്, തോഗ്ലിയാത്തി തുടങ്ങിയവരോടൊപ്പം കോമിന്റേണിന്റെ എക്സിക്യൂട്ടീവ് കമ്മിറ്റിയിലേക്ക് ഡൊളോറസിനെയും തിരഞ്ഞെടുത്തു.

ജോസ് ഡയസിന്റെ മരണശേഷം 1954 ൽ ഡൊളോറസ് ഇബറൂറി സ്പാനിഷ് കമ്യൂണിസ്റ്റുപാർട്ടി ജനറൽ സെക്രട്ടറിയായി. 1960 മുതൽ പാർട്ടി പ്രസിഡന്റും. 1962 ൽ ആത്മകഥ *El Unico Camino* സ്പാനിഷിൽ പ്രസിദ്ധീകരിച്ചു. *ദെ ഷാൽ നോട്ട് പാസ്* എന്ന അതിന്റെ ഇംഗ്ലീഷ് പരിഭാഷ 1966 ലാണ് പുറത്തിറങ്ങിയത്. അത് ലോകത്തിലെ വിവിധ ഭാഷകളിൽ പ്രസിദ്ധീകരിച്ചിട്ടുണ്ട്.

തൊഴിലാളി വർഗത്തിന്റെയും മറ്റ് മർദിത ജനവിഭാഗങ്ങളുടെയും വിമോചനപ്പോരാട്ടങ്ങളിൽ എഴുപത് വർഷത്തിലേറെ ജ്വലിച്ചുനിന്ന ഇതിഹാസമായിരുന്നു ഡൊളോറസ് ഇബറൂറി. സ്പാനിഷ് കമ്യൂണിസ്റ്റ് പാർട്ടിയുടെ ചരിത്രത്തിലും അതുവഴി സാർവദേശീയ പ്രസ്ഥാനത്തിന്റെ മുന്നേറ്റത്തിലും അമൂല്യങ്ങളായ സംഭാവനകൾ നൽകിയ അവർ എക്കാലവും സ്മരിക്കപ്പെടും. എല്ലാ സാമൂഹ്യ–രാഷ്ട്രീയ പ്രവർത്തനങ്ങളുടെയും കേന്ദ്രമായി “മനുഷ്യനെയും ജീവിതത്തെയും പരിഗണിക്കുന്ന സമൂഹത്തിനായി നിലകൊള്ളുന്ന ആയിരങ്ങളുടെ ദൈനംദിന പ്രവർത്തനത്തിലൂടെ ഇരുപതാം നൂറ്റാണ്ടിലെ ആ കുസുമം ജീവിക്കും” എന്നാണ് സ്പാനിഷ് കമ്യൂണിസ്റ്റ് പാർട്ടി അനുശോചനക്കുറിപ്പിൽ പറഞ്ഞിരുന്നത്.

21

ഒളിച്ചുവച്ച എഴുത്ത്, തുറന്ന സമരം

മാനുവൽ തിയാഗോയുടെ നോവലുകൾ പ്രശസ്തങ്ങളാണ്. പോർച്ചുഗീസ് വായനാസമൂഹം മാത്രമല്ല ലോകമാകെ അവ ഹൃദയത്തോടു ചേർത്താണ് സ്വീകരിച്ചത്. ചില രചനകളിലെ സാമൂഹിക നിർധാരണം പോരാട്ടങ്ങളുടെ ഇന്ധനമായിത്തീരുകയുമുണ്ടായി. അഗ്നി വിരിയിച്ച ആ അക്ഷരങ്ങൾ അൽവാരോ കുൻഹലിന്റേതാണെന്ന് ലോകമറിയുന്നത് 1995 ൽ മാത്രം.

92 വർഷം നീണ്ടുനിവർന്നു ജീവിച്ച് മരണത്തിനുമാത്രം കീഴടങ്ങിയ കുൻഹലിന്റെ പോരാട്ടവീറും നിശ്ചയദാർഢ്യവും സമർപ്പണവും മാതൃകകളില്ലാത്തതായിരുന്നു. ജീവിതത്തിന്റെ വളരെ ചെറിയൊരു ഭാഗമൊഴികെ സമരസമ്പൂർണമായിരുന്നു ആ നേതൃരൂപം. സാഹസികമായ പോരാട്ടങ്ങൾക്കൊപ്പം ആപൽക്കരമായ നിലയിൽ ചിന്തിക്കുകയും ചെയ്തു അദ്ദേഹം. പാർട്ടി പ്രസിദ്ധീകരണങ്ങളുടെ രഹസ്യസംഘാടനം മുതൽ താത്വികപാഠനത്തിലെ ശ്രദ്ധവരെ പ്രധാനമാണ്. 1913 നവംബർ 10ന് മധ്യവർഗ കുടുംബത്തിലായിരുന്നു ജനനം. അച്ഛൻ അഭിഭാഷകനായിരുന്നു. വീട്ടുലൈബ്രറിയിലെ പുസ്തകങ്ങൾ ബാലനായ കുൻഹലിന് കൗതുകമായി. നല്ല ജീവിതചുറ്റുപാടുകളുടെ തണലും സൗകര്യവും ഉപേക്ഷിച്ചാണ് ജനാധിപത്യമുന്നേറ്റത്തിലേക്കും കമ്യൂണിസ്റ്റ് പാർട്ടിയിലേക്കും കാലെടുത്തുവെച്ചത്.

ഇരുപതാം നൂറ്റാണ്ടിന്റെ ആദ്യദശകങ്ങൾ പോർച്ചുഗലിനെ സംബന്ധിച്ച് കഠിനകാലമായിരുന്നു. സാമ്പത്തികത്തകർച്ച, രാഷ്ട്രീയാനിശ്ചിതത്വം എന്നീ സന്ദിഗ്ധതകൾ മുതലെടുത്ത് ഭൂപ്രഭുക്കളും വൻകിട ബൂർഷ്വാസിയും സൈന്യത്തിലെ ഒരു വിഭാഗത്തിന്റെ പിന്തുണയോടെ 1926 ൽ സ്വേച്ഛാധിപത്യഭരണം കെട്ടിയേൽപ്പിച്ചു. അണികളിൽനിന്നകന്ന റിപ്പബ്ലിക്കൻ പാർട്ടിക്ക് ഈ മാറ്റത്തെ നോക്കിനിൽക്കാനേ കഴിഞ്ഞുള്ളൂ.

തൊഴിലാളി സംഘടനകൾക്കും കാര്യമായ ചെറുത്തുനിൽപ്പിന് സാധിച്ചില്ല. യൂണിയൻ അംഗത്വം കൂടിവന്നെങ്കിലും സംഘടനയിലെ അരാജകപ്രവണതകളായിരുന്നു കാരണം. ഇവിടെയാണ് കമ്യൂണിസ്റ്റുപാർട്ടി അനുരഞ്ജനരഹിതമായ ചെറുത്തുനിൽപ്പുകൾക്ക് ആഹ്വാനം നൽകിയത്. 1921 ൽ രൂപീകൃതമായെങ്കിലും ആദ്യകാലത്ത് അത് പല വിവശതകളാലും വീർപ്പുമുട്ടിയിരുന്നു. ബെന്റോ ഗോൺസാൽവസിനെപ്പോലുള്ളവർ നടത്തിയ സോവിയറ്റ് സന്ദർശനമാണ് വഴിത്തിരിവായത്. അതുവരെ അപരിചിതമായ പോരാട്ടമുറകൾ കണ്ട സ്വേച്ഛാധിപതി അന്റോണിയോ ഡി ഒലിവേറിയ സലാസർ അടിച്ചമർത്തലുകളുടെ ക്രൂരമുഖം മറച്ചുവച്ചില്ല. പാർട്ടി പ്രവർത്തനവും ആശയവ്യക്തതയും പുതിയ ചാലുകൾ കീറി മുന്നേറി. ഈ ഘട്ടത്തിലാണ് കുൻഹൽ സജീവമായി രംഗത്തെത്തുന്നത്. ഒപ്രോലിട്ടേറിയോ, അവാന്തെ തുടങ്ങിയ പ്രസിദ്ധീകരണങ്ങൾ ഇറക്കുന്നതിൽ ഗോൺസാൽവസിനൊപ്പം നേതൃപരമായ പങ്കുവഹിച്ചു.

ലിസ്ബൺ സർവകലാശാലയിൽ നിയമവിദ്യാർഥിയായിരിക്കെ 1931 ലാണ് കമ്യൂണിസ്റ്റ് പാർട്ടി അംഗമാകുന്നത്. പാർട്ടി നിരോധിക്കപ്പെട്ട കാലം. തുടർന്ന് ഒളിവിൽപ്പോയി. ഈ അവസരത്തിൽ സോവിയറ്റ് യൂണിയൻ സന്ദർശിച്ചു. അപ്പോഴേക്കും പാർട്ടി കേന്ദ്രകമ്മിറ്റിയംഗമായി. 1937 ൽ അടിച്ചമർത്തലിന്റെ ഒരു ഘട്ടത്തിൽ കുൻഹലും അറസ്റ്റിലായി. ജയിലിലായിരുന്നപ്പോൾ ആഴമേറിയ ചിന്തകളിലേക്കും വായനയിലേക്കും ശ്രദ്ധയൂന്നി. സാമൂഹിക പ്രശ്നങ്ങൾ മുൻനിർത്തി പല തീസീസുകളും തയാറാക്കി. ഗർഭഛിദ്രത്തെക്കുറിച്ചുള്ളത് അതിൽ പ്രധാനം. മൂന്നുവർഷത്തിനുശേഷം ജയിൽ വിമുക്തനായെങ്കിലും 1941 അവസാനം വീണ്ടും ഒളിവിലേക്ക്. 1949 വരെ പുറത്തുവരാനായില്ല. ആ വർഷം അവസാനം പിടിയിലായി. തുടർന്ന് നീണ്ട 11 വർഷം കാരാഗൃഹത്തിൽ. ഷേക്സ്പിയറുടെ *കിങ്‌ലിയർ* പോർച്ചുഗീസ് ഭാഷയിലേക്ക് വിവർത്തനം ചെയ്തത് ഈ ഘട്ടത്തിലാണ്. മാനുവൽ തിയാഗോ എന്ന പേരിൽ പല നോവലുകളും ജയിലിൽ പിറന്നുവീണു.

നല്ലൊരു ചിത്രകാരൻ കൂടിയായ കുൻഹലിന്റെ രചനകൾക്കായി വിഖ്യാത എഴുത്തുകാർകൂടി കാത്തുനിന്നു. സോയിരോ പെരേരിയ ഗോമസിന്റെ *എസ്റ്റേയിറോസ്* എന്ന കൃതിയുടെ വരകൾ അദ്ദേഹത്തിന്റേതായിരുന്നുവെന്ന് സാംസ്കാരികലോകം കേട്ടത് വിസ്മയത്തോടെയായിരുന്നു. ഫാസിസം അടിമത്തമാണെന്ന ആഹ്വാനം അദ്ദേഹം ജയിൽ മുറിയിൽ കുറിച്ചുവച്ചു. വിചാരണയ്ക്കിടയിൽ കുൻഹൽ ജഡ്ജിക്കുമുന്നിൽ കാണിച്ച ധീരത അമ്പരപ്പുളവാക്കിയതായിരുന്നു. സലാസറുടെ സ്വേച്ഛാധിപത്യത്തെ തുറന്നുകാട്ടി ലിസ്ബൺ വിചാരണക്കോടതിയിൽ നടത്തിയ പ്രസ്താവങ്ങൾ കമ്യൂണിസത്തിന്റെ കൃത്യതയും ദാർഢ്യവും രാജ്യത്തെയാകെ ബോധ്യപ്പെടുത്തി. ഇതേത്തുടർന്ന് പീഡനമുറകൾ ഇരട്ടിച്ചു. കുപ്രസിദ്ധമായ പെനിച്ചെ ജയിലിലേക്ക് മാറ്റി. 1960 ജനുവരിയിൽ കുൻഹലും സഖാക്കളും സാഹസികമായി ജയിൽ ചാടി.

1961 ൽ കുൻഹൽ പോർച്ചുഗീസ് കമ്യൂണിസ്റ്റുപാർട്ടി ജനറൽ സെക്രട്ടറിയായി തിരഞ്ഞെടുക്കപ്പെട്ടു. 1992 വരെ തുടർന്നു. മുപ്പത്തിയൊന്നു വർഷം നീണ്ട നേതൃപരീക്ഷണം. ഇക്കാലയളവിൽ ഏറെ അപകടകരങ്ങളായ പല സന്നദ്ധതകളും അദ്ദേഹത്തിൽനിന്നുണ്ടായി. ഒളിവിൽക്കഴിഞ്ഞും തടവറയിൽ നരകിച്ചും കുൻഹൽ പാർട്ടിക്ക് ആശയ-സംഘടനാ നേതൃത്വം നൽകി. ബെന്റോ ഗോൺസാൽവസ് തുടക്കംകുറിച്ച പല പാർട്ടി പ്രസിദ്ധീകരണങ്ങളും പിന്നീട് മുന്നോട്ടുകൊണ്ടുപോയതും അദ്ദേഹമായിരുന്നു. കുൻഹൽ എഴുതിയ രാഷ്ട്രീയ വിശകലനങ്ങളും പംക്തികളും ലോകരാഷ്ട്രീയ രംഗത്ത് ചർച്ചകൾ സൃഷ്ടിച്ചവയാണ്.

കുൻഹലിന്റെ പല സൈദ്ധാന്തിക ലേഖനങ്ങളും സൗന്ദര്യശാസ്ത്ര പഠനങ്ങളും സർഗാത്മകരചനകളും ജയിൽ – ഒളിവുജീവിതത്തിന്റെ കൂടി ഉൽപ്പന്നങ്ങളായിരുന്നു. കടലാസുപോലും ലഭ്യമാകാതിരുന്ന ഘട്ടത്തിൽ എഴുതുകയെന്നത് ഊഹിക്കാവുന്നതിനപ്പുറമാണല്ലോ. എന്നിട്ടും ആ നിശ്ചയദാർഢ്യം പിൻവലിഞ്ഞില്ല. കമ്യൂണിസ്റ്റ് പ്രസിദ്ധീകരണങ്ങളുടെ എല്ലാ തുറകളിലുമുള്ള പ്രവർത്തനങ്ങളിലും കുൻഹലും സഖാക്കളും മുഴുകിയിരുന്നു. അച്ചുനിരത്തൽ തുടങ്ങി വിതരണം വരെ. ജയിലിലായിരുന്നപ്പോൾ സിമന്റ് പാക്കറ്റിൽ കരിക്കട്ടകൊണ്ടെഴുതിയ കുറിപ്പുകൾ പുറത്തേക്ക് കടത്തിയായിരുന്നു പാർട്ടി പ്രസിദ്ധീകരണങ്ങൾ മുടങ്ങാതെ നിലനിർത്തിയത്. ചരിത്രവും സമകാലിക വസ്തുതകളും നിരത്തിയുള്ള കോടതി മുറികളിലെ വാദങ്ങൾകൂടി ആശയപ്രചാരണത്തിന്റെ വേദിയായി. "നിങ്ങളുടെ വിധിതീർപ്പുകളോട് ഞങ്ങൾക്ക് ബഹുമാനമില്ലെന്നും ജനങ്ങളാണ് യഥാർഥ വിധികർത്താക്കളെ"ന്നും കുൻഹൽ ജഡ്ജിമാരുടെ മുഖത്തുനോക്കി പലവട്ടം പറഞ്ഞു. "ഇത് തിരിച്ചറിയുന്നില്ലെങ്കിൽ താമസിയാതെ ജനങ്ങളുടെ കനത്ത കൈകൾ നിങ്ങളുടെ തലയ്ക്കുമേലെ പതിയു"മെന്നും മുന്നറിയിപ്പുനൽകി. സോവിയറ്റ് യുണിയനെ ശിഥിലമാക്കാൻ ഗോർബച്ചേവിന്റെ കാർമികത്വത്തിൽ നടന്ന രക്തരഹിതമായ പ്രതിവിപ്ലവത്തെ കുൻഹൽ തുറന്നെതിർത്തിരുന്നു. ഈ നിലപാടുകണ്ട് ചില പാശ്ചാത്യമാധ്യമങ്ങൾ അദ്ദേഹത്തെ 'യാഥാസ്ഥിതികൻ' എന്നും വിളിച്ചു. ഇത്തരം വിശേഷങ്ങളിലൊന്നും കൂസാതെ എന്നും ജനങ്ങളുടെ കൂടെയായിരുന്നു അദ്ദേഹം – തുറന്നുവച്ച ജീവിതംപോലെ.

22

നിശ്ചയദാർഢ്യത്തിന്റെ ചുരുക്കപ്പേര്

മരണത്തിനുപോലും ഉലയ്ക്കാനാവാത്ത സമരസന്നദ്ധതയുടെ നിശ്ചയദാർഢ്യമായിരുന്നു ചിലിയൻ കമ്യൂണിസ്റ്റ് ഗ്ലാഡിസ് മാരിൻ. ലാറ്റിനമേരിക്കൻ കമ്യൂണിസ്റ്റ് ചരിത്രത്തിലെ രോമാഞ്ചജനകമായ ഒരേടാണ് അവരുടെ മരണത്തിലൂടെ നിശ്ശബ്ദമായത്.

സമരതീക്ഷ്ണമായിരുന്നു ആ ജീവിതം. കൊടിയ പീഡനങ്ങളുടെയും വിശ്രമരഹിതമായ പ്രവർത്തനങ്ങളുടെയും നടുവിലായിരുന്നു എന്നും മാരിൻ, അനിശ്ചിതത്വങ്ങളിൽ മുങ്ങിനിന്ന ചിലിയിലെ രാഷ്ട്രീയ ചരിത്രം പഠിച്ചുകൊണ്ടേ അവരുടെ സംഭാവനകൾ വിലയിരുത്താനാവൂ. ചിലിയുടെ എന്നല്ല ലാറ്റിനമേരിക്കയുടെതന്നെ ഓർമകളിലെ ദുരന്ത സങ്കടദിനമാണ് സപ്തംബർ 11. 1973 ലെ ആ ദിവസമാണ് സാൽവദോർ അലണ്ടെയുടെ നേതൃത്വത്തിലുള്ള കമ്യൂണിസ്റ്റ് ഭരണം അട്ടിമറിക്കപ്പെട്ടത്. സി ഐ എ യുടെയും ബഹുരാഷ്ട്ര കുത്തകകളുടെയും ഗൂഢപദ്ധതികളാണ് അട്ടിമറി സാധ്യമാക്കിയത്. അമേരിക്കൻ മുഖമുള്ള പല ചിഹ്നങ്ങളും ചിലിയിൽ കയ്യേറ്റം നടത്തി. ബഹുരാഷ്ട്ര കോർപ്പറേറ്റുകളുടെ താൽപ്പര്യം അധികനാൾ കഴിയുംമുമ്പ് പുറത്തുവരികയും ചെയ്തു. പിനോച്ചെയും കൂട്ടാളികളും രാജ്യത്തെ അവർക്കായി ഉഴുതുമറിച്ചു.

ജനാധിപത്യ പ്രതികരണങ്ങളെ ആവിയാക്കി. കമ്യൂണിസ്റ്റുകാരെ നിരന്തരം വേട്ടയാടി. ജനങ്ങളെയും വിഭവങ്ങളെയും കുത്തിമലർത്തുകയും ചെയ്തു. അധികാരത്തിന്റെ ധിക്കാരം പച്ചമനുഷ്യരെ ചവച്ചുതുപ്പി. ജീവിതത്തിന്റെ തുരുത്തുകളിലേക്ക് ഒരിക്കലും കയറിപ്പറ്റാനാവാത്തവിധം നൂറുകണക്കിനാളുകളെ അപ്രത്യക്ഷരാക്കി. ഇങ്ങനെയുള്ളവരുടേതായി 1198 അംഗലിസ്റ്റുപോലും രൂപപ്പെട്ടു. ഇതിലൊരാളായിരുന്നു യോർഹേ മുനോസ്. പിനോച്ചെയുടെ സംഹാരതാണ്ഡവം തല്ലിക്കെടുത്തിയ ജീവിതങ്ങളിലൊന്ന്. അന്ന് കാരാഗൃഹത്തിന്റെ ഇരുട്ടിലേക്ക് തള്ളപ്പെട്ടവരിൽ

മുനോസിന്റെ സഹധർമിണിയുമുണ്ടായിരുന്നു. അത് മറ്റാരുമായിരുന്നില്ല — ഗ്ലാഡിസ് മാരിൻ തന്നെ.

കാൻസറിന്റെ കരുണയില്ലാത്ത കടന്നാക്രമണം പതുക്കെ കാർന്നു തിന്നുകൊണ്ടിരുന്ന അവരുടെ ജീവിതത്തിന് തിരശീല വീണത് 63–ാം വയസിലായിരുന്നു. അന്ത്യംവരെ അടിമുടി പോരാളിയായിരുന്നു മാരിൻ. പശ്ചാത്തല പരിമിതികളെയാകെ കടന്നുവച്ചായിരുന്നു നന്നേ ചെറുപ്പത്തിൽത്തന്നെ അവർ ചരിത്രത്തിൽ ഇടപെട്ടുകൊണ്ടിരുന്നത്. സാന്റിയാഗോവിനടുത്ത തലഗാന്റെ പ്രദേശത്ത് കർഷകന്റെ മകളായിട്ടായിരുന്നു ജനനം. കാത്തോലിക് വിഭാഗങ്ങളുടെ പ്രവർത്തന മണ്ഡലത്തിൽ നിന്നാണ് പതിനാറാം വയസിൽ മാരിൻ കമ്യൂണിസ്റ്റ് പാർട്ടിയിലെത്തുന്നത്. യുവജന സംഘടനയുടേതായിരുന്നു ആദ്യ പാഠങ്ങൾ.

അലണ്ടെയുടെ പ്രവർത്തനങ്ങൾക്കും കാഴ്ചപ്പാടുകൾക്കും ശക്തമായ പിന്തുണ നൽകിയ മാരിൻ സൈനിക അട്ടിമറിക്കുശേഷം ഒളിവുപ്രവർത്തനത്തിന്റെ സാഹസികതയിലേക്ക് നീങ്ങി. പുറംരാജ്യങ്ങൾവരെ നീണ്ടു അത്. 1976 ലായിരുന്നു പ്രവാസി വിപ്ലവ പ്രവർത്തനത്തിന്റെ തുടക്കം. രണ്ടു വർഷത്തിനകം തിരിച്ചെത്തി പിനോച്ചെക്കെതിരായ രഹസ്യ ചെറുത്തുനിൽപ്പിന്റെ നേതാവും പ്രചോദനവുമായി.

പിനോച്ചെയുടെ അമിതാധികാരവാഴ്ചയുടെ കാലത്ത് ചിലിയുടെ സ്വാതന്ത്ര്യദാഹത്തിന്റെ പ്രതീകം കൂടിയായി മാരിൻ. ജനങ്ങളെ ചേർത്തുനിർത്തി തെരുവിൽ പോരാടി. രഹസ്യമായ പ്രവർത്തനങ്ങളിലൂടെ വിദ്യുത്പ്രവാഹമാർന്ന ഐക്യബോധം അവരിലുണ്ടാക്കി. നിയമത്തിന്റെ വഴികളിലൂടെയും പിനോച്ചെയെ കണക്കുപറയിക്കാൻ ശ്രമിച്ചു. 1998 ൽ ആ സ്വേച്ഛാധിപതിയുടെ മനുഷ്യാവകാശലംഘനത്തിനെതിരെ നൽകിയ കേസ് പ്രശസ്തമായിരുന്നു. ഇതിന്റെ വഴിയിലാണ് പിന്നീട് പല മനുഷ്യാവകാശ പ്രവർത്തകരും പിനോച്ചെയെ തടഞ്ഞുനിർത്തിയത്. നിയമനടപടികളുടെ പേരിലും മാരിൻ പീഡിപ്പിക്കപ്പെട്ടു.

പട്ടാള അട്ടിമറിക്കുമുമ്പ് മാരിൻ മൂന്നുതവണ തുടർച്ചയായി ചിലിയൻ കോൺഗ്രസിലേക്ക് തിരഞ്ഞെടുക്കപ്പെട്ടു. പിനോച്ചെ ഭരണത്തിന് അറുതിയായി ജനാധിപത്യം പുനഃസ്ഥാപിക്കപ്പെട്ടപ്പോൾ കമ്യൂണിസ്റ്റ് പാർട്ടിയുടെ നേതൃത്വം ഏറ്റെടുത്തു. 1993 ലും 1999 ലും പ്രസിഡന്റ് തിരഞ്ഞെടുപ്പിൽ മത്സരിക്കുകയും ചെയ്തു. പരാജയങ്ങളും തിരസ്കാരങ്ങളും അവഹേളനങ്ങളും ഇരമ്പിവന്നപ്പോഴും ചുണ്ടിൽ ചെറുചിരിതൂകി പോരാട്ടത്തിന്റെ ചുരുക്കപ്പേരാവുകയായിരുന്നു മാരിൻ. പിനോച്ചെക്കെതിരായ ചെറുത്തുനിൽപ്പിൽ പാർട്ടിയുടെ ശക്തിക്കുപരി ജനങ്ങളെയാകെ ഒന്നിച്ചുനിർത്താൻ അവർക്കായി. സാന്റിയാഗോവിലെ മുൻ ദേശീയ കോൺഗ്രസ് കെട്ടിടത്തിൽ അവരുടെ മൃതദേഹം കാണാൻ എല്ലാ കണക്കുകൂട്ടലുകളും തെറ്റിച്ച ജനപ്രവാഹമായിരുന്നു. ജനാധിപത്യത്തിനായി നിലകൊള്ളുന്ന ജനസമുദ്രമായിരുന്നു അവിടെ എന്നാണ് നിരീക്ഷകർ വിലയിരുത്തിയത്.

2003 സെപ്തംബർ മുതൽ മാരിൻ കാൻസർ രോഗത്തിന്റെ പിടിയിലായിരുന്നു. ക്യൂബൻ പ്രസിഡന്റ് ഫിദൽ കാസ്ട്രോയുടെ നിർദേശാനുസരണം രണ്ടുതവണ അവരെ ഹവാനയിൽ ശസ്ത്രക്രിയയ്ക്ക് വിധേയയാക്കി. പഴയ വിപ്ലവസൗഹൃദങ്ങൾ ഓർമിപ്പിക്കുംവിധമായിരുന്നു കാസ്ട്രോയുമായുള്ള ബന്ധം. ക്യൂബയുമായുള്ള ഹൃദയാടുപ്പത്തിന്റെ നിദർശനം കൂടിയായിരുന്നു അത്.

ക്യൂബ അത്ഭുതാദരങ്ങളോടെയാണ് മാരിനെ സ്വീകരിച്ചത്. 2004 മാർച്ചിൽ രാജ്യത്തെ പരമോന്നത പുരസ്കാരമായ ജോസ്മാർട്ടിൻ ഓർഡർ നൽകി അവരെ ബഹുമാനിക്കുകയുണ്ടായി. ആ അവസരത്തിൽ ക്യൂബൻ കമ്യൂണിസ്റ്റ് പാർട്ടി പൊളിറ്റ് ബ്യൂറോ പുറത്തിറക്കിയ അഭിവാദന സന്ദേശം തീർത്തും വൈകാരികമായിരുന്നു. അവാർഡ് സ്വീകരിച്ചുകൊണ്ട് മാരിൻ നടത്തിയ പ്രസംഗവും ഇതേ ഹൃദയതാളത്തിന്റേതുതന്നെ. ക്യൂബയും കാസ്ട്രോയും നടത്തുന്ന ചെറുത്തുനിൽപ്പിന്റെ സാമൂഹ്യ ഉള്ളടക്കം വിശദീകരിക്കുന്നതായിരുന്നു അത്.

പിനോച്ചെക്കുശേഷം അധികാരത്തിൽവന്ന ഗവൺമെന്റുകളെയും മാരിൻ ഉൾക്കൊണ്ടില്ല. ഒരു യഥാർഥ കമ്യൂണിസ്റ്റിന്റെ വിമർശനം അവർ തുടർന്നു.

> രാജ്യത്തിലെ തെരുവിൽ വിശക്കുന്ന കുട്ടികൾ ഇപ്പോഴുമുള്ളപ്പോൾ ഗവൺമെന്റുകളെ പിന്തുണയ്ക്കുന്നതെങ്ങനെ? സ്വേച്ഛാധിപത്യത്തിൽനിന്ന് തുടർച്ച നേടിയ നിയോ-ലിബറൽ ഭരണം അവസാനിപ്പിക്കേണ്ടതുണ്ട്.

എന്നായിരുന്നു മാരിൻ പറഞ്ഞത്.

23

ശതകത്തിന്റെ യൗവനം

ആഭ്യന്തര യുദ്ധകാലത്തെ സ്പാനിഷ് സങ്കീർണതകൾ വിവരിക്കവേ ദാർശനികൻ മിഗ്യുവെൽ ഉനാ മുനോ, കള്ളം പറയുന്നതിന് തുല്യമായ മൗനത്തെക്കുറിച്ച് അടിവരയിട്ടു പോകുന്നുണ്ട്. ചരിത്രത്തെപ്പറ്റിയുള്ള പത്രവാർത്തകൾ മിക്കപ്പോഴും ഇതേ രീതിയിലുള്ളതാണ്. ലോകപ്രശസ്ത ഇന്ത്യൻ ചരിത്രകാരനും ഇന്ത്യൻ കൗൺസിൽ ഓഫ് ഹിസ്റ്റോറിക്കൽ റിസർച്ചിന്റെ പ്രഥമ അധ്യക്ഷനുമായ ആർ എസ് ശർമ്മയുടെ വിയോഗവാർത്ത പോലും മുഖ്യധാരാ മാധ്യമങ്ങൾ മൗനംകൊണ്ട് ആവിയാക്കുകയായിരുന്നു. മത–രാജാധികാര പ്രമുഖരെ കാലം ചെയ്തു, സമാധിയായി, തീപ്പെട്ടു പോലുള്ള രൂപീകരണങ്ങളിലൂടെ എഴുന്നള്ളിക്കുന്നവരുടെ മനോഭാവം ജനവിരുദ്ധമായ വിധേയത്വത്തിന്റേതാണ്. "ക്യൂബൻ ഏകാധിപതി ഫിദൽ കാസ്ട്രോ, വിയത്നാം കലാപകാരികൾ, ലാറ്റിനമേരിക്കൻ അസംതൃപ്തി, കാർഷിക കലാപം" തുടങ്ങിയ വിശേഷണങ്ങൾക്കു പിന്നിലെല്ലാം കൃത്യമായ ആശയങ്ങളുണ്ട്.

ലോകം സാമ്രാജ്യത്വ യുദ്ധമോഹങ്ങളുടെയും ഫാസിസ്റ്റ് കുരുതികളുടെയും ചോരയിൽക്കുതിർന്നപ്പോഴെല്ലാം ജനങ്ങൾക്ക് കാവലായി നിവർന്നു നിന്നത് ജനാധിപത്യ വാദികളും കമ്യൂണിസ്റ്റുകാരുമായിരുന്നു. സ്വന്തം ജീവൻ വെടിഞ്ഞും ഭൂഗോളത്തെ ശരിയായ അച്ചുതണ്ടിൽ ചലിപ്പിക്കുകയായിരുന്നു ആ മനുഷ്യർ. ഫാസിസ്റ്റ് വിരുദ്ധ വിജയത്തിനുശേഷമുള്ള സോവിയറ്റ് യൂണിയനിലെ ഒരു ക്ലാസ് മുറി. നാൽപ്പത് കുട്ടികൾ. അവരോടായി ക്ലാസ് ടീച്ചറുടെ ആദ്യ ദിവസത്തെ ചോദ്യം: "നിങ്ങളുടെ അച്ഛന്മാർ എന്തു ചെയ്യുന്നു?" പകുതിയിലധികം വിദ്യാർഥികളുടെ പിതാക്കൾ രക്തസാക്ഷികളായിരുന്നു. ഫാസിസത്തിനെതിരായ ചെറുത്തുനിൽപ്പിന് നൽകിയ വില ആ അധ്യാപിക തിരിച്ചറിഞ്ഞത് കഥ പോലുള്ള അവരുടെ യാഥാർഥ്യത്തിൽനിന്ന്. ഇതിന്റെ മറ്റൊരു സാക്ഷ്യം വിയത്നാമായിരുന്നു.

പോരാട്ടങ്ങളുടെ നൂറു വയസ്സ്

വിയത്നാമിനെതിരായ വിദേശ കടന്നുകയറ്റത്തെയും സാമ്രാജ്യത്വ യുദ്ധത്തെയും ഹോ ചി മിനൊപ്പം ചെറുത്ത ജനറൽ വോ ഗുയൻ ഗിയാപ് ആഘോഷങ്ങളില്ലാതെ നൂറാം ജന്മദിനം പൂർത്തിയാക്കിയപ്പോൾ ചില ലോകമാധ്യമങ്ങൾ പ്രസിദ്ധീകരിച്ച റിപ്പോർട്ടുകളിൽ ശകാരങ്ങൾ കൂടി തിളച്ചുമറിഞ്ഞു. പോരാട്ടത്തിന്റെ സ്മരണകളുണർത്തി സൈനിക യൂണിഫോം ധരിച്ചായിരുന്നു അദ്ദേഹം ജന്മദിനത്തിൽ പ്രത്യക്ഷപ്പെട്ടത്. അത് ആശുപത്രിയിലായിരുന്നു. രണ്ടുവർഷമായി ചികിത്സയിൽക്കഴിയുന്ന ഗിയാപിന് രാഷ്ട്ര നേതാക്കളടക്കം നൂറുകണക്കിനാളുകൾ ആശംസകളുമായെത്തി.

1982 ൽ പാർട്ടി പൊളിറ്റ് ബ്യൂറോയിൽനിന്ന് സ്വയം ഒഴിവായതിനെക്കുറിച്ചാണ് മാധ്യമങ്ങളുടെ പ്രധാന വിവാദം. യുവാക്കൾക്ക് പ്രാതിനിധ്യമില്ലെന്ന് ആദ്യം കുറ്റം പറയുക. പഴയ തലമുറ ഒഴിയുമ്പോൾ കുഴപ്പമാണെന്ന് വരുത്തുക—ഇതായിരുന്നു രീതി. പൊളിറ്റ് ബ്യൂറോയിൽനിന്ന് മാറിനിന്നെങ്കിലും ഗിയാപ് അതിസജീവമായി രാഷ്ട്രീയത്തിൽ തുടർന്നു. അവശനായ ഘട്ടത്തിൽ അദ്ദേഹം കത്തുകളിലൂടെയും മറ്റും നിലപാടുകൾ അറിയിച്ചു വരികയായിരുന്നുവെന്നതും പ്രധാനമാണ്. പാർട്ടിയും സർക്കാരും അവയെല്ലാം വളരെ ഗൗരവമായി പരിഗണിക്കുകയുംചെയ്തു.

നൂറുവർഷം നീണ്ട ഗിയാപിന്റെ ജീവിതവും പോരാട്ടങ്ങളും സംഭവബഹുലമായിരുന്നു. ആധുനിക വിയത്നാമിന്റെ ചരിത്രത്തിലെ പാഠപുസ്തകം പോലെ ഫ്രഞ്ച് അമേരിക്കൻ കടന്നാക്രമണങ്ങളെ നേരിട്ടതിന്റെ ആവേശ മാതൃക. ആൻക്സാ ഗ്രാമത്തിൽ 1911 ആഗസ്ത് 25നായിരുന്നു ജനനം. പതിനാറാം വയസിൽ ഫ്രഞ്ച് ലൈസേയിൽ ചേർന്നെങ്കിലും വിദ്യാർഥി സമരത്തിന് നേതൃത്വം കൊടുത്തതിനാൽ പുറത്താക്കപ്പെടുകയായിരുന്നു. ഹനോയ് സർവകലാശാലയിൽ നിന്നാണ് പിന്നീട് ബിരുദമെടുത്തത്. 1930 ലെ വിദ്യാർഥി പ്രക്ഷോഭത്തെ തുണച്ചെന്ന കുറ്റം ചുമത്തി അറസ്റ്റ് ചെയ്തു. 13 മാസം കഴിഞ്ഞ് പുറത്തുവിട്ടയുടൻ കമ്യൂണിസ്റ്റു പാർട്ടിയിൽ ചേർന്നു. അപ്പോഴേക്കും അറിയപ്പെടുന്ന പത്രപ്രവർത്തകനായി. വിവിധ പ്രസിദ്ധീകരണങ്ങളുമായി ബന്ധം വച്ചു.

1939 ൽ വിവാഹം. ദാമ്പത്യം അധികനാൾ തുടരാനായില്ല. പാർട്ടി നിരോധിക്കപ്പെട്ടതിനെ തുടർന്ന് ചൈനയിലേക്ക് കടന്നു. ഗിയാപിന്റെ അച്ഛനെയും സഹോദരിയെയും ഭാര്യയെയും അവരുടെ അനുജത്തിയെയും അറസ്റ്റ് ചെയ്ത ഫ്രഞ്ച് ശക്തികൾ പിന്നീട് അവരെയെല്ലാം വധിക്കുകയായിരുന്നു. ഹോ ചി മിനൊപ്പം വിയത്നാമീസ് ഇൻഡിപെൻഡന്റ് ലീഗ് രൂപീകരിക്കുന്നതിൽ പ്രധാന പങ്കുവഹിച്ച അദ്ദേഹം 1944 ലാണ് രാജ്യത്തേക്ക് മടങ്ങിവന്നത്. ജപ്പാന്റെ സാന്നിധ്യത്തിനെതിരെ ഗറില്ലാ സമരമുറ ആരംഭിച്ചത് അതിനുശേഷമാണ്.

വടക്കൻ വിയത്നാമിന്റെ ഗ്രാമീണ മേഖലകളിൽ ശക്തമായി പിടിമുറുക്കിയിരുന്ന ഫ്രഞ്ചുകാരെ തുരത്തുന്നതിൽ ഗിയാപിന്റെ നേതൃശേഷിയായിരുന്നു കരുത്തായത്. ഫ്രഞ്ച് കീഴടങ്ങലിലെത്തിയ 'ദിയൻ ബിയൻ ഫു വിജയം' അദ്ദേഹത്തിന് ദേശീയമായി ഖ്യാതി നേടിക്കൊടുത്തു.

വടക്കൻ വിയത്നാമിലെ മന്ത്രിസഭയിൽ പ്രധാന സ്ഥാനങ്ങൾ വഹിച്ചതുപോലെ ജനകീയ സേനയുടെ അമരത്തും ഗിയാപ് എത്തി. അമേരിക്കക്കെതിരായ ചെറുത്തുനിൽപ്പിൽ ജീവൻ അവഗണിച്ചും പൊരുതുകയായിരുന്നു.

അമേരിക്കൻ ധാർഷ്ട്യത്തെ നിശ്ചയദാർഢ്യം മാത്രം കൈമുതലാക്കി അരിഞ്ഞുതള്ളിയ വിയത്നാം എന്ന കൊച്ചുരാജ്യം സാമ്രാജ്യത്വത്തിനേൽപ്പിച്ച തിരിച്ചടി ഇപ്പോഴും ചിലരെ പേടിപ്പെടുത്തുന്നുണ്ട്.

> .....1964 മുതൽ 1972 വരെയുള്ള കാലത്ത് ലോകചരിത്രത്തിലേറ്റവും ശക്തവും സമ്പന്നവുമായ ഒരു രാഷ്ട്രം അണുബോംബൊഴികെയുള്ള പരമാവധി സൈനിക ബലത്തോടെ ഒരു ചെറു കാർഷിക രാജ്യത്തിലെ ദേശീയ വിപ്ലവപ്രസ്ഥാനത്തെ തോൽപ്പിക്കാൻ ശ്രമിക്കുകയും പരാജയപ്പെടുകയുംചെയ്തു. അമേരിക്ക വിയത്നാമിൽ നടത്തിയ യുദ്ധം, ഒരു വശത്ത് സംഘടിത ആധുനിക സാങ്കേതിക വിദ്യയും മറുവശത്ത് സംഘടിത മനുഷ്യരും തമ്മിലുള്ള പോരാട്ടമായിരുന്നു. ഒടുവിൽ മാനവശേഷി വിജയിച്ചു. ഈ യുദ്ധകാലത്ത് രാജ്യം കണ്ടതിൽവച്ച് ഏറ്റവും ബൃഹത്തായ ഒരു യുദ്ധവിരുദ്ധ പ്രസ്ഥാനം യു എസിൽ രൂപപ്പെടുകയും ഈ പ്രസ്ഥാനം യുദ്ധം അവസാനിപ്പിക്കുന്നതിൽ നിർണായകമായ പങ്കു വഹിക്കുകയും ചെയ്തു....

എന്നാണ് ഹോവാർഡ്സിൻ (*A Peoples History of the United States*) എഴുതിയത്.

70 ലക്ഷം ടൺ ബോംബുകൾ

അമേരിക്ക തോറ്റു പിന്മാറുമ്പോഴേക്കും വിയത്നാമിൽ 70 ലക്ഷം ടൺ ബോംബുകൾ വർഷിച്ചുകഴിഞ്ഞിരുന്നു. ഒരാളുടെമേൽ രണ്ടു ക്വിന്റൽ എന്ന തോതിൽ. രണ്ടാം ലോകമഹായുദ്ധ വേളയിൽ യൂറോപ്പിലും ഏഷ്യയിലും വാരിവിതറിയ ബോംബിന്റെ ഇരട്ടിയായിരുന്നു ഇത്. വിയത്നാമിലാകെ ബോംബ് വീണ് രണ്ടു കോടിയിലധികം കുഴികൾ രൂപപ്പെടുകയുമുണ്ടായി. മരങ്ങളുൾപ്പെടെ ജൈവ വസ്തുക്കളുടെ വളർച്ച മുരടിപ്പിച്ച വിഷലായനികൾ ആകാശത്തുനിന്നും തളിച്ചു. കുട്ടികളിലെ ജനനവൈകൃതങ്ങൾ അതിലും ഭീകരം. തടവുകേന്ദ്രങ്ങളിൽ എഴുപതിനായിരം പോരാളികളെയും സാധാരണക്കാരെയും നരകിപ്പിച്ചു. അമേരിക്കൻ പ്രതിനിധികൾ ഇതിനെല്ലാം നേതൃത്വം നൽകുകയുമുണ്ടായി.

വിയത്നാമിലെ കാടത്തത്തിനെതിരെ അമേരിക്കൻ പൗരാവകാശ പ്രവർത്തകരാണ് ആദ്യം പ്രതിഷേധത്തിന്റെ ലക്ഷണങ്ങൾ കാണിച്ചത്. പ്രതിരോധ സെക്രട്ടറി റോബർട് മക്നമാരയുടെ മിസ്സിസിപ്പി സന്ദർശനവേളയിൽ 'വിയത്നാമിൽ ചുട്ടെരിക്കപ്പെട്ട കുട്ടികളുടെ ഓർമയ്ക്ക്' എന്ന ബാനറുകളുമുയർത്തി വിദ്യാർഥികൾ പ്രകടനം നടത്തി. വെള്ളക്കാരും അക്കൂട്ടത്തിലുണ്ടായിരുന്നു. ലോകപ്രശസ്ത കായിക പ്രതിഭ മുഹമ്മദ് അലി യുദ്ധത്തിൽ പങ്കെടുക്കാൻ വിസമ്മതിച്ചു. തുടർന്ന് അധികൃതർ അദ്ദേഹത്തിന്റെ ഹെവി വെയിറ്റിങ് പട്ടം റദ്ദാക്കിയത് മറ്റൊരു കഥ. മാർട്ടിൻ ലൂതർ കിങ് ജൂനിയർ പ്രസംഗത്തിലൂടെ യുദ്ധവിരുദ്ധത വെളിപ്പെടുത്തി. നിർബന്ധിത ശാരീരികക്ഷമതാ പരീക്ഷകൾക്കെതിരെ സർവകലാശാലാ വിദ്യാർഥികൾ തുറന്ന കത്തുകളെഴുതുകയും ചെയ്തു. ഒരു പ്രതിഷേധത്തിന്റെ മുൻനിരയിലുണ്ടായിരുന്ന ചരിത്രകാരൻ സ്റ്റാട്ടൺ ലിൻഡിനുമേൽ യുദ്ധാനുകൂലികൾ ചുവന്ന ചായം ഒഴിക്കുകപോലുമുണ്ടായി. വെള്ളക്കൊട്ടാരത്തിലെ ഔദ്യോഗിക ചടങ്ങിന് ക്ഷണം ലഭിച്ച കവി റോബർട്ട് ലാവൽ അതിൽ പങ്കെടുക്കാതെ പ്രതിഷേധിച്ചു. "തോക്കുകൾ ഗർജിക്കുമ്പോൾ കല മരിക്കും" എന്ന ആർതർ മില്ലറുടെ ടെലഗ്രാം കൊട്ടാരവൃത്തങ്ങളെ അമ്പരപ്പിക്കുക തന്നെയായിരുന്നു. ഗായിക എർഥാകിറ്റ് യുദ്ധത്തിനെതിരെ സംസാരിച്ച് അത്ഭുതം സൃഷ്ടിച്ചു.

'ജനങ്ങളുടെ ആവശ്യം'

എന്നിട്ടും യുദ്ധമവസാനിപ്പിക്കാനുള്ള കാരണമായി പരമ്പരാഗത ചരിത്രകാരന്മാർ വരച്ചുകാട്ടാറുള്ളത് പാരീസിലും ബ്രസൽസിലും ജനീവയിലും വെഴ്സെയിൽസിലുമൊക്കെ നേതാക്കളുടെ മുൻകൈയിൽ നടന്ന സന്ധിസംഭാഷണങ്ങളായിരുന്നു. അതേയവസരത്തിൽ യുദ്ധത്തിന്റെ കാരണമായി കണ്ടതോ 'ജനങ്ങളിൽ നിന്നുള്ള ആവശ്യ'വും.

31 ലക്ഷം മനുഷ്യരെ ജീവനോടെ ചവച്ചുതുപ്പിയ അമേരിക്കൻ യുദ്ധഭ്രാന്ത് ഏറ്റവും മാരകമായ ഏജന്റ് ഓറഞ്ച് രാസവസ്തു ഉപയോഗിക്കുന്നതിനും മടിച്ചില്ല. 1961–67 കാലത്ത് രണ്ടുകോടി ഗാലൻ വിഷവസ്തുക്കൾ 60 ലക്ഷം ഏക്കർ പാടങ്ങളിൽ വിതറി. 13,000 കന്നുകാലികൾ ചത്തുവീണ കാഴ്ച ദയനീയമായിരുന്നു. വിജയം അസാധ്യമായ ഘട്ടത്തിലും അമേരിക്ക ആയിരക്കണക്കിന് ഗ്രാമീണരെയാണ് കൊന്നുതള്ളിയത്. കുപ്രസിദ്ധങ്ങളായ എത്രയോ കൂട്ടക്കൊലകൾ! മൈലായ് കൂട്ടക്കുരുതി ഈ പട്ടികയിൽ ഏറെ ചോര കിനിഞ്ഞതാണ്. അമേരിക്കൻ പത്രപ്രവർത്തകൻ സെയ്മോർ ഹെർസ് 1969 ൽ അതിന്റെ കറുത്ത ചിത്രങ്ങൾ പുറത്തു കൊണ്ടുവന്നപ്പോൾ ലോകം ഞെട്ടി. പുരുഷന്മാരെല്ലാം ഒഴിഞ്ഞുപോയ മൈലായ് ഗ്രാമത്തിലെ സ്ത്രീകളെയും കുട്ടികളെയും അരിഞ്ഞുതള്ളുകയായിരുന്നു. ലെഫ്റ്റനന്റ് വില്യം കാലിയുടെ നേതൃത്വത്തിലായിരുന്നു നരമേധം. ലോകാഭിപ്രായത്തെ തുടർന്ന് കാലിക്ക് പട്ടാളകോടതി ജീവപര്യന്തം ശിക്ഷ നൽകിയെങ്കിലും പ്രസിഡന്റ് നിക്സൺ മാപ്പു നൽകിയത് മറ്റൊരു വഞ്ചന.

നിക് ഉതും കിം ഫുകും

നാപാം ബോംബാക്രമണത്തിന്റെ സംഹാരാത്മകത ഒരൊറ്റ ഫോട്ടോയിലൂടെ ലോകത്തോട് പങ്കുവെച്ച നിക് ഉതിനെയും മറക്കാനാവില്ല. 1972 ജൂൺ എട്ടിനായിരുന്നു അദ്ദേഹത്തിന്റെ ക്യാമറ അതൊപ്പിയത്. ഭയചകിതരായി ഓടുന്ന കുട്ടികൾക്കിടയിൽ നഗ്നയായ ഒമ്പതു വയസുകാരിയുടെ ദൈന്യമുഖവും. വിയത്നാം യുദ്ധത്തിന്റെ പ്രതീകമായി മാറിയ ആ ഫോട്ടോ നിക് ഉതിന് പുലിറ്റ്സർ സമ്മാനം നേടിക്കൊടുത്തു. അന്നത്തെ ആ കുരുന്ന് ഫാൻ തികിം ഫുക് ഇപ്പോഴും ജീവിച്ചിരിപ്പുണ്ട്.

അസോസിയേറ്റഡ് പ്രസി (എ പി) നുവേണ്ടി യുദ്ധം ഒപ്പിയെടുക്കുകയായിരുന്ന നിക് ഉത്, ഫോട്ടോ എടുത്തശേഷം കിം ഫുകിനെയും പരിക്കേറ്റ മറ്റു കുട്ടികളെയും ആശുപത്രിയിലാക്കി. അവൾക്കേറ്റ പൊള്ളലുകൾ മാരകമാണെന്നും ജീവിച്ചിരിക്കാൻ സാധ്യതയില്ലെന്നുമറിഞ്ഞ് സങ്കടത്തിലാണ്ടു. ചെറുതും വലുതുമായ 17 ശസ്ത്രക്രിയകളുമായി 14 മാസത്തിലധികം ആശുപത്രിയിൽത്തന്നെ. വിയത്നാമിൽ കഴിഞ്ഞ നിക് ഉത് പിന്നീടുള്ള മൂന്നുവർഷം കിം ഫുകിനെ സന്ദർശിക്കുമായിരുന്നു.

1972 ൽ ലോക പ്രസ് ഫോട്ടോയായി തെരഞ്ഞെടുക്കപ്പെട്ട നിക് ഉതിന്റെ ചിത്രത്തിന്റെ ആധികാരികത സംബന്ധിച്ച് സാമ്രാജ്യത്വം ചില സംശയങ്ങൾ ഉതിർത്തു. അമേരിക്കൻ പ്രസിഡന്റ് റിച്ചാർഡ് നിക്സൺ തന്നെ മുന്നിട്ടിറങ്ങി. ചീഫ് ഓഫ് സ്റ്റാഫ് എച്ച് ആർ ഹാൽഡിമാനുമായി അദ്ദേഹം നടത്തിയ സംഭാഷണങ്ങളായിരുന്നു അതിന്റെ തുടക്കം. അതോടുള്ള നിക് ഉതിന്റെ പ്രതികരണം ശ്രദ്ധേയമായിരുന്നു.

> വിയത്നാം യുദ്ധംപോലെ ആധികാരികമാണ് ആ ഫോട്ടോ. ഇപ്പോഴും ജീവിച്ചിരിക്കുന്ന ഭയചകിതയായ അന്നത്തെ പെൺകുട്ടി ഫോട്ടോയുടെ ആധികാരികത വാചാലമായി പ്രഖ്യാപിക്കുന്നുണ്ട്. അന്നത്തെ നിമിഷങ്ങൾ എനിക്ക് മറക്കാനാവില്ല. അത് ഞങ്ങളുടെ രണ്ടുപേരുടെയും ജീവിതം മാറ്റിമറിച്ചു.

പരിക്കുകൾ അതിജീവിച്ച് സ്കൂളിൽ ചേർന്ന കിം ഫുക് പിന്നീട് വൈദ്യശാസ്ത്ര പഠനത്തിന് ചേർന്നു. 1986 ൽ ക്യൂബയിൽ നിന്നാണ് ബിരുദം നേടിയത്. വിവിധ റേഡിയോ–ടെലിവിഷൻ പരിപാടികളിൽ സ്വന്തം അനുഭവങ്ങളുമായി എത്തുകയും ചെയ്തു അവൾ. ബി ബി സിയിലെ 'ഇത് എന്റെ കഥ' പ്രേക്ഷകർ ശ്വാസമടക്കിപ്പിടിച്ചാണ് കേട്ടിരുന്നത്. 1997 ൽ കിം ഫുക് ഫൗണ്ടേഷന് രൂപം നൽകി. യുദ്ധങ്ങളിലെ കുഞ്ഞു ഇരകൾക്ക് വൈദ്യ–മനഃശാസ്ത്ര സഹായങ്ങൾ ലഭ്യമാക്കുകയായിരുന്നു ലക്ഷ്യം. 2003 ലെ അമേരിക്കയുടെ ഇറാഖ് അധിനിവേശത്തെ തുടർന്ന് റോക്കറ്റാക്രമണത്തിൽ രണ്ട് കൈകളും നഷ്ടമായ അലി അബ്ബാസ് എന്ന ബാലന് ഫൗണ്ടേഷൻ നൽകിയ തുണ വികാരപരമായിരുന്നു.

www.ingramcontent.com/pod-product-compliance
Lightning Source LLC
LaVergne TN
LVHW100843051026
849519LV00006B/2404